ವಾಬಿ ಸಾಬಿ

ವಾಬಿ ಸಾಬಿ

ಅಪರಿಪೂರ್ಣತೆಯಲ್ಲಿನ ವಿವೇಕ

Wabi Sabi

The Wisdom in Imperfection

ನೊಬುವೊ ಸುಝುಕಿ

ಮುನ್ನುಡಿ

ಹೆಕ್ಟರ್ ಗಾರ್ಸಿಯ

'ಇಕಿಗಾಯ್'ನ ಸಹ ಲೇಖಕರು

ಕನ್ನಡಕ್ಕೆ : ಜೆ.ರಾಮಲಿಂಗೇಗೌಡ

ವಾಬಿ ಸಾಬಿ

ಅಪರಿಪೂರ್ಣತೆಯಲ್ಲಿನ ವಿವೇಕ

Wabi Sabi ಈ ಆಂಗ್ಲ ಪುಸ್ತಕದ ಕನ್ನಡ ಅನುವಾದ

ISBN: 978-93-90607-29-7

First Edition : December 2022
Reprint: February 2025
Publisher : WOW Publishings Pvt. Ltd., India
Translated by J. Ramalingegowda
Printer: Trinity Academy for Corporate Training Ltd., Pune, INDIA

Pages : 152
Price : ₹180/-

Wabi Sabi - The Wisdom in Imperfection
by Nobuo Suzuki

ಪರಿವಿಡಿ

“ಸರಳ ರೇಖೆ ಮನುಷ್ಯನಿಗೆ ಸೇರಿದ್ದು,
ವಕ್ರವಾಗಿರುವುದು ದೈವಕ್ಕೆ.”
– ಆ್ಯಂಟೊನಿ ಗಾಡಿ

ಮುನ್ನುಡಿ

ನಾನು ಮೊದಲ ಸಲ 'ವಾಬಿ ಸಾಬಿ' ಎಂಬ ಶಬ್ದ ಕೇಳಿಸಿಕೊಂಡಿದ್ದು ನನಗೆ ಸ್ಪಷ್ಟವಾಗಿ ಜ್ಞಾಪಕವಿದೆ. ಅದು ಹದಿನೈದು ವರ್ಷಗಳ ಹಿಂದೆ ಜಪಾನಿನಲ್ಲಿ ನಡೆದ ಒಂದು ಟಿ.ವಿ. ಲೈವ್ ಷೋನಲ್ಲಿ. ಆ ಸಂದರ್ಶನದ ಆರಂಭದಲ್ಲಿ ನಾನು ನಿಜಕ್ಕೂ ಭಯಭೀತನಾಗಿದ್ದೆ. ಆದರೆ ನಾನು ನನ್ನ ಆರಂಭಿಕ ಮಟ್ಟದ ಜಪಾನೀ ಭಾಷೆಯ ಜ್ಞಾನದಲ್ಲೇ ಪ್ರಶ್ನೋತ್ತರಗಳನ್ನು ನಿಭಾಯಿಸಬಲ್ಲೆ ಎಂದು ಕೂಡಲೇ ಕಂಡುಕೊಂಡೆ. ಅದು ಎಲ್ಲಿಯ ತನಕ ಎಂದರೆ, ಉದ್ಘೋಷಕನು, "ವಾಬಿ ಸಾಬಿಯ ಬಗ್ಗೆ ನೀವು ಏನು ಯೋಚಿಸಿದ್ದೀರಿ" ಎಂದು ಕೇಳುವ ತನಕವೂ.

ನನಗೆ 'ವಾಬಿ ಸಾಬಿ' ಎಂದರೇನೆಂದೇ ಗೊತ್ತಿರಲಿಲ್ಲ, ಮತ್ತು ಮಜಾ ಏನು ಗೊತ್ತಾ? ನಾನು ಟಿ.ವಿ.ಯ ಲೈವ್ ಷೋನಲ್ಲಿದ್ದೇನೆ! ನಾನು ನನ್ನ ಫೋನನ್ನು ತೆರೆದು ಅದೇನೆಂದು ನೋಡಲು ಸಹ ಸಾಧ್ಯವಿಲ್ಲದ ಸ್ಥಿತಿ. ಕೆಲವು ಅಚಾತುರ್ಯದ ಘಳಿಗೆಯ ನಿಲುಗಡೆಯ ಬಳಿಕ, ಅದಕ್ಕೇನಂದರೆ ಏನೂ ಪೂರಾ ಸಂಬಂಧ ಸೂತ್ರವಿಲ್ಲದ ಬೇರೆ ಏನೋ ಒಂದು ಉತ್ತರ ನೀಡಿದೆ ಎಂದುಕೊಳ್ಳಿ. ಆದರೆ ಇಷ್ಟಂತೂ ಸ್ವತಸ್ಸಿದ್ಧ, ಏನೆಂದರೆ, ನಾನು ಆ ಪ್ರಶ್ನೆಯನ್ನೇ ಅರ್ಥ ಮಾಡಿಕೊಂಡಿರಲಿಲ್ಲ.

ಆ ಅನುಭವದಿಂದ ನನಗಾದ ಅವಮಾನವು ನನಗೇನು ಒಳ್ಳೆಯದು ಮಾಡಿತೆಂದರೆ, ವಬಿ–ಸಾಬಿಯ ಕುರಿತು ಕಲಿಯಲು ಮತ್ತು ಅಧ್ಯಯನ ಮಾಡಲು ಉದ್ಯುಕ್ತನಾಗುವಂತೆ ಹಾಗೂ ಸಾಹಸ ನಡೆಸುವಂತೆ ಅದು ಪ್ರೇರೇಪಿಸಿತು. ಸರ್ವೇಸಾಮಾನ್ಯವಾಗಿ ಜಪಾನೀಯರ ಬಾಹ್ಯ ಪ್ರಪಂಚಜ್ಞಾನ ಅಂದರೆ ಸುಸಂಸ್ಕೃತಾಭಿರುಚಿಯ ಬಗ್ಗೆ ಕಲಿಯಲೂ ಕೂಡ ಅವಕಾಶ ಮಾಡಿತು. ಈ ಸಾಹಸ ನನ್ನಲ್ಲಿ ಇಂದಿಗೂ ಮುಂದುವರಿದಿದೆ. ಇನ್ನೂ ಬಹಳ ನಿಶ್ಚಯವಾಗಿ ಹೇಳಬೇಕೆಂದರೆ, ಜಪಾನಿಗರಿಂದ ನಾನು ಕಲಿತಿದ್ದರಲ್ಲಿ ಎಲ್ಲದಕ್ಕಿಂತ ಅತಿ ಪ್ರಮುಖವಾದುದೆಂದರೆ ಅದು 'ವಾಬಿ ಸಾಬಿ'ಯೇ. ಅದು ನನ್ನ ಮೇಲೆ ಒಬ್ಬ ವ್ಯಕ್ತಿಯಾಗಿ ಮತ್ತು ಪ್ರಾಪಂಚಿಕ ದೃಷ್ಟಿಕೋನದ ಮೇಲೆ ಶಕ್ತಿಯುತವಾದ ಪರಿಣಾಮವನ್ನು ಹೊಂದಿದೆ.

ನನ್ನೆಲ್ಲ ಜಪಾನಿ ಮಿತ್ರರನ್ನು, ಸಹೋದ್ಯೋಗಿಗಳನ್ನು, ಹೆಣ್ಣು ಸಂಗಾತಿಯನ್ನು, ನಾನು ಸಂಧಿಸಿದ ಎಲ್ಲ ಹೊಸ ಜನರನ್ನು, ನಾನು ಕೇಳಿದೆ: 'ವಾಬಿ ಸಾಬಿ' ಎಂದರೇನು? 'ವಾಬಿ ಸಾಬಿ'ಯ ಕುರಿತು ನಿಮ್ಮ ಯೋಚನೆ ಏನು? ನಿಮ್ಮ ದೃಷ್ಟಿಯಲ್ಲಿ ಅಥವಾ ನಿಮಗೋಸ್ಕರ 'ವಾಬಿ ಸಾಬಿ' ಎಂದರೆ ಏನು? ಎಂದು. ಕೆಲ ಸಮಯದ ನಂತರ ನನಗನ್ನಿಸಿದ್ದೆಂದರೆ, ಯಾವ ಇಬ್ಬರ ಎರಡು ಉತ್ತರಗಳು ಒಂದೇ ರೀತಿ ಅಲ್ಲ ಎಂದು; ಆದರೆ ಅವೆಲ್ಲವೂ ಒಂದೇ ರೀತಿಯ ಸಾಮಾನ್ಯ ಸಾರಸತ್ವ ಹೊಂದಿದ್ದವು. ಅದೆಂದರೆ: ನಮ್ಮ ಬದುಕು ಮತ್ತು ನಾವು ಜೀವಿಸಿರುವ ಈ ವಿಶ್ವ ಇದೆಲ್ಲವೂ ಎಲ್ಲಾ ವಿಷಯಗಳ ಬಗ್ಗೆಯೂ ಅಪರಿಪೂರ್ಣತೆಯನ್ನು ಹೊಂದಿದೆ ಮತ್ತು ಅಶಾಶ್ವತೆಯಿಂದಲೇ ಕೂಡಿದೆ ಎಂದು.

'ವಾಬಿ ಸಾಬಿ' ಎಂಬುದು ರಸಾಭಿಜ್ಞತೆ ಅಥವಾ ಸೌಂದರ್ಯತತ್ತ್ವಕ್ಕಿಂತಲೂ ಮೀರಿದ್ದು, ಮಿಗಿಲಾದುದ್ದು ಅಂದರೆ ಅದರ ಆಚೆನದು ಎಂದು ನಾನು ಕೂಡಲೇ ಸಾಕ್ಷಾತ್ಕರಿಸಿಕೊಂಡೆ. ಅದು, ಅಂದರೆ 'ವಾಬಿ ಸಾಬಿ'ಯು ಸರ್ವೇಸಾಮಾನ್ಯವಾಗಿ, ಜೀವನಕ್ಕೆ, ಮಾನವೀಯವಾಗಿರುವುದಕ್ಕೆ ಮತ್ತು ಅದನ್ನೂ ಮೀರಿ ವಿಶ್ವಕ್ಕೆ ಸಂಬಂಧಪಟ್ಟಿದ್ದು ಎಂದು ಮನವರಿಕೆಯಾಯ್ತು. ಅದೇಂದರೆ ಎಲ್ಲ ವಿಷಯ–ವಸ್ತುಗಳ ನಶ್ವರತೆಯ ಗುಣಸ್ವಭಾವವನ್ನು ತಿಳಿಯುವುದು ಮತ್ತು ಅದನ್ನೇ ನಾವು ಒಪ್ಪಿ-ಅಪ್ಪಿಕೊಳ್ಳಲು ಕಲಿಯುವುದು. ಅಷ್ಟೇಕೆ, ಅದನ್ನೇ ತಬ್ಬಿಕೊಳ್ಳುವುದು ಕೂಡ ಎಂದು. ವಬಿ–ಸಾಬಿ ಎಂದರೆ, ಜಪಾನಿನ ಕಲೆ, ಜೀವನ ಶೈಲಿ, ವಾಸ್ತುಶಿಲ್ಪ, ಇತಿಹಾಸ, ತತ್ತ್ವಶಾಸ್ತ್ರ, ಮತ–ಧರ್ಮಗಳು ಮತ್ತು ಇನ್ನೂ ಮುಂದೆ ಹೋಗಿ ಜಪಾನೀ ಆಚಾರ ವಿಚಾರಗಳು, ಸಾಮಾಜಿಕ ನಡವಳಿಕೆಗಳು ಮತ್ತು ಮನೋಸ್ಥಿತಿ ಇವುಗಳನ್ನೆಲ್ಲ ಅಂತರ್‌ಜೋಡಿಸುವ ಕಣ್ಣಿಗೆ ಕಾಣದ ಒಂದು ನೆಯ್ಗೆ ಅಥವಾ ವಿನ್ಯಾಸವೇ ಆಗಿರುತ್ತದೆ.

ನಾವು ಮಾಡುವ ಪ್ರತಿಯೊಂದರಲ್ಲಿಯೂ ಒಂದು ಆತ್ಯಂತಿಕ ಪರಿಪೂರ್ಣ ಗುರಿ ಇರುತ್ತದೆ ಮತ್ತು ಅದು ಮಾತ್ರವೇ ನಮ್ಮನ್ನು ಯಶಸ್ಸು ಮತ್ತು ಸಂತಸದತ್ತ ಕರೆದೊಯ್ಯುತ್ತದೆ ಎಂದು ಯೋಚಿಸುವಂತೆ ಮಾಡುವುದಾವುದೆಂದರೆ, ಅದು ಪಾಶ್ಚಿಮಾತ್ಯ ವಿಚಾರಲಹರಿ ಮತ್ತು ಅದರಲ್ಲೂ ಹೆಚ್ಚು ನಿರ್ದಿಷ್ಟವಾಗಿ, ಆಧುನಿಕತೆಯನ್ನು ಕುರಿತದ್ದು. ಯಶಸ್ಸಿನತ್ತ ಒಯ್ಯುವ ಈ ಕಲ್ಪಿತ ಲಕ್ಷ್ಯ ಕುರಿತು ಆಲೋಚನೆ ಮಾಡಲು ಈ ಪುಸ್ತಕದ ಲೇಖಕರಾದ ನೊಬುವೋ ಸುಝುಕಿ ನಮಗೆ ಸಹಾಯ ಮಾಡುತ್ತಾರೆ. ಅದರ ಜೊತೆಜೊತೆಗೆ, ಆಧುನಿಕ ನಗರಗಳಲ್ಲಿ ನಾವು ಹೇಗೆ ಬದುಕುತ್ತೇವೆ ಎಂಬುದರ ಬಗ್ಗೆಯೂ ಕೂಡ. ಅರಂಭದಲ್ಲಿ ಪರಿಪೂರ್ಣತೆ ಎಂಬುದು ಅಸ್ತಿತ್ವದಲ್ಲಿ ಕೂಡ ಇರಲಿಲ್ಲ ಎಂಬುದನ್ನು ನೆನಪಿಸಿಕೊಳ್ಳಲೂ ಸಹ ಅವರ ಮಾತುಗಳು ನನಗೆ ಸಹಾಯ ಮಾಡಿದುವು; ಅದಿರುವುದು ಕೇವಲ ನಮ್ಮ ಮಾನವ ಕಲ್ಪನೆಯ ಸಾಮ್ರಾಜ್ಯದಲ್ಲಿ ಮಾತ್ರ (ಮತ್ತು ಬಹುಶಃ, ಗಣಿತಶಾಸ್ತ್ರದಲ್ಲಿ).

'ವಾಬಿ ಸಾಬಿ' ಎನ್ನುವುದೇ ವಾಸ್ತವ, ಸತ್ಯ, ನಿಜ.

ಪರಿಪೂರ್ಣತೆ ಎಂಬುದು ಅಸ್ತಿತ್ವದಲ್ಲಿಲ್ಲ'.

ವಾಬಿ–ಸಾಬಿಯೆಂಬ ವಿವೇಕ ಜಲದಲ್ಲಿ ಜಳಕ ಮಾಡಿದ ಮೇಲೆ ನಾನು ಜಪಾನನ್ನೂ ಬೇರೆಯೇ ಕಂಗಳ ಮೂಲಕ ಅನುಭವಿಸಲು ಆರಂಭಿಸಿದೆ. ಜಪಾನೀ ಬೋಗುಣಿಗಳನ್ನು ಉದಾಸೀನತೆಯ ಬದಲಾಗಿ, ಮೋಹಕ ದೃಷ್ಟಿಯಿಂದ ನೋಡಲು ಶುರುಮಾಡಿದ್ದನ್ನು ನಾನು ಗಮನಿಸಿದೆ, ನಾನು ಚಿಕ್ಕವನಿದ್ದಾಗ ಹೇಗೆ ನೋಡುತ್ತಿದ್ದೆನೋ ಹಾಗೆ. ಅಷ್ಟೆ ಅಲ್ಲದೆ, ಜಪಾನಿನ ತೋಟಗಳು, ಕಾವ್ಯ, ಕುಂಬಾರಿಕೆ (ಮಣ್ಣಿನ ಪಾತ್ರೆ ಮಾಡುವಿಕೆ), ಇಕೆಬನ (ಹೂಗಳನ್ನು ಅಂದವಾಗಿ ಜೋಡಿಸಿಡುವ ಜಪಾನೀಕಲೆ) ಮತ್ತು ವಾಸ್ತುಶಿಲ್ಪ ಹಾಗೂ ಇನ್ನೂ ಹೆಚ್ಚಿನದು ಕೂಡ ಇಲ್ಲಿ ಸೇರುತ್ತದೆ.

ನನ್ನ ಚಿಂತನೆಯಲ್ಲಿನ ಮತ್ತು ಗ್ರಹಿಕೆಯಲ್ಲಿನ ಬದಲಾವಣೆ ಇವುಗಳು ನಾನು ಜಪಾನನ್ನು ನೋಡುವ ಕ್ರಮಕ್ಕೆ ಮತ್ತು ಜಪಾನೀ ವಸ್ತುಗಳನ್ನು ಗಮನಿಸುವುದಕ್ಕಷ್ಟೇ ಸೀಮಿತಗೊಂಡಿರಲಿಲ್ಲ. ಯುರೋಪ್ ಮೂಲಕ ವಾಪಸ್ ಪಯಣಿಸುವಾಗ ಎಲ್ಲ ಬಗೆಯ ಕಲೆಯಲ್ಲಿಯೂ ನಾನು ನವೀಕೃತ ಆಸಕ್ತಿ ತಳೆದಿದ್ದುದನ್ನು ಗಮನಿಸಿದ್ದೆ. ಜತೆಗೆ ಜನಗಳಲ್ಲೂ ಕೂಡ– ಬೇರೆ ಬೇರೆ ಜೀವನ ಶೈಲಿಗಳು, ಮತ್ತು ಅವರ ಎಲ್ಲಾ ಅದ್ಭುತ ಅಪರಿಪೂರ್ಣತೆಗಳ ಸಹಿತವಾಗಿ ಇದನ್ನೇ ಕಂಡಿದ್ದೆ. ಅಂತೆಯೆ ನನ್ನ ಕುಟುಂಬ ಮತ್ತು ಸ್ನೇಹಿತರಲ್ಲಿಯೂ ಸಹ. ಪ್ರತಿಯೊಂದೂ ನನಗೆ ಹೊಸ ಮೌಲ್ಯವನ್ನೇ ತಂದಿತ್ತಿತ್ತು.

ಸಿಂಹಾವಲೋಕನ ಮಾಡಿಕೊಂಡಾಗ ಬೇರೇನೋ ತಮಾಷೆಯಾದುದನ್ನು ನಾನು ಕಂಡೆನು.

ಅದೆಂದರೆ, ಅಂದು ಟಿ.ವಿ. ಮೇಲೆ ನೀಡಿದ್ದ ಉತ್ತರಕ್ಕಾಗಿ ನಾನೇನು ನಾಚಿಕೆ ಪಡಬೇಕಿರಲಿಲ್ಲ ಎಂಬ ವಿಷಯ ಎಂದು–ಏಕೆಂದರೆ 'ವಾಬಿ ಸಾಬಿ'ಯನ್ನು ನಿಜ ಹೇಳಬೇಕೆಂದರೆ ವಿವರಿಸಲೇ ಸಾಧ್ಯವಿಲ್ಲ. ಇಂತಾಗಿ ಅಂದಿನ ನನ್ನ ಉತ್ತರ ಬಹುಮಟ್ಟಿಗೆ "ಸರಿ"ಯಾಗಿಯೇ ಇತ್ತು. ಅದಕ್ಕೂ ಮಿಗಿಲಾಗಿ, ಅಪರಿಪೂರ್ಣವಾಗಿರುವುದೇ ಸರಿ, ಕೆಲವೊಂದನ್ನು ತಿಳಿಯದಿರುವುದೇ ಸರಿ (ದೂರದರ್ಶನದಲ್ಲಿ ನನ್ನನ್ನು ಯಾರಾದರೂ ಕೇಳಿದಾಗಲೂ ಸಹ).

ವಾಬಿ ಸಾಬಿ : ಅಪರಿಪೂರ್ಣತೆಯಲ್ಲಿನ ವಿವೇಕ ಎಂಬುದಿದು ಒಂದು ಸುಂದರ ಪರಿಶೋಧನೆ. ಅದು 'ವಾಬಿ ಸಾಬಿ'ಯ ಮೂಲಭೂತ ವಿಷಯಗಳಿಂದ ಹೊರಟು ಅದರ ಎಲ್ಲ ಮುಖಗಳ ಆಳವಾದ ಅರ್ಥ ತಿಳಿಯಲು ಹೊರಡುತ್ತದೆ. ಈ ಪುಸ್ತಕವು 'ವಾಬಿ ಸಾಬಿ' ತತ್ತ್ವದ ನಿರ್ದಿಷ್ಟ ವಿವರಣೆಗಳನ್ನು ತಾನು ನೀಡುವುದಾಗಿ ಸೋಗು ಹಾಕುವುದಿಲ್ಲ. ಆದರೆ ಅದು ಆ ಪರಿಕಲ್ಪನೆಯೊಳಗೆ ನಿಮ್ಮನ್ನು ಮುಳುಗಿಸಬಯಸುತ್ತದೆ ಮತ್ತು ಆ ಕಾರಣಕ್ಕಾಗಿ ನೀವು ಮತ್ತು ನಾವೆಲ್ಲ ಹಂಚಿಕೊಳ್ಳುವ ಈ ಜಗತ್ತಿನ ಬಗ್ಗೆ ಇರಿಸಿಕೊಂಡಿರುವ ಯೋಚನೆ ಮತ್ತು ಭಾವನೆಯನ್ನು ಶಾಶ್ವತವಾಗಿ ಬದಲಾಗುವಂತೆ ಮಾಡುತ್ತದೆ.

ಈ ಪುಸ್ತಕವನ್ನು ಓದಿದ ನಂತರ, ದೈನಂದಿನ ಬದುಕಿನ ಎಲ್ಲ ಕಡೆ ನಾನು ವಾಬಿ–ಸಾಬಿ ಕುರಿತಂತೆ ಹೆಚ್ಚು ಅರಿವುಳ್ಳವನಾದುದನ್ನು ನಾನೇ ಕಂಡುಕೊಂಡೆ – ಕೆಲಸ ಮಾಡುವಾಗ, ಬೇರೆಯವರೊಂದಿಗೆ ಮಾತನಾಡುವಾಗ, ಪ್ರಕೃತಿಯಲ್ಲಿ ಅಥವಾ ನಗರದಲ್ಲಿ ನಡೆದಾಡುವಾಗ ಮತ್ತು ನಿರ್ದಿಷ್ಟವಾಗಿ ಏನನ್ನೂ ಮಾಡದೇ ಸುಮ್ಮನೆ ಇರುವಾಗಲೂ ಸಹ. ನಾವು 'ವಾಬಿ ಸಾಬಿ'ಯ ಜತೆಗೆ ಪ್ರತಿಕೂಲವಾಗಿ ಬದುಕುವಾಗಲೂ ಸಹ ಎಂತಹ ಯಾತನೆಗೆ ಒಳಗಾಗುತ್ತೇವೆ ಎಂಬ ಅರಿವು ಕೂಡ ನನಗಾಗಿದೆ. ಹೇಗೆಂದರೆ ಸತತವಾಗಿ ನಮ್ಮ ಬದುಕನ್ನು ಪರಿಪೂರ್ಣಗೊಳಿಸಲು ಯತ್ನಿಸುತ್ತಿರುವುದು, "ಮೇಲೇರಲು" ಪ್ರಯತ್ನಿಸುವುದು, "ಉತ್ತಮ" ಉದ್ಯೋಗ ಪಡೆಯಲು "ಉತ್ತಮ" ವಸತಿ ಪಡೆಯಲು, "ಉತ್ತಮ" ದಿನಚರಿ ಹೊಂದಲು, ಮತ್ತು ಪ್ರತಿಯೊಂದರಲ್ಲೂ 'ಉತ್ತಮತೆ' ಸಾಧಿಸಲು ಹೆಣಗುವುದು; ಅಂತೆಯೇ ಈವತ್ತಿನ ಸ್ಪರ್ಧಾ ಜಗತ್ತಿನಲ್ಲಿ, "ನಾನು ಅದನ್ನು ಕೈಗೂಡಿಸಿಕೊಳ್ಳುವ ಅವಕಾಶ ತಪ್ಪಿಸಿಕೊಂಡೆ", "ಇದನ್ನು ಸಾಧಿಸುವ ಅವಕಾಶ ತಪ್ಪಿಸಿಕೊಂಡೆ", "ನಾನು ಸಾಕಷ್ಟು ಸಾಧಿಸುತ್ತಿಲ್ಲ", "ನಾನು...ಗಿಂತ ಮೇಲಾಗಲು ಎಂದಿಗೂ ಸಾಧ್ಯವಿಲ್ಲ", ಎಂಬೀ ರೀತಿಯ ವಿಚಾರಗಳಿಂದ ಸೋಂಕಿತರಾಗಿ ಬಿಟ್ಟಿದ್ದೇವೆ. ಈ ರೀತಿಯಿಂದಾಗಿ ನಾವು ನಮ್ಮ ಕೊರತೆಯ ಮತ್ತು ಅಯೋಗ್ಯತೆಯ ಭಾವನೆಗಳ ಕುರಿತು ಗಂಟೆಗಟ್ಟಲೆ ಚರ್ಚಿಸಿ ನಮ್ಮ ಸಮಯ ಹಾಗು ಭಾವನೆಗಳನ್ನು ವ್ಯಯ ಮಾಡುತ್ತೇವೆ. ಇದು ನಾವು ಮಾಡುವಂಥದ್ದಲ್ಲ. ಆಧುನಿಕ ಜೀವನ ಮೌಲ್ಯಗಳಿಂದಾಗಿ ನಮ್ಮ ಗುರಿಗಳು ಮತ್ತು ನಿರೀಕ್ಷೆಗಳನ್ನು ದುರ್ಘಟನೆಗೆ ಒಳಗಾಗಿಸಿಕೊಂಡ ಸುಂದರ ಜೀವಿಗಳು ನಾವು. ಅಸ್ತಿತ್ವದಲ್ಲೇ ಇಲ್ಲದ ಆ ಪರಿಪೂರ್ಣ ಬಾಳ್ವೆಗಾಗಿ ನಾವೆಲ್ಲ ಏಕೆ ಲಕ್ಷ್ಯವಿರಿಸಿದ್ದೇವೆ?

'ವಾಬಿ ಸಾಬಿ' ಎಂಬುದು, ವಸ್ತುಸ್ಥಿತಿ ಏನಿದೆಯೋ, ನಾವು ಏನಾಗಿರುವೆವೋ ಅದರೊಂದಿಗೆ ಸರಿಯಾಗಿರುವುದನ್ನು(to be ok) ಕಲಿಯುವುದು ಹಾಗೂ ಈ ಕ್ಷಣದಲ್ಲಿ ನಾವು ಏನು ಹೊಂದಿದ್ದೇವೆಯೋ ಅದರೊಂದಿಗೆ ಸರಿಯಾಗಿರುವುದನ್ನೂ ಸಹ. ಹಾಗೆಂದರೆ ಅದು ನಾವು ಉತ್ತಮಗೊಳ್ಳಲು, ಹೆಚ್ಚು ಲವಲವಿಕೆಯಿಂದಿರಲು ತೆಗೆದುಕೊಳ್ಳಬೇಕಾದ ನಮ್ಮ ಜವಾಬ್ದಾರಿಯನ್ನು ಇಲ್ಲವಾಗಿಸುವುದಿಲ್ಲ. ಅದರರ್ಥವೇನೆಂದರೆ, ಪ್ರಸಕ್ತ ಕ್ಷಣದ ಜತೆಗೆ ನಾವು ಸರಿ ಇದ್ದೇವೆ ಎಂದು ಮನವರಿಕೆ ಮಾಡಿಕೊಂಡರೆ, ಪ್ರತಿದಿನವೂ ಒಂದೊಂದೇ ಹೆಜ್ಜೆ ಮುಂದೆ ಸಾಗುತ್ತೇವೆ, ಅಂದರೆ ಪರಿಪೂರ್ಣತೆಯ ಲಕ್ಷ್ಯದ ಕಡೆಗಲ್ಲ; ಬದಲಾಗಿ, ನಮ್ಮ ಸ್ವಂತ ಉತ್ತಮಿಕೆಯ ಕಡೆಗೇನೆ–ನಾವು

ನಿಜವಾಗಿ ಯಾರು ಎಂಬ ಸಾರಸತ್ವವನ್ನು ಅನಾವರಣಗೊಳಿಸಲು, ಅಂದರೆ ನಮ್ಮ ಇಕಿಗಾಯ್‌ನ್ನು ಕಂಡುಕೊಳ್ಳಲು. ಹೀಗೆ ನಾವು ಉತ್ತಮಗೊಳ್ಳಲು ಮುನ್ನುಗ್ಗುವ ಸಲುವಾಗಿ, ನಮ್ಮಿಂದ ನಾವೇ ಅವಾಸ್ತವ ನಿರೀಕ್ಷೆಗಳನ್ನು ಇಟ್ಟುಕೊಳ್ಳುವುದರಿಂದ ಮುಕ್ತರಾಗುವ ಪರಿಕಲ್ಪನೆ, ಈ ಪುಸ್ತಕದ ಪುಟಗಳಲ್ಲಿ ನೀವು ಕಾಣುವ ಹಲವು ಸುಂದರ ಕಲಿಕೆ ಅಥವಾ ಪಾಠಗಳಲ್ಲಿ ಒಂದು.

ನಿಶ್ಚಯವಾಗಿಯೂ, ಹದಿನೈದು ವರ್ಷಗಳ ಹಿಂದೆ ಮೊದಲ ಬಾರಿಗೆ 'ವಾಬಿ ಸಾಬಿ' ಎಂಬ ಪದವನ್ನು ಆಲಿಸಿಕೊಂಡಿದ್ದಕ್ಕಿಂತಲೂ ಈಗ ನಾನು ಅದರ ಬಗ್ಗೆ ಹೆಚ್ಚು ತಿಳಿದುಕೊಂಡಿದ್ದೇನೆ. ಆದರೆ ಇಷ್ಟಂತೂ ಹೇಳಬಲ್ಲೆ ನಾನು 'ವಾಬಿ ಸಾಬಿ'ಯ ಬಗ್ಗೆ ಹೆಚ್ಚು ತಿಳಿದುಕೊಂಡಷ್ಟು, ಅದು ನನ್ನಲ್ಲಿ ಹೆಚ್ಚು ಆಳವಾಗಿ ಹರಿಯುತ್ತದೆ ಮತ್ತು ಅದರಿಂದ ಎಂದಿಗೂ ದಣಿವನ್ನು ಕಾಣುವುದೇ ಇಲ್ಲ.

ವಾಬಿ ಸಾಬಿಯ ಮೂಲಕದ ಪಯಣ ಕುರಿತಂತೆ ಈ ಪುಸ್ತಕವು ನನ್ನನ್ನು ಹಲವಾರು ಹೊಸ ಹೊಸ ಜಾಗಗಳತ್ತ ಕರೆದೊಯ್ದಿದೆ. ಅದರ ಪರಿಪ್ರೇಕ್ಷ್ಯವು ನನ್ನ ಹುಮ್ಮಸ್ಸನ್ನು ಉಲ್ಲಸಿತಗೊಳಿಸಿ, ಈ ಪ್ರಪಂಚವು ಹೇಗಿದೆಯೋ ಹಾಗೇ ಅದರಲ್ಲಿ ಲವಲವಿಕೆಯಿಂದ ಬದುಕುವ ಅನುಭವಕೋಸ್ಕರ, ಜೀವಂತವಿರಿಸಿದೆ. ಅದಲ್ಲದೆ, ವಬಿ–ಸಾಬಿಯ ತತ್ತ್ವವನ್ನು ಮೆಚ್ಚಲು ಇದು ಸಹಾಯ ಮಾಡಿದೆ, ಅದಕ್ಕಿಂತ ಹೆಚ್ಚಾಗಿ ವಬಿ ಸಾಬಿಯನ್ನೇ ಒಂದು ಮಾರ್ಗದರ್ಶಿಯಾಗಿ ಆದರಿಸಿ ನನ್ನ ಬದುಕನ್ನು ಹೇಗೆ ಬಾಳಬೇಕೆಂಬುದಕ್ಕೆ ಅದರಲ್ಲೇ ವಿಶ್ವಾಸವಿರಿಸಲೂ ಸಹಾಯ ಮಾಡಿದೆ.

ಪ್ರಪಂಚದ ಸೌಂದರ್ಯವನ್ನು ಕಾಣಲು ಮತ್ತು ಅದರಿಂದಾಗಿ ಅದನ್ನು ಇನ್ನಷ್ಟು ಹೆಚ್ಚು ಸುಂದರಗೊಳಿಸುವ ಸಲುವಾಗಿ ನಮ್ಮ ಅಪರಿಪೂರ್ಣ ಸ್ವರೂಪವನ್ನೇ ಮತ್ತು ಅಪರಿಪೂರ್ಣ ಪ್ರಪಂಚವನ್ನೇ ತಬ್ಬಿಕೊಳ್ಳೋಣ. ನೊಬುವೋ ಸುಝುಕಿಯವರ ಈ ಪುಸ್ತಕ ಆ ದಾರಿಯಲ್ಲಿ ನಿಮ್ಮನ್ನು ಕರೆದೊಯ್ಯಬಲ್ಲುದು. ನಾನು ಓದಿ ಆನಂದಿಸಿದಷ್ಟೇ ನೀವೂ ಸಹ ಇದರಿಂದ ಸಂತೋಷ ಪಡಬಲ್ಲಿರೆಂದು ಭರವಸೆ ಇಡುತ್ತೇನೆ.

– ಹೆಕ್ಟರ್ ಗಾರ್ಸಿಯಾ

ಟೋಕ್ಯೋ, ಅಕ್ಟೋಬರ್ 2020

ಪ್ರಸ್ತಾವನೆ

ಅಪರಿಪೂರ್ಣತೆಯ ಇಂದ್ರಜಾಲ

ಜಪಾನಿನ ಝೆನ್ ಸಂನ್ಯಾಸಿಮಠವೊಂದರ ಉದ್ಯಾನವನದ ಮೇಲ್ವಿಚಾರಕನೊಬ್ಬನಿಗೆ ಒಂದು ವಿಚಿತ್ರ ಚಾಳಿ ಇತ್ತೆಂದು ಹೇಳಲಾಗುತ್ತದೆ. ಉದ್ಯಾನವನದ ಶಿಲಾಪಥದ ಮೇಲೆ ಉದುರಿದ ಎಲೆಗಳನ್ನು ಗುಡಿಸುವಾಗ, ಆತ ತನ್ನ ಮನೆಯೊಳಗೆ ಹಿಂತಿರುಗುವ ಸ್ವಲ್ಪ ಮುನ್ನ ನೆಲಕ್ಕೆ ಬೀಳುವ ಒಂದು ಎಲೆಯನ್ನು ಮಾತ್ರ ಹಾಗೆಯೇ ಬಿಟ್ಟು ಬಿಡುತ್ತಿದ್ದ.

ಅವನೇಕೆ ಹಾಗೆ ಮಾಡುತ್ತಿದ್ದ?

ಒಂದು ವಿಷಯವೆಂದರೆ, ಅಲ್ಲಿನ ಮರಗಳೇ ಆ ಶಿಲಾಪಥವನ್ನು ಇಷ್ಟರಲ್ಲೇ ಇನ್ನೂ ಹೆಚ್ಚು ಹೊಂಬಣ್ಣದ ಎಲೆಗಳಿಂದ ಹೇಗೋ ಸಿಂಪಡಿಸಿಬಿಡುತ್ತಿದ್ದುವು. ಮತ್ತೊಂದೆಂದರೆ, ಸೌಂದರ್ಯ ಕುರಿತಂತೆ ಜಪಾನೀ ಆದರ್ಶ ಹೇಳುವುದೇನು? ಅದು ಎಂದೂ ಯಾವುದರಲ್ಲೂ ಪರಿಪೂರ್ಣತೆಯನ್ನು ಹುಡುಕುವುದಿಲ್ಲ, ಅಂತೆಯೇ ಏಕರೂಪತೆ ಮತ್ತು ಕರಾರುವಾಕ್ಕಾದ ಪರಸ್ಪರಾನುರೂಪತೆಯನ್ನೂ ಸಹ ಅದು ಬಯಸದು. ಅದು ಬಯಸುವುದು ಸಹಜತೆಯನ್ನು, ಅಂದರೆ, ಝೆನ್ ಸಂನ್ಯಾಸಿಮಠ ಒಂದರ ಖಾಲಿ ಇರುವ ಉದ್ಯಾನವನದಲ್ಲಿ ಬಿದ್ದಿರುವ ಆ ಒಂದು ಎಲೆ ನಮಗೆ ಮುಟ್ಟಿಸುವ ಸೌಂದರ್ಯವನ್ನು.

ಜಪಾನೀ ಸಂಸ್ಕೃತಿಯ ವೈಶಿಷ್ಟ್ಯಪೂರ್ಣ ಗುಣಲಕ್ಷಣಗಳಲ್ಲಿ ಒಂದೆಂದರೆ ಅದು ಅದರ ಸೌಂದರ್ಯದ ವಿಚಿತ್ರ ಭಾವನಾರೂಪ ಒಬ್ಬ ಪಾಶ್ಚಿಮಾತ್ಯನಿಗೆ, ಅಷ್ಟೇಕೆ ಒಬ್ಬ ಚೀನಿಯನಿಗೆ, ಒಂದು ಅತಿ ಸುಂದರವಾದ ಬಟ್ಟಲು ಎಂದರೆ ಒಂದು ನಿಷ್ಕಳಂಕ ನೀಟುತನದ ವಸ್ತು; ಅದು ಪರಿಪೂರ್ಣ ಪರಿಧಿ ಹೊಂದಿ, ನುಣುಪಾದ ಪರಿಶುದ್ಧ ಮೇಲ್ಮೈಯಿಂದ ಕೂಡಿದ್ದು–ಜೊತೆಗೆ ಅದನ್ನು ಸಿಂಗರಿಸಿದ್ದೇ ಆದರೆ ಒಂದು ಕರಾರುವಾಕ್ಕು ಮತ್ತು ಏಕರೂಪದ ವ್ಯವಸ್ಥೆಯುಳ್ಳ 'ಶೃಂಗಾರಗೊಂಡ ಸರಕು'.

ಆದಾಗ್ಯೂ, ಜಪಾನಿನಲ್ಲಿ ಮಾತ್ರ, ಅತ್ಯಮೂಲ್ಯವಾದ ಬಟ್ಟಲೆಂದರೆ–ಜತೆಗೆ ಬಹಳ ಬೆಲೆ ಬಾಳುವುದೂ ಸಹ–ಯಾವುದು ದೋಷಗಳಿಂದ ಕೂಡಿದೆಯೋ ಅದು. ಏಕೆಂದರೆ ಆ ದೋಷವು ಆ ಬಟ್ಟಲನ್ನು ಅನುಪಮವಾಗಿಸುತ್ತದೆ. ಅದು ಉಬ್ಬು–ತಗ್ಗುಗಳಿಂದ ಕೂಡಿರಬಹುದು, ಸಣ್ಣ ಸಣ್ಣ ಮರಳು ಕಣಗಳು ಅದಕ್ಕೆ ಅಂಟಿಕೊಂಡಿರಲೂಬಹುದು, ಅಥವಾ, ಮೇಲಾಗಿ ಅದು ಸೀಳು ಬಿಟ್ಟಿರಲೂಬಹುದು ಅಥವಾ 'ಕಿಂಟ್‌ಸುಗಿ' ಎಂಬ ಜಪಾನೀ ಕಲೆಯಿಂದ ಅದನ್ನು ದುರಸ್ತು ಮಾಡಿರಲೂಬಹುದು; ಇದರ ಕುರಿತು ನಾವು ಈ ಪುಸ್ತಕದ ನಂತರದ ಭಾಗದಲ್ಲಿ ಮಾತನಾಡೋಣ.

ಅದು ಅನುಪಮವಾಗಿದ್ದುಕೊಂಡು ತನ್ನ ಸ್ವಂತ ಕಥೆಯನ್ನೂ ಹೇಳಿಕೊಳ್ಳುವುದರ ಜೊತೆಗೆ, ಈ 'ಆಹಾ–ಅಂತಹ ಸೊಬಗಿನ–ವಿಶೇಷ' ಬಟ್ಟಲು ವಾಬಿ ಸಾಬಿಯ ಜಪಾನೀ ಹುಮ್ಮಸ್ಸನ್ನೂ

ರವಾನಿಸುತ್ತದೆ. ಆ ಹುಮ್ಮಸ್ಸು ಪ್ರಕೃತಿಯನ್ನು ಸುಂದರವಾಗಿಯೂ ಮತ್ತು ಅದನ್ನು ಹೋಲುವ ಎಲ್ಲವನ್ನೂ ಸುಂದರವಾಗಿಯೂ ಪರಿಗಣಿಸುತ್ತದೆ; ಅದನ್ನು ಈ ಕೆಳಗಿನ ಮೂರು ಸರಳ ತತ್ತ್ವಗಳಲ್ಲಿ ಹಿಡಿದಿಡಬಹುದೆನಿಸುತ್ತದೆ:

1. ಯಾವುದೂ ಪರಿಪೂರ್ಣವಲ್ಲ.

2. ಯಾವುದೂ ಅಂತಿಮಗೊಂಡಿಲ್ಲ.

3. ಯಾವುದೂ ಶಾಶ್ವತವಾಗಿ ಉಳಿಯೊಲ್ಲ.

ನಮ್ಮ ಬಗ್ಗೆ ಅಪರಿಪೂರ್ಣತೆಯ ಅರಿವು, ಅಂದರೆ ಮಾನವರಿಗೂ ಇದನ್ನು ಅನ್ವಯಿಸಿಕೊಂಡಾಗ, ಇದು ನಮ್ಮನ್ನು ನಮ್ರರನ್ನಾಗಿಸುತ್ತದೆ; ಅದನ್ನು ಸ್ವೀಕರಿಸುವುದರಿಂದ ಅದು ನಮ್ಮನ್ನು ಅನಾರೋಗ್ಯಕರವಾದ ಸ್ವಯಂ ಬೇಡಿಕೆ(ನಮ್ಮಿಂದ ನಾವು ಅತಿಯಾಗಿ ನಿರೀಕ್ಷಿಸುವುದು), ಇದರಿಂದ ಬಿಡುಗಡೆಗೊಳಿಸುತ್ತದೆ. ಮತ್ತು ಪ್ರಕೃತಿಯಲ್ಲೇ ಅಸ್ತಿತ್ವದಲ್ಲಿಲ್ಲದಿರುವ ಮತ್ತು ಅದೇ ತತ್ತ್ವದಂತೆ ವಿಸ್ತರಿಸಿದಾಗ, ಮಾನವರಲ್ಲೇ ಅಸ್ತಿತ್ವದಲ್ಲಿಲ್ಲದಂತಹ ಪರಿಪೂರ್ಣತೆಯ ಮೇಲಿನ ಸಹಜ ಆಸಕ್ತಿಯಿಂದಲೂ ಅದು ನಮ್ಮನ್ನು ಮುಕ್ತರಾಗಿಸುತ್ತದೆ.

ನಮ್ಮಲ್ಲಿನ ಅಪರಿಪೂರ್ಣತೆಯನ್ನು ಒಪ್ಪಿಕೊಳ್ಳುವುದೆಂದರೆ ಮತ್ತು ಪ್ರತಿಯೊಬ್ಬನ ಅನುಪಮ ಸ್ವಭಾವವನ್ನು ಒಪ್ಪಿಕೊಳ್ಳುವುದೆಂದರೆ ಅದು ಆ ಸನ್ನಿವೇಶವನ್ನು ಅನಿವಾರ್ಯವಾಗಿ ಸಹಿಸಿಕೊಳ್ಳುವುದು ಎಂದರ್ಥವಲ್ಲ. ವ್ಯತಿರಿಕ್ತವಾಗಿ, ಮಾನವ ಜೀವಿಗಳಾಗಿ ವಿಕಾಸ ಹೊಂದಲು ಅದು ನಮಗೆ ಅನುಸರಿಸುವ ದಾರಿಯನ್ನು ತೋರುತ್ತದೆ.

ಯಾರಾದರೂ ತಾವು ಉತ್ಕೃಷ್ಟತೆಯನ್ನು ಸಾಧಿಸಿಬಿಟ್ಟಿದ್ದೇವೆಂದು ನಂಬಿದ್ದರೆ ಅದು ತಪ್ಪೂ ಹೌದು– ಸುಧಾರಣೆಗೆ ಸದಾ ಅವಕಾಶವಿದ್ದೇ ಇರುತ್ತದೆ– ಮತ್ತು ಅದು ಬಾಗುವಿಕೆಯ ಅಥವಾ ಹೊಂದಾಣಿಕೆಯ ಕೊರತೆಯೂ ಹೌದು. ತಮ್ಮ ಪರಮಶ್ರೇಷ್ಠ ಮತ್ತು ವ್ಯಕ್ತಿನಿಷ್ಠ ಸತ್ಯ ಇವುಗಳಲ್ಲಿಯೇ ಭದ್ರತೆಯನ್ನು ಕಂಡುಕೊಂಡು, ಅಂಥವರು ಬೆಳವಣಿಗೆಗೆ ಸ್ವಲ್ಪವೂ ಅವಕಾಶ ಉಳಿಸಿಕೊಂಡಿರುವುದಿಲ್ಲ. ಇಂತಹ ವ್ಯಕ್ತಿಯು ನಿಷ್ಠುರನಿರುತ್ತಾನೆ, ಅಂತೆಯೇ ಪಳೆಯುಳಿಕೆಯಂತಾಗಿಯೂ, ಮುಂದಿನ ಅಭಿವೃದ್ಧಿಗೆ ಅವಕಾಶವಿಲ್ಲದವನಾಗಿಯೂ ಇದ್ದು ಅವನು ಜೀವನೋತ್ಸಾಹವನ್ನು ಒಸರುವುದಿಲ್ಲ.

ಈಗ ಎರಡನೆಯ ತತ್ತ್ವದತ್ತ ನಡೆಯೋಣ, ಅಂದರೆ ವಾಬಿ ಸಾಬಿಯು "ಯಾವುದೂ ಅಂತಿಮಗೊಂಡಿಲ್ಲ" ಎಂಬುದನ್ನು ನಮಗೆ ನಿಖರವಾಗಿ ಜ್ಞಾಪಿಸುತ್ತದೆ. ಪ್ರಕೃತಿ ಹೇಗೆ ಜನನ–ಮರಣಗಳೆಂಬ ಚಕ್ರಗಳ ಮಧ್ಯೆ ಅನಂತಾನಂತವಾಗಿ ಅಭಿವೃದ್ಧಿ ಹೊಂದುತ್ತದೆಯೋ ಹಾಗೇನೆ ಮಾನವರೂ ಸಹಿತ ಚಲನಶೀಲರು.

ಮಹಾತ್ಮ ಬುದ್ಧನಂಥವನೇ ಒಮ್ಮೆ ಹೇಳಿದ: "ನಾನು ಸದಾ ಆರಂಭಿಸುತ್ತಿರುತ್ತೇನೆ."

ಜೀವನದಲ್ಲಿ ವಾಬಿ ಸಾಬಿ ಮಾರ್ಗವನ್ನು ಅಳವಡಿಸಿಕೊಳ್ಳುವುದೆಂದರೆ, ಒಮ್ಮೆ ನೀವು ನಿಮ್ಮ ಸ್ವಂತದ ಅಪರಿಪೂರ್ಣತೆಯನ್ನು ಗಮನಕ್ಕೆ ತಂದುಕೊಂಡಿರೆಂದರೆ, ಅದರರ್ಥ ಸತತವಾದ ಕಲಿಯುವಿಕೆಯನ್ನು ಅಪ್ಪಿಕೊಳ್ಳುವುದು ಮತ್ತು ಪ್ರತಿಯೊಂದನ್ನೂ ಇನ್ನೂ ಮಾಡಬೇಕಾಗಿದೆಯೆಂದು ಭಾವಿಸಿಕೊಳ್ಳವುದು ಆ ಕಾರಣದಿಂದಾಗಿ ಪ್ರತಿಯೊಂದನ್ನೂ ಇನ್ನೂ ನಾವು ಜೀವಿಸಬೇಕಿದೆ ಎಂದು ಭಾವಿಸಿಕೊಳ್ಳುವುದು.

ವಾಬಿ ಸಾಬಿಯ ಮೂರನೆಯ ತತ್ತ್ವವೆಂದರೆ 'ಯಾವ್ಯಾವುದು ಅಸ್ತಿತ್ವದಲ್ಲಿದೆಯೋ

ಅದೆಲ್ಲವೂ ಕ್ಷಣಿಕ ಸ್ವಭಾವದ್ದು' ಎಂದು ಅರ್ಥೈಸುವುದು–ಅಂದರೆ ಆ ಚಿಂತನಾರೂಪವು ನಮ್ಮನ್ನು 'ಝೆನ್' ಪರಿಕಲ್ಪನೆಯತ್ತ ಮತ್ತೆ ಕರೆದೊಯ್ಯುತ್ತದೆ. ಬುದ್ಧ ಗುರುವಿನತ್ತ ಮರಳುವುದಾದರೆ ನಾವು ಯಾತನೆಯನ್ನು ಕುರಿತು ಮಾತನಾಡುವಾಗ ಅದರ ಹಲವು ಕಾರಣಗಳಲ್ಲಿ ಒಂದೆಂದರೆ, ಸ್ವಭಾವತಃ ಜಾರಿಹೋಗುವಂತಹ ವಿಷಯ-ವಸ್ತುಗಳೂ ಸಹ ಶಾಶ್ವತವಾಗಿರಬೇಕು ಎಂದು ಮಾನವರು ಇಚ್ಛಿಸುತ್ತಾರೆ, ಎಂದು ಆತ ಎತ್ತಿ ತೋರಿಸುತ್ತಾನೆ.

ಯೌವ್ವನ ಹಾರಿ ಹೋಗುತ್ತದೆ, ಮತ್ತದು ಮಾಗುತ್ತದೆ ನಂತರ ಮುದಿತನ ಕಾಲಿಡುತ್ತದೆ.

ನೀವು ಈಗಷ್ಟೇ ಖರೀದಿಸಿದ, ನಮ್ಮನ್ನು ಭ್ರಮಾಲೋಕಕ್ಕೆ ಕೊಂಡೊಯ್ಯುವ ಆ ದೂರದರ್ಶನ ಪೆಟ್ಟಿಗೆ ಕೊನೆಗೊಮ್ಮೆ ಕೆಲಸ ಮಾಡುವುದನ್ನು ನಿಲ್ಲಿಸುತ್ತದೆ ಅಥವಾ ಹಳೇ ಕಾಲದ್ದಾಗುತ್ತದೆ ಅಥ-'ವಾ ಬಳಕೆಯಲ್ಲಿಲ್ಲದ ಮಾದರಿಯದಾಗುತ್ತದೆ. ಅಂದರೆ ಇದರರ್ಥ, ನಮಗೆ ಒಮ್ಮೆ ಬಹಳ ಮನಮೋಹಕವಾಗಿ ಕಂಡ ಮತ್ತು ವಿನೋದಭರಿತ ವ್ಯಕ್ತಿಯಾಗಿ ಕಂಡವನೊಬ್ಬ ನಂತರ ನಮಗೆ ಬೆರಗುಗೊಳಿಸುವವನಂತೆ ಕಾಣುವುದೇ ಇಲ್ಲ, ಅಥವಾ ಬಹುಶಃ ನಾವೇ ಅವನಿಂದ ದೂರವಾಗಲು ಆರಂಭಿಸಿರಲೂಬಹುದು, ಇದು ಹೀಗೆ ಏಕೆಂದರೆ, ಒಂದೇ ಮರದ ಎರಡು ಕೊಂಬೆಗಳಂತೆ, ನಾವು ವಿರುದ್ಧ ದಿಕ್ಕಿನಲ್ಲಿ ಬೆಳೆದುಬಿಟ್ಟಿದ್ದೇವೆ.

ಈ ಕುರಿತು ಅದು ನಮ್ಮನ್ನು ದುಃಖಿತರನ್ನಾಗಿಸುವುದರ ಬದಲು ಕ್ಷಣವೊಂದರ ಸೌಂದರ್ಯದ ಮೌಲ್ಯವನ್ನು ಅರಿಯಲು **'ಯಾವುದೂ ಶಾಶ್ವತವಾಗಿ ಉಳಿಯೊಲ್ಲ'** ಎಂಬುದನ್ನು ಒಪ್ಪಿಕೊಳ್ಳುವುದಿದೆಯಲ್ಲ ಅದು ನಮ್ಮನ್ನು ಪ್ರೇರೇಪಿಸುತ್ತದೆ. **'ಇಲ್ಲಿ ಮತ್ತು ಈ ಕ್ಷಣದಲ್ಲಿ'** ನಾವು ಹಿಡಿದಿಡಬಲ್ಲೆವಾದ ವಸ್ತು ಇದೊಂದೇ. ನಾವು ಆ ಕ್ಷಣ ಏನು ಮಾಡುತ್ತಿರುವೆವೋ ಅದಕ್ಕೆ ನಮ್ಮ ಎಲ್ಲವನ್ನೂ ನೀಡುವ ಆಮಂತ್ರಣ ಅಥವಾ ಆಹ್ವಾನವೇ ಅದು.

ಈ ಉದ್ಯಾನವನದಲ್ಲಿ ನಾವು ನಡೆಸುತ್ತಿರುವ ವಾಯು ವಿಹಾರದ ಈ ನಡಿಗೆ ಸದ್ಯಕ್ಕೆ ಕೊನೆಯ ಬಾರಿಯದಿರಬಹುದು, ಆದರೆ ನಾವಿದನ್ನು ಬದುಕಿಗೇ ವಿದಾಯ ಹೇಳುವಂತಹ ಕಟ್ಟಕಡೆಯದು ಅಥವಾ ಅಂತಿಮವಾದುದ್ದೆಂದು ಭಾವಿಸಿದರೆ, ಆಗ ಅದು ಈ ಜಗತ್ತಿನ ಒಟ್ಟಾರೆ ವಾಯುವಿಹಾರದ ನಡಿಗೆಗಳ ಮೊತ್ತಕ್ಕೆ ಸರಿದೂಗುತ್ತದೆ.

ಜಪಾನಿನ ಸೌಂದರ್ಯದ ಭಾವರೂಪದ ಸಂದರ್ಭದಲ್ಲಿ ಮಾತನಾಡುವುದಾದರೆ, ಅಪ-ರಿಪೂರ್ಣ ಅಥವಾ ದುರಸ್ತು ಮಾಡಲ್ಪಟ್ಟ ಬಟ್ಟಲು ಹೇಗೆ ಬಹು ಮೌಲ್ಯವುಳ್ಳದ್ದೋ, ಅದೇ ರೀತಿ ಅಥವಾ ಕ್ರಮದಲ್ಲಿಯೇ ತಾಜಾ ಹೂಗಳಿಂದ ಕೂಡಿದ ಹಸಿರುಭರಿತ ಹುಲ್ಲುಮಾಳಕ್ಕಿಂತ ಮಿಗಿಲಾಗಿ, ಬೋಳು ಕೊಂಬೆಯೊಂದರಿಂದ ಇನ್ನೇನು ಉದುರುತ್ತಿರುವ ಒಂದು ಒಣ ಎಲೆಯು ಹೆಚ್ಚು ಮನಕರಗಿಸುತ್ತೆ ಅಥವಾ ಪ್ರೇರಿಸುತ್ತೆ.

ಅದೇ ನೋಡಿ ವಾಬಿ ಸಾಬಿಯ ಇಂದ್ರಜಾಲ. ಅದು ನಮ್ಮ ಬದುಕನ್ನು ಪ್ರೇರೇಪಿಸಿ ಸೂಕ್ಷ್ಮತೆ, ಬೆಳವಣಿಗೆ ಮತ್ತು ಆತ್ಮಸಾಕಾರತೆಯನ್ನು ನಮಗೆ ನೀಡುತ್ತದೆ.

– ನೊಬುವೋ ಸುಝುಕಿ.

ಹೀಗೊಂದು ಧ್ಯಾನ

ಕಾಗೆಗಳ ಕಾ, ಕಾ,
ಬೊಪಿಗಿ ತೊಟ್ಟ ಭಿಕ್ಷುವಂತೆನಿಸುವ ಹಿಮಭರಿತಕಲ್ಲು ಬುರುಜು,
ಮರದ ರೆಂಬೆಗಳನೆ ಬಾಗಿಸಿಹ ಹಿಮದ ವಜನು,
ಹಿಮದಲಿ ಹಾವಿನಂದದಿ ಹರಿಯುತಿಹ ಚಿಲುಮೆಯ ನೀರು,
ಹಿಮದಿಂದ ಜಡವಾಗಿಹ ನನ್ನ ಹೆಜ್ಜೆ ಸಪ್ಪಳ,
ಈ ಅಪರಿಪೂರ್ಣ ತೋಟದೊಂದು ಪುಟ್ಟಭಾಗವೆ ನಾನು?
ಅಥವಾ ತೋಟವೇ ನನ್ನೊಂದು ಭಾಗವೆ, ಅಥವಾ, ನನ್ನ ವಿಶ್ವದ ಭಾಗವೆ?

----

bokushi = a monk = ಬೌದ್ಧ ಭಿಕ್ಷು
toro = a stone turret = ಕಲ್ಲು ಬುರುಜು

ವಾಬಿ ಸಾಬಿಯ ಮೂರು ಆಯಾಮಗಳು

"ಪರ್ವತದಲ್ಲಿನ ದೇಗುಲದ ಘಂಟೆಯ

ಶಬ್ದ ಕೇಳಿಯೂ ಕೇಳದಂತೆ ಹಾಯ್ದು ಮಂಜಲ್ಲಿ

ಮರೆಯಾಗುತ್ತಿದೆ"

– ಯೊಸನೊ ಬುಸನ್

ಪರಸ್ಪರ ಒಬ್ಬರಿಗೊಬ್ಬರು ಪರಿಚಯವಿದ್ದ ಹಳ್ಳಿಯೊಂದರಲ್ಲಿ ನಾನು ಸ್ವಲ್ಪ ಸಮಯ ವಾಸವಾಗಿದ್ದೆ. ಆ ಹಳ್ಳಿಯ ಒಂದು ಕೊನೆಯಿಂದ ಮತ್ತೊಂದು ಕೊನೆಗೆ ನಡೆಯುವುದರೊಂದಿಗೆ ನನ್ನ ದಿನ ಆರಂಭಿಸುತ್ತಿದ್ದೆ. ಆಗ ಶಾಲೆಗೆ ಹೋಗುವ ಮಕ್ಕಳಿಗೆ, ದಶಕಗಳಿಂದಲೂ ನನಗೆ ಗೊತ್ತಿರುವ ನೆರೆಹೊರೆಯವರಿಗೆ, ತಮ್ಮ ನಾಯಿಗಳನ್ನು ತಿರುಗಾಡಿಸಲು ಹೊರಗೆ ಕರೆದೊಯ್ಯುವ ಹಿರಿಯರಿಗೆ ವಂದಿಸುತ್ತೇನೆ.

ಪ್ರತಿಯೊಬ್ಬನೂ ಅವರವರ ಇಕಿಗಾಯ್ ಎಲ್ಲಿಗೆ ಕರೆದೊಯ್ಯುತ್ತದೋ ಅಲ್ಲಿಗೆ ಹೋಗುವವರು–ಅಂದರೆ ಅವರ ಇರುವಿಕೆಗೆ ಕಾರಣ ಆವುದೋ ಅದು. ಕೆಲವರು ತಮ್ಮ ಕೈಯನ್ನು ಮೇಲೆತ್ತಿ ವಂದಿಸುವವರು, ಕೆಲವರ ಬಾಗಿ ನಮಸ್ಕರಿಸುವರು ಅಥವಾ ಮುಗುಳ್ನಗುವರು.

ಆ ಹಳ್ಳಿಯ ದಕ್ಷಿಣ ತುದಿಯನ್ನು ತಲುಪಿದೆನೆಂದರೆ ಆಗ ನಾನು ಕಡುಗೆಂಪು ಬಣ್ಣದ ಸೇತುವೆಯನ್ನು ದಾಟಿ ಅಲ್ಲಿ ಹರಿವ ನದಿಯ ನೀರಿನ ತಾಜಾತನದ ಸುಖ ಅನುಭವಿಸುತ್ತೇನೆ. ಆ ನಂತರ ನನ್ನ ಶ್ವಾಸಕೋಶಗಳು ಮತ್ತು ವಿಚಾರಗಳು ಈ ಎರಡನ್ನೂ ಪರ್ವತದ ಗಾಳಿಯು ಸ್ವಚ್ಛಗೊಳಿಸುವುದನ್ನು ಅನುಭವಕ್ಕೆ ತಂದುಕೊಳ್ಳುವೆ. ಕಲ್ಲು ಬಂಡೆಗಳ ಮೇಲೆ ಉರುಳಿ ಹರಿವ ಜುಳುಜುಳು ನೀರಿನ ಶಬ್ದವು ಹಕ್ಕಿಗಳ ಚಿಲಿಪಿಲಿ ಗಾನದ ಜೊತೆ ಸೇರಿ ಬೇರೆಯೇ ಸುಖ ನೀಡುತ್ತದೆ. ಪರ್ವತಗಳನ್ನಾವರಿಸಿರುವ ಮರದ ಛಾವಣಿಯ ಆಸರೆಯಲ್ಲಿ ಬದಲಾಗುವ ಚಿತ್ರಪಟದ ಭಿತ್ತಿಯ ಕೋಶದಲ್ಲಿನ ಶರತ್ಕಾಲದ ಹಸಿರು ಮತ್ತು ಕಿತ್ತಲೆಯ ವಿವಿಧ ರಂಗುಗಳನ್ನು ಪಡೆದುಕೊಳ್ಳವತ್ತ ನನ್ನ ಮುಖ ಮಾಡುತ್ತೇನೆ.

ಮರದ ದ್ವಾರದ ಮೂಲಕ ದೇಗುಲವನ್ನು ಪ್ರವೇಶಿಸಿ ಪ್ರಾಂಗಣದಲ್ಲಿ ಬಿದ್ದಿರುವ, ಮುಗಿಯುತ್ತ ಬಂದಿರುವ ಶರತ್ಕಾಲದಲ್ಲಿ ಉದುರಿರುವ, ಮೆಪ್ಲ್ ಎಲೆಗಳನ್ನು ಗುಡಿಸಿ ಗುಡ್ಡೆ ಮಾಡುತ್ತಿರುವ ಭಿಕ್ಷುಗಳಿಗೆ ವಂದಿಸುತ್ತೇನೆ. ನಂತರ ಬರವಣಿಗೆಗಾಗಿ ವಾಪಸ್ ನನ್ನ ಮನೆಗೆ, ನನ್ನ ಬೆಕ್ಕು 'ಟಮ'ದ ಬಳಿ ಹಿಂತಿರುಗುತ್ತೇನೆ.

ಇಷ್ಟೆಲ್ಲಾ ಆಗುವಾಗ, ಆ ಸುತ್ತಾಟಕ್ಕೆ ನಲವತ್ತೈದು ನಿಮಿಷಗಳಿಗಿಂತ ಹೆಚ್ಚು ಕಾಲ ಬೇಕಾಗದು, ಆದರೆ ನನ್ನ ಸಂತೋಷಕ್ಕೆ ಈ ವೇಳೆ ಮಾತ್ರ ನಿರ್ಣಾಯಕವಾದುದು.

ನಿನ್ನೆ ನನ್ನ ಸ್ನೇಹಿತ ಯೂಜಿ ಭೇಟಿಗಾಗಿ ಬಂದಿದ್ದ. ಅವನು ಟೋಕ್ಯೋ ನಗರದಲ್ಲಿ ಸಾಹಿತ್ಯಕ ಪುರವಣಿಯೊಂದರ ಸಂಪಾದಕ. ಅವನನ್ನು ನನ್ನ ಜೊತೆ ತಿರುಗಾಟಕ್ಕೆ ಆಹ್ವಾನಿಸಿದ್ದೆ. ಆ ನಂತರ ಪರ್ವತಾಭಿಮುಖವಾಗಿರುವ ನನ್ನ ಮನೆಯ ಹಜಾರದಲ್ಲಿ ಕುಳಿತು ಇಬ್ಬರೂ ಚಹಾ ಸೇವಿಸಿದೆವು.

ನನ್ನ ಸ್ನೇಹಿತ ಹೇಳಿದ, "ಟಟಾಮಿಯ ವಾಸನೆ (ಜಪಾನಿನ ಮನೆಗಳಲ್ಲಿ ನೆಲಹಾಸಾಗಿ ಬಳಸುವ ಆಯತಾಕಾರದ ಚಾಪೆ) ಮತ್ತು ಹಸಿರು ಚಹಾ, ಈ ಎರಡರ ಮಿಶ್ರ ಪರಿಮಳವು ನನ್ನನ್ನು ಬಾಲ್ಯಕಾಲದ ನೆನಪಿನತ್ತ ಕರೆದೊಯ್ಯುತ್ತಿದೆ" ಎಂದು. "ನನಗಿದು ನಿತ್ಯದ ನರುಗಂಪಿನ ಪರಿಮಳ", ಎಂದು ನಾ ಉತ್ತರಿಸಿದೆ. ನಾವಿಬ್ಬರೂ ವುಜಿ (uji) ಚಹಾವನ್ನು ಮಧುರವಾಗಿ ಹೀರುತ್ತ ಕೆಲವು ನಿಮಿಷಗಳು ಮೌನವಾಗಿ ಕಳೆದ ನಂತರ, ಯೂಜಿ ಅತ್ಯುತ್ಸಾಹದಿಂದ ಹೇಳಿದ: "ನೊಬುವೋ... ನೀನು ಟೋಕ್ಯೋದಲ್ಲಿರಲು ಬರಬೇಕು. ನಿನ್ನಂತಹ ವ್ಯಕ್ತಿ ಆ ನಗರದಲ್ಲಿದ್ದರೆ ಒಬ್ಬ ಯಶಸ್ವೀ ಮನುಷ್ಯನಾಗುವೆ." "ಯಶಸ್ವಿ ಆದೇನು... ಮತ್ತು ಅದರಿಂದಾಗುವ ಒಳ್ಳೆಯದೇನು?"

"ಸಾಹಿತ್ಯಕ ವಲಯದಲ್ಲಿ ನೀನು ಪ್ರಸಿದ್ಧನಾಗುವೆ ಮತ್ತು ಆ ಮಂದಿ ನಿನ್ನನ್ನು ಹಲವು ಸಭೆ ಸಮಾರಂಭಗಳಿಗೆ ಪ್ರತಿನಿತ್ಯ ಆಹ್ವಾನಿಸುವರು. ಸುಂದರ ಹೆಣ್ಣು ಮಕ್ಕಳನ್ನಲ್ಲದೆ ಆ ವಲಯದ ಪ್ರಭಾವೀ ವ್ಯಕ್ತಿಗಳನ್ನೂ ಸಹ, ನೀನಲ್ಲಿ ಸಂಧಿಸುವೆ. ಮತ್ತು ನೀನು ಸಾಕಷ್ಟು ಹಣವನ್ನೂ ಗಳಿಸುವೆ. ನೀನು ಇಲ್ಲಿ ಈ ಪರ್ವತಗಳ ಗೂಡಿನೊಳಗೆ ಮುದುರಿ ಕುಳಿತು ಹೊಂದುವುದಕ್ಕಿಂತ ಹತ್ತುಪಟ್ಟು ಹೆಚ್ಚು ವೃತ್ತಿಪರ ಅವಕಾಶಗಳನ್ನು ಅಲ್ಲಿ ಹೊಂದುವೆ."

"ಹೌದು, ನಿಜ... ಆದರೆ ನಗರ ಜೀವನದ ಆ ಒತ್ತಡದ ಜತೆಗೆ ನಾನು ಬಹುಶಃ ಈಗಿನ ಹತ್ತುಪಟ್ಟು ಕಡಿಮೆ ಉತ್ಸಾಹಭರಿತನಾಗುವೆ ಅಥವಾ ಪ್ರೇರಿತನಾಗಿರುವೆ ಅನ್ನಿಸುತ್ತೆ. ಆದರ ಜತೆಗೆ ಹತ್ತುಪಟ್ಟು ಕಡಿಮೆ ಸಂತೋಷಭರಿತನೂ ಸಹ ಆಗುವೆ ಅನ್ನಿಸುತ್ತೆ."

"ದಯವಿಟ್ಟು ನೊಬುವೊ", ನನ್ನ ಸ್ನೇಹಿತ ನನ್ನನ್ನು ವಿನಂತಿಸಿದ "ಋಣಾತ್ಮಕನಾಗಿರಬೇಡ."

"ನಗರಕ್ಕೆ ಹೋಗಿ ಜೀವಿಸಬೇಕು–ಏಕೆ? ನನಗೆ ಅಗತ್ಯವಿಲ್ಲದಿರುವ ಹೆಚ್ಚು ವಸ್ತುಗಳನ್ನು ಹೊಂದಲಿಕ್ಕಾಗಿಯೇ?"

ನೀನೊಂಥರ ಝೆನ್ ಆಗಿದ್ದೀಯಾ... ನೀನು ಬದಲಾಗೋದೇ ಇಲ್ಲ."

"ನನಗೆ ಅಗತ್ಯವಿಲ್ಲದ್ದಕ್ಕಿಂತ ಹೆಚ್ಚು ಕೂಡಿಡುವುದು ಏಕೆ? ನಾನು ನನ್ನ ಸ್ವಭಾವಕ್ಕೆ ತಕ್ಕಂತೆ, ಅದಕ್ಕೆ ಸತ್ಯವಾಗಿ ಬದುಕಲು ಬಯಸುತ್ತೇನೆ–ವಾಬಿ ಸಾಬಿಯೇ ನನ್ನ ಮಾರ್ಗದರ್ಶಿ."

ಆಗ ಯೂಜಿ ಹೇಳ್ತಾನೆ, "ವಾಬಿ ಸಾಬಿ ಎಂಬುದೊಂದು ಕೇವಲ ರಸಾಭಿಜ್ಞತೆಯ ಮೌಲ್ಯ, ಅಷ್ಟೇ." ಅದು ನಿನಗೆ ನಿನ್ನ ಕಲೆಯ ವಿಷಯದಲ್ಲಿ ಸಹಾಯ ಮಾಡುವುದು, ಆದರೆ ಬೇರೆ ಯಾವುದರಲ್ಲೇ ಆಗಲಿ ಅದರ ಕಾಣಿಕೆ ಅತ್ಯಲ್ಪ."

"ನನಗೆ ವಾಬಿ ಸಾಬಿ ಎಂಬುದು ಅದೆಲ್ಲವನ್ನೂ ಮೀರಿದ್ದು, ಅಂದರೆ ಅವೆಲ್ಲದರ ಆಚಿನದು" ಎಂದು ನಾನು ವಿರೋಧಿಸಿದೆ. ಅದು ಒಂದು ತತ್ತ್ವಶಾಸ್ತ್ರ ಮತ್ತು ಒಂದು ಜೀವನಮಾರ್ಗ. ಅಷ್ಟೇಕೆ, ನಾನು ಇನ್ನೂ ಮುಂದೆ ಹೋಗಿ ಹೇಳುತ್ತೇನೆ ಅದು ವಿಶ್ವವನ್ನೇ ಅರ್ಥೈಸುವ ಮಾರ್ಗ ಕೂಡ ಎಂದು. "ಅದೇನೋ ಸರಿಯೇ ಸರಿ, ಆದರೆ... ಒಂದು ತಪ್ಪೆಸಗುತ್ತಿದ್ದೇನೆಂದು ನಿನಗೆ ಭಯವಾಗುವುದಿಲ್ಲವೆ, ಮುಂದೊಂದು ದಿನ ನೀನು ಬರವಣಿಗೆ, ಪಿಯಾನೊ ನುಡಿಸುವುದು ಮತ್ತು ಪರ್ವತಗಳಲ್ಲಿ ವಾಯುವಿಹಾರ ಮಾಡಿದ್ದು ಬಿಟ್ಟು ಬೇರೇನನ್ನೂ ಮಾಡಲಿಲ್ಲವಲ್ಲ ಎಂದು ವಿಷಾದ

ಪಡುವುದಿಲ್ಲವೆ?"

ಈ ಪ್ರಶ್ನೆಗೆ ಸುಮ್ಮನೆ ನಗುವುದಲ್ಲದೆ ಇನ್ನೇನು ಮಾಡಲಿ, ಆದರೂ ಆಶ್ಚರ್ಯದಿಂದ ಹೇಳಿದೆ: "ವಿಷಯವೆಂದರೆ, ವಾಬಿ ಸಾಬಿಯ ಬದುಕಿನಲ್ಲಿ ಪ್ರಮಾದಗಳಿರುವುದಿಲ್ಲ. ಅದರ ನಿರ್ವಚನೆಯಿಂದಲೇ ಜೀವನ ಎಂಬುದು ಅಪರಿಪೂರ್ಣವಾದುದಾಗಿದೆ, ಹಾಗಾಗಿ ನಾನೇನಾದರೂ ಪ್ರಮಾದವೆಸಗಿದರೆ, ಅದೂ ಆಗಲಿ ಬಿಡು, ಅದಕ್ಕೇನಂತೆ."

ಆ ನನ್ನ ಸಂಪಾದಕ–ಸ್ನೇಹಿತ ಹೋದ ನಂತರ, ನನ್ನ ಬೆಕ್ಕನ್ನು (ಟಮ) ನನ್ನ ಜೊತೆ ತೊಡೆಯ ಮೇಲಿರಿಸಿಕೊಂಡು, ಮುಸ್ಸಂಜೆ ಹೊತ್ತಿನಲ್ಲಿ ಹಾಗೇ ನಾನು ಚಿಂತನೆ ಮಾಡಿದೆ. ಆಗ ಬಂದ ವಿಚಾರ ಲಹರಿ ಎಂದರೆ 'ವಾಬಿ ಸಾಬಿ' ಎಂಬುದು ಮೂರು ಮಹಾನ್ ಆಯಾಮಗಳನ್ನು ಹೊಂದಿದೆ ಎಂದು ನನಗೆನ್ನಿಸಿತು.

ಅವುಗಳನ್ನು ಏನೆಂದು ಉದ್ಧರಿಸುವ ಮುನ್ನ ವಾಬಿ ಸಾಬಿ ಎಂಬುದು ನಾನು ಬೆಳಿಗ್ಗೆ ಹಾಸಿಗೆ ಬಿಟ್ಟೆದ್ದಾಗಿನ ಕ್ಷಣದಿಂದ ರಾತ್ರಿ ಮತ್ತೆ ಹಾಸಿಗೆ ಸೇರುವವರೆಗೂ ನನ್ನ ಜತೆಗಿರುತ್ತದೆ. ನಾನು ಸೃಜಿಸಿ, ಆನಂದಿಸುವ ಕಲೆಯಲ್ಲಿ, ನನ್ನ ಮನೆ ಮತ್ತು ತೋಟದಲ್ಲಿ, ಹಾಗೂ ಕುಟುಂಬ ಮತ್ತು ಸ್ನೇಹಿತರ ಜತೆಗಿನ ಸಂಬಂಧಗಳು, ಹೀಗೆ ಈ ಎಲ್ಲದರ ಜತೆಗೂ ಅದಿದೆ. ಅಷ್ಟೇಕೆ, ಬೆಕ್ಕಿನೊಡನೆಯ ಸಂಬಂಧದ ಜೊತೆಗೆ ಕೂಡ ವಾಬಿ ಸಾಬಿ ಇದೆ.

'ವಾಬಿ ಸಾಬಿ' ಎಂಬುದು ನನ್ನ ಅಸ್ತಿತ್ವದ ಭಾವನೆ ಮತ್ತು ಸೊಬಗಿನಿಂದ, ಸಾಮರಸ್ಯದೊಂದಿಗೆ ಮತ್ತು ನೆಮ್ಮದಿಯಿಂದ ಪ್ರಪಂಚದೊಂದಿಗೆ ಪ್ರತಿಕ್ರಿಯಿಸುವ ನನ್ನ ಭಾವನಾ ಮಾರ್ಗವೇ ಆಗಿದೆ.

ಯೂಜಿಯ ಭೇಟಿಯು ಈ ಪುಸ್ತಕ ಬರೆಯಲು ನನಗೆ ಪ್ರೇರಣೆಯಾಯ್ತು. ಈ ಕೆಳಗಿನ ಆಯಾಮಗಳಿಗನುಸಾರವಾಗಿ ಅದನ್ನು ಮೂರು ಮುಖ್ಯ ವಿಭಾಗಗಳಾಗಿ ವಿಂಗಡಿಸಿದ್ದೇನೆ:–

I. ವಾಬಿ ಸಾಬಿ ತತ್ತ್ವ

ಈ ಮೊದಲ ಭಾಗದಲ್ಲಿ, ನಾನು ವಾಬಿ ಸಾಬಿ ಎಂಬುದು ಒಂದು ಜಾಗತಿಕ ದೃಷ್ಟಿಕೋನ ಮತ್ತು ಅಸ್ತಿತ್ವ ಸಾಧಿಸುವ ತತ್ವ ಎಂಬುದರ ಬಗ್ಗೆ ಮಾತನಾಡುತ್ತೇನೆ. ಅದು ವಿಶ್ವವನ್ನು ಮತ್ತು ಬೇರೆಯವರ ಜತೆಗಿನ ನಮ್ಮ ಸಂಬಂಧಗಳು ಈ ಎರಡನ್ನೂ ಭಾವಿಸಿಕೊಳ್ಳುವ ಮತ್ತು ಅರ್ಥೈಸಿಕೊಳ್ಳುವ ಕುರಿತಂತೆ ನಮಗೆ ಬೇರೆ ಮಾರ್ಗವನ್ನೇ ತೋರುತ್ತದೆ. ವಾಬಿ ಸಾಬಿ ಎಂಬ ಪಟ್ಟಕದ ಮುಖಾಂತರ ಜಗತ್ತನ್ನು ಗಮನಿಸುವುದಿದೆಯಲ್ಲ, ಇದು ನೀವು ನೆಮ್ಮದಿಯ ಕಾಲದಲ್ಲಿ, ಅಂತೆಯೆ ಒತ್ತಡ ಹಾಗೂ ಆತಂಕದ ಕಾಲದಲ್ಲಿಯೂ ಸಾಮರಸ್ಯದಿಂದ ಬದುಕಲು ಸಹಾಯ ಮಾಡುತ್ತದೆ.

ಪ್ರತಿಯೊಂದೂ ಅಶಾಶ್ವತ ಎಂಬುದನ್ನು ವಾಬಿ ಸಾಬಿ ತತ್ತ್ವವು ನಮಗೆ ಹೇಳುತ್ತದೆ. ಮಿಲಿಯಾಂತರ ವರ್ಷಗಳ ಪರ್ವತವನ್ನು ನಿರ್ಮಿಸಿದ ಬಂಡೆಗಳೂ ಸಹ ಒಂದು ದಿನ ಮಾಯವಾಗುತ್ತವೆ.

ಪ್ರತಿಯೊಂದೂ ಸಹ ಸಂತತ ಚಲನೆ ಅಥವಾ ಪ್ರವಾಹದ ನಿರಂತರ ಸ್ಥಿತಿಯಲ್ಲಿದೆ ಮತ್ತು ನಾವು ಆ ಹರಿವಿನ ವಿರುದ್ಧ ಹೋದರೆ, ಆಗ ವ್ಯಥೆ ಪಡುತ್ತೇವೆ. ಹಾಗಾಗಿ ಸಂತೋಷಕ್ಕಿರುವ ಒಂದೇ ದಾರಿ ಎಂದರೆ ಅದನ್ನು ಇದ್ದ ಹಾಗೆಯೇ ಒಪ್ಪಿಕೊಳ್ಳುವುದು. ಕೆಲವು ಸಲ ನಾವು ವಿಷಣ್ಣತೆ

ಮತ್ತು ದುಃಖಮಿಶ್ರಿತ ನೆನಪುಗಳ ಸುಖಭಾವವನ್ನು ಅನುಭವಿಸುತ್ತೇವೆ, ಆದರೆ ಈ ಭಾವನೆಗಳೂ ಸಹ ನಾವು ಹರ್ಷಪಡಬಲ್ಲಂತಹವು.

ನಾಳೆಯ ದಿನ ಯಾವುದೂ ನಿನ್ನೆ ಇದ್ದಂತೆಯೇ ಇರುವುದಿಲ್ಲವೆಂದ ಮೇಲೆ ನಾವು ಭವಿಷ್ಯದ ಬಗ್ಗೆಯಾಗಲೀ ಅಥವಾ ವರ್ತಮಾನದ ಬಗ್ಗೆಯಾಗಲಿ ಏಕೆ ಚಿಂತಿತರಾಗಿ ತಲೆಕೆಡಿಸಿಕೊಳ್ಳಬೇಕು?

II. ವಾಬಿ ಸಾಬಿ ಕಲೆ

ಒಬ್ಬ ಸೌಂದರ್ಯ (ಮುಖ್ಯವಾಗಿ ಕಲೆ) ಮೀಮಾಂಸಕನಾಗಿ, ಕಲಾಕೃತಿಗಳನ್ನು ಹೆಚ್ಚು ಆಳವಾಗಿ ಅಭ್ಯಾಸ ಮಾಡುವುದಕ್ಕೆ ತೊಡಗಿಕೊಳ್ಳುವುದರ ಬದಲಿ, ಈ ಮೂಲತತ್ವವನ್ನು ಅರ್ಥೈಸಿಕೊಳ್ಳುವುದು ನಮ್ಮ ಸುತ್ತಮುತ್ತಲಿರುವ ವಸ್ತುಗಳ ಅಂತರಾಳ ಅಥವಾ ನಮ್ಮ ಸ್ವಂತ ಮನೆಯ ನಿವಾಸದ ಅಂತರಾಳವನ್ನೇ ಅನ್ವೇಷಿಸಲು ಅನುವು ಮಾಡಿಕೊಡುತ್ತದೆ.

ವಾಬಿ ಸಾಬಿ ಕಲೆಯ ಮೂರು ಉದಾಹರಣೆಗಳು.

• ಉಪಯೋಗಿಸಿರುವ, ನೂರಾರು ವರ್ಷಗಳಷ್ಟು ಹಳೆಯದಾದ ಕಟ್ಟಿಗೆಗಳಲ್ಲಿನ ಬಿರುಕುಗಳನ್ನು ಹಾಗೇ ಉಳಿಸಿಕೊಂಡು, ಅದರ ರಚನಾ ವಿನ್ಯಾಸವನ್ನು ಯಥಾವತ್ ಪುನಃಸ್ಥಾಪಿಸಿರುವ ಜಪಾನಿನ ಒಂದು ಸಾಂಪ್ರದಾಯಿಕ ಮನೆ.

• ಕಿಂಟ್‌ಸುಗಿ (ದುರಸ್ತಿ) ಎಂಬ ತಂತ್ರವನ್ನು ಬಳಸಿಕೊಂಡು, ನೆಲಕ್ಕೆ ಬಿದ್ದು ಚೂರುಚೂರಾಗಿ ಒಡೆದಿರುವ ಒಂದು ಚಹಾಬಟ್ಟಲನ್ನು ಪುನಃಸ್ಥಾಪಿಸಿರುವುದು.

• ಪಾತ್ರಗಳ ಅಪರಿಪೂರ್ಣತೆಯೇ ಮುಖ್ಯ ವಿಷಯವಾಗುಳ್ಳ ಮತ್ತು ಅವರ ಬದುಕಿನಲ್ಲಿಯೂ, ಅಂತೆಯೇ ಕಾಲಕಳೆಯುವ ಕುರಿತ ಕಥಾವಸ್ತುವುಳ್ಳ ಒಂದು ಚಲನಚಿತ್ರ, ನನ್ನ ದೇಶವಾಸಿಯೇ ಆದ ಯಸುಜಿರೋ ಓಝು ಎಂಬವರ ಚಲನಚಿತ್ರಗಳು ಮೂಲತಃ ಈ ವಾಬಿ ಸಾಬಿ ತತ್ತ್ವದವೇ ಆಗಿವೆ.

III. ವಾಬಿ ಸಾಬಿಯೇ ಜೀವನದೊಂದು ಮಾರ್ಗವಾಗಿ

ನಾವು ಅದರ ಮೂಲತತ್ತ್ವಗಳಂತೆ ಬದುಕದಿದ್ದರೆ ಕೇವಲ ವಾಬಿ ಸಾಬಿಯನ್ನು ಅರ್ಥೈಸಿಕೊಳ್ಳುವುದು ಮತ್ತು ಹಾಗೆಂದು ಭಾವಿಸಿಕೊಳ್ಳುವುದು ಮಾತ್ರ ಸಾಕಾಗದು. ಈ ಮೂರನೇ ವಿಭಾಗದಲ್ಲಿ, ಈ ತತ್ತ್ವವನ್ನು ನಮ್ಮ ದೈನಂದಿನ ಬದುಕಿಗೆ ಪರಿಚಯಿಸಿ ಅದನ್ನು ಸುಧಾರಿಸುವ ಮನೋಗತವನ್ನು ಈ ಕೆಳಗಿನ ಪ್ರಸ್ತಾಪಗಳ ಜತೆಗೆ ನೋಡೋಣ:-

• ಹಳೆಯ ವಸ್ತುಗಳನ್ನೇ ಉಪಯೋಗಿಸುತ್ತಿರೋಣ, ಆದರೆ ಅವುಗಳನ್ನು ಹಳೆಯ ಸ್ನೇಹಿತರಂತೆ ಕಾಳಜಿ ವಹಿಸೋಣ.

• ಯಾವ ರೀತಿಯ ಸಾಮಾಜಿಕ ಅಥವಾ ವ್ಯಾವಹಾರಿಕ ಪ್ರಸ್ತಾವನೆಗಳು ಅವು ಮೇಲ್ನೋಟಕ್ಕೆ ಕಾಣುವಷ್ಟರ ಮಟ್ಟಿಗೆ ಖಂಡಿತವಾಗಿಯೂ ಒಳ್ಳೆಯ ಅವಕಾಶಗಳಾಗಿರುವುದಿಲ್ಲವೋ ಅವುಗಳಿಗೆ "ಆಗುವುದಿಲ್ಲ, ಮಾಡಲಾರೆ" ಎಂದು ಹೇಳುವುದನ್ನು ಕಲಿಯುವುದು.

• ಜೀವನದ ಅಪರಿಪೂರ್ಣತೆಗಳಿಂದ ಹತಾಶರಾಗುವುದನ್ನು ತಪ್ಪಿಸಿಕೊಳ್ಳುವುದು, ಏಕೆಂದರೆ

ಯಾವ ಮಾನವಜೀವಿಯೂ ಪರಿಪೂರ್ಣ ಬದುಕು ಹೊಂದಲಾರ.

• ವಿಷಯ, ವಸ್ತುಗಳು ಹೇಗಿವೆಯೋ ಹಾಗೆಯೇ ತೆಗೆದುಕೊಳ್ಳುವುದು, ನಿಮ್ಮ ಸುತ್ತಮುತ್ತ ಇರುವುದೆಲ್ಲದರ ಜತೆಗೆ, ಹಾಗೂ ನಿಮ್ಮ ಗೆಳೆಯರು ಮತ್ತು ನಿಮ್ಮ ಕುಟುಂಬವೂ ಸೇರಿದಂತೆ ನಿಮ್ಮೊಂದಿಗೆ ನೀವೇ ಸಾಮರಸ್ಯದಿಂದಿರುವ, ಬದುಕಿನಲ್ಲಿ ಉತ್ತಮವಾದುದನ್ನು ಕಂಡುಕೊಳ್ಳಲು ಬದಲಾವಣೆ ಮಾಡಿಕೊಳ್ಳುವುದು ಮತ್ತು ಅದೃಷ್ಟದಲ್ಲಾಗುವ ತಿರುಚು-ತಿರುವುಗಳಿಗೆ ಹೊಂದಿಸಿ ಸರಿದೂಗಿಸಿಕೊಳ್ಳುವುದು.

• ಪ್ರಕೃತಿಯ ಜೊತೆ ನಿಮ್ಮ ಚಿತ್ತವೃತ್ತಿಯನ್ನು ಶ್ರುತಿಗೊಳಿಸಿಕೊಂಡು ಬದುಕುವುದು. ಹಳ್ಳಿಗಾಡಿನ ಕಡೆ ವಾಯುವಿಹಾರಕ್ಕೆ ಹೋಗುವುದು ಅಥವಾ ನಿಮ್ಮ ತೋಟದ ಅಥವಾ ನಿಮ್ಮ ಮೊಗಸಾಲೆಯ ಗಿಡಮರಗಳನ್ನು ಗಮನಿಸಿ ಪೋಷಿಸಿಕೊಳ್ಳುವುದು.

• ವಾಬಿ ಸಾಬಿಯ ಸೌಂದರ್ಯ ರಸಾಭಿಜ್ಞತೆಯ ಮೂಲತತ್ತ್ವಗಳನ್ನು ಅನುಸರಿಸಲು ಅವಕಾಶ ಮಾಡಿಕೊಡುವ ಯಾವುದಾದರೂ ಒಂದು ಕಲೆಯನ್ನು ಅಭ್ಯಾಸ ಮಾಡುವುದು.

ಕ್ಷಿತಿಜದ ಮೇಲಿನ ಈ ಮೂರು ಆಯಾಮಗಳ ಜೊತೆಗೆ, ಜೀವನ ಮತ್ತು ವಾಸ್ತವತೆಯ ನೈಜ ಸ್ವರೂಪದ ಪರಿವರ್ತನಾತ್ಮಕ ಪಯಣದತ್ತ ಹೆಜ್ಜೆ ಇರಿಸಲು ನಾವೀಗ ಸಿದ್ಧರಿದ್ದೇವೆ.

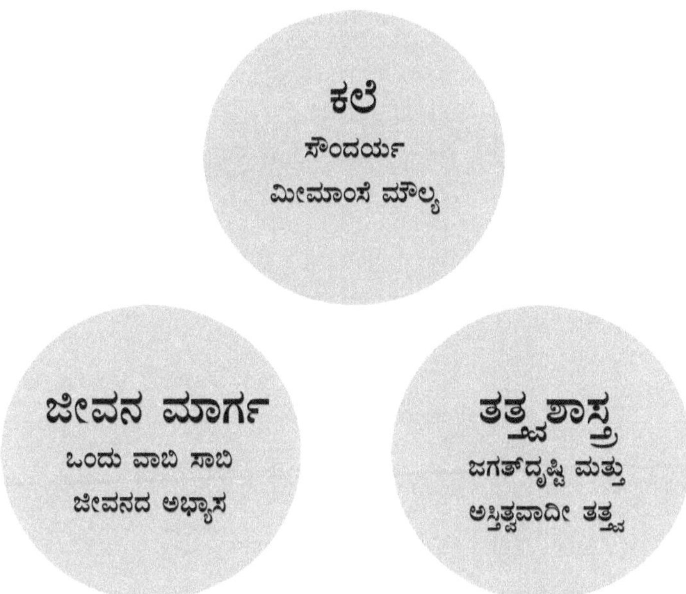

I

ವಾಚಿ ಸಾಚಿಯ ತತ್ತ್ವ

ಸದ್ಯ ಒಂದು ಧಾನ್ಯ ಮಾಡೋಣ

"ವಾಸ್ತವಜಗತ್ತಲ್ಲಿ ಪರಿಪೂರ್ಣತೆಯೆಂಬುದೇ ಇಲ್ಲ,
ಅದು ಕೇವಲ ಮನುಷ್ಯರ ಮನದಲ್ಲಿ ನೆಲೆಸಿದೆ.
ಕಮಿಗಳೂ ಪರಿಪೂರ್ಣರಲ್ಲ,
ಅದಕ್ಕಾಗವರು ಗುರಿಯಿಟ್ಟವರೂ ಅಲ್ಲ.
ಕಮಿಗಳು ಪರಿಪೂರ್ಣರಲ್ಲವಾದೊಡೆ,
ಆ ಇಚ್ಚೆಯೂ ಅವರಿಗಿಲ್ಲದೊಡೆ,
ನಾವು ಮಾನವರೇಕೆ ಆ ಪರಿಪೂರ್ಣತೆಗೆ ಹಾತೊರೆವೆವು?"

ಕಮಿ 神 : ದೇವತೆಗಳು ಅಥವಾ ಅಮೂರ್ತ ಚೇತನ ಎಂಬುದಕ್ಕೆ ಜಪಾನೀ ಶಬ್ದ.

ಭಾವನಾರೂಪದ ಮೂಲಗಳು

"ಸಾರ ಸಿಗುವವರೆಗೂ ಸವೆಸಿರಿ,
ಆದರೆ ಕಾವ್ಯವನ್ನೇ ತೆಗೆದು ಹಾಕದಿರಿ."
–ಲಿಯೊನಾರ್ಡ್ ಕೊರೆನ್

ಅನುವಾದಿಸಲು ವಾಬಿ ಸಾಬಿ ಎಂಬುದು ಕಠಿಣವಾದ ವಾಕ್ಸರಣಿ. ಅದನ್ನು ನಿಖರವಾಗಿ ನಿರ್ವಚಿಸಲು ಸಾಧ್ಯವಿಲ್ಲ ಮತ್ತು ಹೇಗಿದ್ದರೂ ಅದು ನನ್ನ ಭಾಷೆಗೆ ತೋರುವ ಅಗೌರವವೇ ಆಗುತ್ತದೆ. ನಾವು ಜಪಾನೀಯರು ನಮ್ಮ ಭಾಷೆಯ ದ್ವಂದ್ವವನ್ನು ಇಷ್ಟಪಡುತ್ತೇವೆ, ಅಂತೆಯೇ ಸಾಧಾರಣವಾಗಿ ಬದುಕಿನ ದ್ವಂದ್ವವನ್ನು ಸಹ.

ಸಂದಿಗ್ಧತೆಯು ಸೌಂದರ್ಯಪೂರ್ಣವಾದುದು, ಏಕೆಂದರೆ, ಅದು ಹಲವು ಸಾಧ್ಯತೆಗಳ ದ್ವಾರಗಳನ್ನು ತೆರೆದಿಡುತ್ತದೆ.

ಸಾಧ್ಯವಾದಷ್ಟೂ, ಯಾವುದೇ ಒಂದು ನಿರ್ದಿಷ್ಟ ನಿರ್ವಚನೆಗೂ ಅದನ್ನು–ಬೇರೆ ಎಲ್ಲ ಅವಕಾಶಗಳನ್ನೂ ಮುಚ್ಚಿಟ್ಟು, ಅಂದರೆ ಪಾರಿವಾಳವೊಂದನ್ನು ಗೂಡಿನಲ್ಲಿಟ್ಟಂತೆ–ಬಂಧಿಸದೆ, ತಮ್ಮ ದೈನಂದಿನ ಜೀವನದಲ್ಲಿನ ಅನುಭವದ ಭಾಗವಾಗಿ ವಾಬಿ ಸಾಬಿಯನ್ನು ಜಪಾನಿಗರು ಹೇಗೆ ಅರ್ಥ ಮಾಡಿಕೊಂಡಿದ್ದಾರೆ ಎಂಬುದನ್ನು ವಿವರಿಸುವುದೇ ಈ ಪುಸ್ತಕದ ಪ್ರಮುಖ ಉದ್ದೇಶ.

ನಾವು ಭಾಷೆಗೆ ಅಂಟಿಕೊಂಡೆವೆಂದಾದರೆ, ಆಗ, ಆ ವಾಕ್ಸರಣಿಯು 'ವಬಿ' ಮತ್ತು 'ಸಾಬಿ' ಎಂಬ ಎರಡು ಪದಗಳಿಂದ ಉಂಟಾಗಿದೆ ಎನ್ನಲಡ್ಡಿ ಇಲ್ಲ. ಈ ಎರಡೂ ಪದಗಳನ್ನು ಬೇರೆ ಬೇರೆಯಾಗಿಯೂ ಬಳಸಬಹುದು. ಆದರೆ ಬಹಳಮಟ್ಟಿಗೆ ಯಾವಾಗಲೂ ಅವು ಜತೆಜತೆಗೇ ಪಯಣಿಸುತ್ತವೆ, ಹೇಗೆಂದರೆ ಅಯಸ್ಕಾಂತವೊಂದು ಅವುಗಳೆರಡನ್ನು ಎಂದಿಗೂ ಬೇರೆ ಮಾಡಲು ಇಚ್ಛೆಪಡದಂತೆ.

ಈ ಎರಡೂ ಪದಗಳ ಜೋಡಣೆಯ ಮಹತ್ವವನ್ನು ಇತಿಹಾಸದ ಮುಖಾಂತರ ಮಾತ್ರ ಅರ್ಥೈಸಲು ಸಾಧ್ಯ.

ಎರಡು ಪದಗಳ ವಿಕಾಸ

ಏನು ವಿಚಿತ್ರವೊ, ಎರಡೂ ಪದಗಳೂ ಒಂದು ಋಣಾತ್ಮಕವಾದ ಭಾವನಾತ್ಮಕ ಒಳಾರ್ಥ–ದಿಂದ ಹೊರಡುತ್ತವೆ, ಮತ್ತೆ ಅದು ಶತಮಾನಗಳು ಕಳೆದಂತೆ ಮರೆಯಾಗಿಯೂ ಬಿಟ್ಟಿದೆ. ವೈಯಕ್ತಿಕವಾಗಿ, ಈ ಮೂಲಗಳತ್ತ ಹೋಗುವುದು ನನ್ನನ್ನು ದುಃಖಿತನನ್ನಾಗಿಸುವ ಬದಲಾಗಿ ಗತಕಾಲವನ್ನು ನೆನೆಸಿಕೊಂಡು ಹಳೆಗಾಲದ ದುಃಖಮಿಶ್ರಿತ ಸುಖಭಾವ ಹೊಂದುವಂತಾಗಿಸುತ್ತದೆ.

ಹದಿನಾಲ್ಕನೆ ಶತಮಾನದಲ್ಲಿ, ಆಧುನಿಕ ಜಪಾನು ಇನ್ನೂ ರೂಪುಗೊಳ್ಳುತ್ತಿದ್ದಾಗ, ಸ್ವಾಭಾವಿಕ ಪರಿಸರದಲ್ಲಿ ಒಬ್ಬೊಬ್ಬರೇ ಬದುಕಲು ದೂರ ದೂರಕ್ಕೆ ಹೋಗುತ್ತಿದ್ದ, ಝೆನ್ ಸಂಪ್ರದಾಯ ಅನುಸರಿಸುತ್ತಿದ್ದ ಭಿಕ್ಷುಗಳಿಂದ ಈ 'ವಾಬಿ' ಶಬ್ದವು ಉಪಯೋಗಿಸಲ್ಪಟ್ಟಿತು. ಪ್ರಕೃತಿಯಲ್ಲಿ ಯಾವ ಸಂಗಾತಿಗಳೂ ಇಲ್ಲದೆ ಬದುಕುವ ವೇಳೆಗೆ ಏಕಾಂಗಿ ಭಾವ ಕಾಡುತ್ತಿದ್ದಾಗ ಈ ಸಂನ್ಯಾಸಿಗಳು ಅದನ್ನು ಅಭಿವ್ಯಕ್ತಿ ಮಾಡಲು ಈ 'ವಾಬಿ' ಪದ ಉಪಯೋಗಿಸಿದರು.

"ಏಕಾಂಗಿತನ ಎಂಬುದರ ಸ್ವಾದ ಹೇಗಿರುತ್ತೆ?

ಎಷ್ಟು ತರಹದ ಏಕಾಂಗಿತನಗಳಿವೆ?"

ಏಕಾಂಗಿತನದ ಸಾಮಾನ್ಯ ಭಾವನೆಯನ್ನು ಅಭಿವ್ಯಕ್ತಿ ಪಡಿಸಲು ಅವರು ಬೇರೆ ಶಬ್ದಗಳನ್ನು ಬಳಸುತ್ತಿದ್ದರು, ಆದರೆ ಪ್ರಕೃತಿಯಲ್ಲಿ ಅನುಭವಿಸುವ ನಿರ್ದಿಷ್ಟ ಮಾದರಿಯ ಏಕಾಂಗಿತನವನ್ನು ಅಭಿವ್ಯಕ್ತಿಸಲು, ಉದಾಹರಣೆಗೆ, ಅರಣ್ಯದಲ್ಲಿ ನಾವು ಒಬ್ಬೊಬ್ಬರೇ ಇದ್ದಾಗ ಎಂದುಕೊಳ್ಳಿ, ಆಗ ವಬಿ ಎಂಬ ಶಬ್ದ ಉಪಯೋಗಿಸಿದರು.

ಕಾಲಕ್ರಮೇಣ, ನಿಧಾನವಾಗಿ ಅ ಪದದ ಅರ್ಥ ಪರಿವರ್ತಿತವಾಗುತ್ತಾ ಹೋಯ್ತು ಮತ್ತು ಈಗ, ಅಂದರೆ ಈ ದಿನಕ್ಕೆ ವಬಿಯು ಪ್ರಶಾಂತತೆ, ಹಳ್ಳಿಗಾಡಿನ ಸರಳತೆ ಮತ್ತು ಮನೋಹರ ಅಪ-ರಿಪೂರ್ಣತೆಗಳನ್ನು ಅಭಿವ್ಯಕ್ತಿಸುತ್ತದೆ.

ಈ ಮನೋಗತವನ್ನು ಅಂದರೆ ವಾಬಿ ಸಾಬಿಯನ್ನು ಸೃಷ್ಟಿಸಿರುವಲ್ಲಿ ಸೇರಿರುವ ಇನ್ನೊಂದು ಶಬ್ದವೂ, ಅಂದರೆ ಸಾಬಿ, ಕೂಡ ಝೆನ್ ಬೌದ್ಧಧರ್ಮದ ಪರಿಸರದಿಂದಲೇ ಹೊರಹೊಮ್ಮಿದೆ. ಈ ಹಿಂದೆ, ಏನೆಲ್ಲ, ಅಂದರೆ ಯಾವ್ಯಾವುದು ಧನಾತ್ಮಕವಾಗಿಲ್ಲವೋ ಅದೆಲ್ಲವೂ ಸಾಬಿ ಎಂಬ ಅರ್ಥವನ್ನೇ ಹೊಂದಿತ್ತು. ಯಾವುದು ಸೊರಗಿದೆಯೋ, ಕೊಳೆತಿದೆಯೋ, ಬಾಡಿದೆಯೋ ಅದನ್ನು, ಅಥವಾ ಜಖಂ ಎಂದರೇನೆಂದು ವರ್ಣಿಸಲು ಸಹ ಅದನ್ನೇ ಉಪಯೋಗಿಸಿದೆ. ವಬಿಯಂತೆಯೇ, ಕಾಲಾನುಕ್ರಮದಲ್ಲಿ ಅದರ ಅರ್ಥವೂ ಕೂಡ ಧನಾತ್ಮಕ ಒಳಾರ್ಥ ಪಡೆದುಕೊಂಡಿತು. ಮತ್ತು ಈಗ ಸಾಬಿ ಎಂದರೆ ಒಂದು ನಿಶ್ಚಿತ ವಯೋಮಾನವು ಅಥವಾ ಅನುಭವವು ನಮಗೆ ತಂದ ಸೌಂದರ್ಯ ಮತ್ತು ಪ್ರಶಾಂತತೆ.

	ವಾಬಿ 詫び	ಸಾಬಿ 寂び
ಪ್ರಸಕ್ತ ಅರ್ಥ	• ಹಳ್ಳಿಗಾಡಿನ ಸರಳತನ • ಅಂಕೆಯಲ್ಲಿರಿಸಿದ ಲಾವಣ್ಯ • ತಾಜಾತನ • ಪ್ರಶಾಂತತೆ • ಅಸಂಗತಅಥವಾ ಸುಂದರವಾಗಿರುವ ಅಪರಿಪೂರ್ಣತೆಗಳು	• ಮಾಗುವುದು ಅಥವಾ ವಯಸಾಗುವುದರ ಸೌಂದರ್ಯ ಮತ್ತು ಪ್ರಶಾಂತತೆ • ಅಪರಿಪೂರ್ಣವಾದುದನ್ನು ಮೆಚ್ಚುವಾಗ ಅನುಭವಿಸುವ ಉಲ್ಲಾಸ
ಐತಿಹಾಸಿಕ ಅರ್ಥ	• ಪ್ರಕೃತಿಯಲ್ಲಿ ಬದುಕುವ ಏಕಾಂತತೆ • ಸೊರಗುವುದು	• ಕಂದುವುದು • ಬಾಡುವುದು • ತುಕ್ಕು/ಜುಂಗು ಹಿಡಿಯುವುದು

ವಾಬಿ ಸಾಬಿ ಎಂಬುದು ಬದುಕು ಮತ್ತು ವಿಶ್ವವನ್ನು ನೋಡುವ ಒಂದು ಕ್ರಮ; ಜಗತ್ತಿನಲ್ಲಿ ವಾಸಿಸುವ ಎಲ್ಲದರ ಅಪರಿಪೂರ್ಣ ಮತ್ತು ಕ್ಷಣಿಕತೆಯನ್ನು ಒಪ್ಪಿಕೊಳ್ಳುವುದೇ ಅದರ ಕೇಂದ್ರ ತತ್ತ್ವ. ಅದೇ ಅಪೂರ್ಣವಾದುದ್ದರ, ಅರೆಕೊರೆಯಾದುದ್ದರ, ಅಶಾಶ್ವತವಾದುದ್ದರ ಮತ್ತು ಅಪ-ರಿಪೂರ್ಣವಾದುದ್ದರ ಸೌಂದರ್ಯ ಅಥವಾ ಸೊಬಗು.

ಮುಂದಿನ ಅಧ್ಯಾಯದಲ್ಲಿ ನಾವು ನೋಡಲಿರುವಂತೆ, ಆಧ್ಯಾತ್ಮಿಕ ದೃಷ್ಟಿಕೋನದಿಂದ ನೋಡುವುದಾದರೆ, ಅದು ಝೆನ್ ಜೊತೆಗೆ ಜಟಿಲವಾಗಿ ಹೆಣೆದುಕೊಂಡಿದೆ.

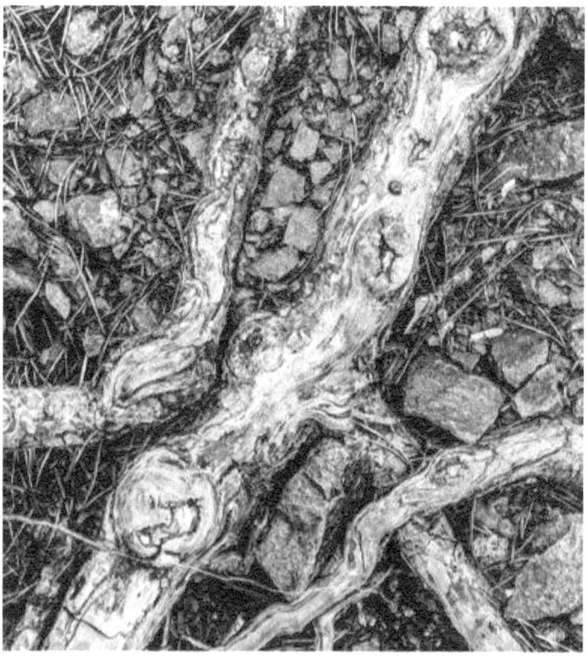

ಇನ್ನೊಂದು ಧ್ಯಾನಕ್ಕೆ ಜಾರೋಣ

"ಬೇಸಿಗೆಯ ಪರಿಮಳ ಬರುತ್ತಿದೆ,
ಆದರೆ ಇದ ನಾನು ಗ್ರಹಿಸಿದೆನೆನ್ನುವಾಗಲೆ,
ಮರಗಳೆಲ್ಲ ಕಿತ್ತಳೆ ವರ್ಣಕ್ಕೆ ತಿರುಗಿ
ಅದಾಗಲೆ ಬಂತು ನೋಡಿ ಶರತ್ಕಾಲ,
ಕೂಡಲೆ ಅದೆಲ್ಲವು ಶ್ವೇತ ಛಾವಣಿಯಡಿಯಲ್ಲಿ ಸೇರಿ
ಬಂತಾಗಲೆ ಚಳಿಗಾಲ,
ಹಿಮಕರಗಿ, ಸುಮಗಳು
ಜಗಕೆ ತಂದವು ಹಲವು ಬಣ್ಣವ,
ಮತ್ತದಾಗಲೆ ಬಂದ ವಸಂತರಾಜ.
ನಾನಿರುವೆನೀ ಋತುಚಕ್ರದ ವಶ್ಯಸುಪ್ತಿಯಲಿ,
ಪರಂತು, ಅದಾವುದೊ ಒಂದು ದಿನ ಇಲ್ಲಿ ನಾನಿರುವುದೇ ಇಲ್ಲ,
ಅಂತಿದ್ದೂ ನನ್ನ ಗೈರಿನ ಪರಿವೆ ಇಲ್ಲದೆ ಅವೆಲ್ಲ
ತಮ್ಮ ಅಂತ್ಯವಿಲ್ಲದ ರೂಪಾಂತರವ
ಸತತ ಮುನ್ನಡೆಸುವುವು."

ಝೆನ್ ಮತ್ತು ವಾಬಿ ಸಾಬಿ

"ಯಾವೊಬ್ಬನೂ ಅದೇ ನದಿಗೆ ಎರಡು ಸಲ ಇಳಿಯೊಲ್ಲ."
–ಹೆರಾಕ್ಲಿಟಸ್

ಒಂದು ನಿಶ್ಚಿತತೆಯತ್ತ ನೋಡುವ ಪ್ರವೃತ್ತಿಯುಳ್ಳ ಏನೋ ಒಂದು ನನ್ನೊಳಗೆ ಇದೆ. ಕೆಲವು ಸಲ, ನಾನು ಅದು ಇಲ್ಲದೆ, ಅಂದರೆ ನನ್ನೊಳಗೆ ಆ ಅಂಟಿಕೊಂಡಿರುವಂಥದು – ಸಂತೋಷ–ವಾಗಿರುವುದಾಗಲಿ ಅಥವಾ ಕ್ಷೇಮದಿಂದಿರುವೆನೆಂದಾಗಲಿ ನಾನು ಯೋಚಿಸಲು ಸಾಧ್ಯವಿಲ್ಲ. ಆ ದಿನದ ಬರುವಿಕೆಗಾಗಿ ನಾನು ಗುಟ್ಟಾಗಿಯೇ ಆಶಿಸುತ್ತೇನೆ, ಯಾಕೆಂದರೆ ಆಗ ನನ್ನ ಜೀವನದಲ್ಲಿ ಎಲ್ಲವೂ ಸ್ಥಿರ ಮತ್ತು ಪರಿಪೂರ್ಣವಾಗುತ್ತದೆ.

ಹಾಗೆಯೆ, ಮತ್ತೊಂದು ಕಡೆ, ಈ ಸ್ವರ್ಗಸಮಾನವಾದ ಸ್ಥಿತಿ ಎಂದಿಗೂ ಬರಲಾರದೆಂದೂ ನಾನು ಬಲ್ಲೆ. ಏಕೆಂದರೆ, ಅಸ್ತಿತ್ವದಲ್ಲಿರುವ ಎಲ್ಲದರ ಶಾಶ್ವತ ಹೊನಲು ಎಂದೆನಿಸಿರುವ ಬದಲಾವಣೆ ಒಂದೇ ಬದುಕಿನಲ್ಲಿ ಸ್ಥಿರವಾದುದ್ದು. ಅದಕ್ಕಾಗಿ ನಮ್ಮ ಹೃದಯ ಎಷ್ಟೊಂದು ಹಂಬಲಿಸಿದರೂ ಸಹ ಅಂಟಿಕೊಂಡಿರಲು ಅಲ್ಲಿ ಶಾಶ್ವತವಾದುದು ಏನೂ ಇಲ್ಲ, ತಲುಪಲು ಯಾವ ಗಟ್ಟಿನೆಲವೂ ಸಹ ಇಲ್ಲ.

ಆ ಕಾರಣಕ್ಕಾಗಿ, ಸಂತಸವಾಗಿರಲು ಉಳಿದಿರುವ ಒಂದೇ ದಾರಿಯೆಂದರೆ ಪ್ರತಿಯೊಂದೂ ಸಂತತವಾಗಿ ಹರಿಯುತ್ತಿರುತ್ತದೆ ಎಂದು ಒಪ್ಪಿಕೊಳ್ಳುವುದು.

ಜಪಾನಿನಲ್ಲಿ 'ಝೆನ್'ನಿಂದ ಮೂರ್ತರೂಪಗೊಂಡಿರುವ, ಮತ್ತು ಬದುಕಿಗೆ ಮೊದಲ ಬೀಗದಕೈ ಎಂದು ಪರಿಗಣಿಸಲಾಗಿರುವ ಈ ಸಾಕ್ಷಾತ್ಕಾರವು ಬೌದ್ಧ ವಿಚಾರಲಹರಿಗೆ ಇರುವ ಹಲವು ಬೀಗದ ಕೈಗಳಲ್ಲಿ ಒಂದು.

ಬದುಕಿಗಿರುವ ಬೌದ್ಧಧರ್ಮದ ಮೂರು ಬೀಗದ ಕೈಗಳು

ಅವುಗಳೆಂದರೆ:

೧. ಜೀವಿಸಿರುವ ಎಲ್ಲವುಗಳ ಅಶಾಶ್ವತತೆ (ಪಾಳಿಭಾಷೆಯಲ್ಲಿ: ಅನಿಕ್ಕಾ; ಜಪಾನೀ ಭಾಷೆಯಲ್ಲಿ : ಮುಜೋ: 無常

೨. ಯಾತನೆ ಅಥವಾ ನಮ್ಮೆಲ್ಲ ಇಚ್ಛೆಗಳನ್ನೂ ಪೂರೈಸಿಕೊಳ್ಳಲಾಗದ ಅಸಾಧ್ಯ ಸ್ಥಿತಿ. (ಪಾಳಿ ಭಾಷೆಯಲ್ಲಿ : ದುಃಖ)

೩. ಖಾಲಿತನ ಅಥವಾ ಶೂನ್ಯತನ. ಅಹಂನ ಗೈರು, ಅಥವಾ ಅಹಂನ ವಿನಾಶ.

ಯಾವುದು ನಮ್ಮ ಅಹಂನ ಭಾಗವಾಗಿಲ್ಲವೋ ಅದು (ಪಾಳಿಯಲ್ಲಿ 'ಶೂನ್ಯತಾ'). ಈ ಗುಣಲಕ್ಷಣಗಳನ್ನು ಎಲ್ಲ ಮನುಷ್ಯ ಜೀವಿಗಳೂ ಹಂಚಿಕೊಳ್ಳುವುದಷ್ಟೇ ಅಲ್ಲ, ಅಸ್ತಿತ್ವದಲ್ಲಿರುವ ಎಲ್ಲದರಲ್ಲಿಯೂ ಅವುಗಳು ಹಾಜರಿರುತ್ತವೆ ಕೂಡ.

ಇವು ಮೂರೂ ಸಾರ್ವತ್ರಿಕ ಸತ್ಯಗಳು ಮತ್ತು ತತ್ತ್ವಶಾಸ್ತ್ರದನ್ವಯದ ಪ್ರಮಾಣ ಪ್ರಮೇಯ ವಿಚಾರಕ್ಕನುಗುಣವಾಗಿಯೂ ಸ್ವಯಂವೇದ್ಯ. ಅವುಗಳನ್ನು ಪ್ರಾತ್ಯಕ್ಷಿಕೆ ಮಾಡಿ ತೋರಿಸಲು ನಮಗೆ ವಿಜ್ಞಾನವಾಗಲೀ ಅಥವಾ ಇನ್ನಾವುದೋ ಕ್ಲಿಷ್ಟಕರ ವಿದ್ಯೆಯ ಅಗತ್ಯವಾಗಲೀ ಇಲ್ಲ. ಹಾಗಿದ್ದೂ ಪ್ಲೆಟೋನಂತಹ ಕೆಲವು ಪಂಡಿತರು ಹಿಂದಿನಿಂದಲೂ ಈ ಕುರಿತು ವ್ಯಾಜ್ಯ ತೆಗೆಯುತ್ತಿರುವುದುಂಟು. ಪ್ಲೆಟೋ ಮಹಾಶಯನು ತನ್ನ 'ಸ್ವಭಾವಸಿದ್ಧ ಮನೋಗತವಾದದಲ್ಲಿ ಮಾಡಿದ ತರ್ಕ ಎಂದರೆ, ಏನೂ ಬದಲಾವಣೆಯೇ ಆಗದಿರುವ ವಾಸ್ತವಿಕತೆ ಎಂಬುದು ಒಂದಿದೆ.

೧. ಅಶಾಶ್ವತತೆಯನ್ನು ಕುರಿತು – ಬದುಕಿನ ಮೊದಲನೆ ಕೀಲಿಕೈ:

ಜಪಾನೀ ಭಾಷೆಯಲ್ಲಿ 'ಶೋಗ್ಯೋ ಮುಜೋ' 諸行無常 ಎಂಬ ವಾಕ್ಸರಣಿ ಇದೆ. ಅದರರ್ಥ: ಪ್ರಪಂಚದಲ್ಲಿರುವುದೆಲ್ಲವೂ ನಿರಂತರವಾಗಿ, ಎಂದೆಂದಿಗೂ ಬದಲಾಗುತ್ತಿರುತ್ತದೆ; ಈ ವಿಶ್ವದಲ್ಲಿರುವ ಯಾವುದೂ ಸ್ಥಿರವಲ್ಲ. ನಮ್ಮ ಭಾವಾವೇಶಗಳು, ವಿಚಾರಗಳು ಮತ್ತು ಅಸ್ಮಿತೆ ಇವುಗಳೂ ಕೂಡ ಯಾವಾಗಲೂ ಸಮಯದ ಸಾತತ್ಯದಲ್ಲಿ ಹರಿಯುತ್ತಿರುತ್ತವೆ.

ಬದಲಾವಣೆ ಎಂದರೆ ಏನೆಂದು ನಮಗೆಲ್ಲ ಗೊತ್ತು. ನಾವದನ್ನು ನಮ್ಮ ಕಂಗಳಿಂದ ನೋಡುತ್ತೇವೆ ಮತ್ತು ನಮ್ಮ ಭಾವಾವೇಶಗಳ ಜೊತೆಗೆ ಅನುಭವಿಸುತ್ತೇವೆ, ಅದು ಒಂದು ಕ್ಷಣದಿಂದ ಇನ್ನೊಂದು ಕ್ಷಣಕ್ಕೆ ಬದಲಾಗುತ್ತಿರುತ್ತದೆ. ವಾಸನೆಗಳು/ಪರಿಮಳಗಳು ಹರಿಯುತ್ತವೆ, ಶಬ್ದಗಳು/ ಧ್ವನಿಗಳು ಒಂದರ ನಂತರ ಒಂದು ಬರುತ್ತಿರುತ್ತವೆ, ಒಂದು ರುಚಿಕರ ಭೋಜನದ ಸ್ವಾದ ಸತತವಾಗಿ ಬದಲಾಗುತ್ತೆ, ಹೀಗೇ...

ಸಂಗೀತವು ಒಂದು ಶಾಶ್ವತವಾದ ನಿಶ್ಚಲ ಕ್ಷಣದಲ್ಲೇ ಅಂಟಿಕೊಂಡು ಒಂದು ವೇಳೆ ಉಳಿದು ಬಿಟ್ಟರೆ, ಅದು ಸಂಗೀತವಾಗಿ ಉಳಿಯುವುದಿಲ್ಲ, ಮತ್ತು ನಮ್ಮ ಬದುಕಿಗೂ ಅದೇ ಅನ್ವಯವಾಗುತ್ತದೆ.

ನಮ್ಮ ಶರೀರಗಳ ಯೌವ್ವನವು ಕೇವಲ ತಾತ್ಕಾಲಿಕ ಎಂಬುದನ್ನೂ ನಾವು ಬಲ್ಲೆವು; ನಾವೆಲ್ಲ ವಯೋವೃದ್ಧರಾಗಿ ಒಂದು ದಿನ ಸಾವನ್ನಪ್ಪುತ್ತೇವೆ. ಇಂತಾಗಿ, ಅಶಾಶ್ವತತೆಯೂ, ಸಹ ನಿಸ್ಸಂಶಯವಾಗಿಯೂ ನಮ್ಮ ಮತ್ತು ನಮ್ಮನ್ನು ಸುತ್ತುವರಿದಿರುವುದೆಲ್ಲದರ ಒಂದು ಭಾಗವಾಗುತ್ತದೆ.

ಈ ಧೋರಣೆ ಅಥವಾ ಅಚಲ ಭಾವನೆಯು ಕೇವಲ ಏಷಿಯಾ ಖಂಡಕ್ಕೆ ಮಾತ್ರ ಸೀಮಿತವಲ್ಲ, ಹೆಚ್ಚು ಕಡಿಮೆ ಬೌದ್ಧಮತ ಜನ್ಮತಾಳಿದ ಆಸುಪಾಸಿನಲ್ಲೆ, ನಮ್ಮನ್ನು ಸುತ್ತುವರೆದಿರುವ ಎಲ್ಲವೂ ಅಶಾಶ್ವತ ಎಂದು ಪರಿಗಣಿಸಲು ಜಗತ್ತಿನ ಇತರ ಭಾಗಗಳ ಜನರೂ ಆರಂಭಿಸಿದರು.

ಪ್ರಾಚೀನ ಕರಾವಳಿಯಲ್ಲಿನ ಇಫೇಸಸ್ ನಗರದಿಂದ ಸಾವಿರಾರು ಕಿಲೋಮೀಟರ್ ದೂರದಲ್ಲಿ ಮತ್ತು ಹಿಮಾಲಯ ಪರ್ವತದ ಹತ್ತಿರದಲ್ಲಿ ಕ್ರಿ.ಪೂ.೪೮೦ರಲ್ಲಿ ಸಿದ್ಧಾರ್ಥ ಗೌತಮ ಜನಿಸಿದ್ದು. ಇದೇ ಇಫೇಸಸ್‌ನಲ್ಲೇ ಸಾಕ್ರೆಟಿಸ್–ಯುಗ ಪೂರ್ವದ ತತ್ತ್ವಶಾಸ್ತ್ರಜ್ಞನಾದ ಹೆರಾಕ್ಲೀಟಸ್ಸನು ಕ್ರಿ.ಪೂ.೫೩೫ ರಲ್ಲಿ ಜನಿಸಿದ್ದು.

ಹೆರಾಕ್ಲಿಟಸ್ ಪಂಥದ ಮೂಲಭೂತ ಸತ್ಯಗಳಲ್ಲಿ ಒಂದೆಂದರೆ: ಪಂತ ರೇಯಿ ಎಂಬುದು

(ಪ್ರತಿಯೊಂದೂ ಹರಿಯುತ್ತದೆ). ಇದೂ ಕೂಡ ನಿಖರವಾಗಿ ಬೌದ್ಧಧರ್ಮದಲ್ಲಿನ ಬದುಕಿನ ಪ್ರಥ-ಮ ಕೀಲಿಕೈನಂತೆಯೇ!

ಇದನ್ನೇ ಜರ್ಮನ್ ತತ್ತ್ವಶಾಸ್ತ್ರಜ್ಞನಾದ ಕಾರ್ಲ್ ಜಾಸ್ಪರ್ಸ್‌ನು ಅಕ್ಷದ ಯುಗ (Axial Age) ಎಂದು ಕರೆದದ್ದು. ಅಂದರೆ ಅದು ಬೌದ್ಧಿಕ ಸ್ಪಷ್ಟತೆಯ ಕಾಲಮಾನ. ಜಗತ್ತಿನ ವಿವಿಧ ಭಾಗಗಳಲ್ಲಿನ ಮಾನವ ಜನಾಂಗವು ತನ್ನ ಕುರಿತು ತನಗೇ ಅರಿವು ಮೂಡಿಸಿಕೊಂಡಿದ್ದು, ತನ್ನ ಇತಿಮಿತಿಗಳನ್ನು ಅರಿತುಕೊಂಡಿದ್ದು, ಹಾಗೂ ಅಂತಹದೇ ತೀರ್ಮಾನಗಳಿಗೆ ಬಂದಿದ್ದು, ಈ ಎಲ್ಲವೂ ಸಹ ಆದದ್ದು ಆ ಕಾಲಮಾನದಲ್ಲಿಯೆ (ಈ ಕಾಲಮಾನವನ್ನು ಸಾಮಾನ್ಯವಾಗಿ ಕ್ರಿ.ಪೂ.೫೦೦ ರಿಂದ ೩೦೦ ರವರೆಗೆ ಎಂದು ಅಂದಾಜಿಸಲಾಗಿದೆ. ಈ ಅವಧಿಯಲ್ಲಿ ಯುರೇಷಿಯಾ ಸಮಾಜದ ಹೆಚ್ಚಿನ ಬಹುಮುಖ್ಯ ಧಾರ್ಮಿಕ ಮತ್ತು ಆಧ್ಯಾತ್ಮಿಕ ಸಂಪ್ರದಾಯಗಳು ಹೊರಹೊಮ್ಮಿದುವು).

ಬದುಕಿನ ಮೊದಲ ಕೀಲಿಕೈಯನ್ನು ನಾವು ಕಲೆಯಲ್ಲಿ ನೋಡಬಹುದಾಗಿದೆ. ಅದು ಹೆಚ್ಚಿನ ಸಲ ಅಶಾಶ್ವತೆಯನ್ನು ಪ್ರದರ್ಶಿಸುತ್ತದೆ, ಅಂದರೆ ಕಾಲದ ಸರಿಯುವಿಕೆ ಮತ್ತು ನಮ್ಮ ಅಸ್ತಿತ್ವದ ಕ್ಷಣಭಂಗುರ ಸ್ವಭಾವವನ್ನು.

ನಮ್ಮ ದೈನಂದಿನ ಬದುಕಿಗೆ ಅನ್ವಯಿಸಿದರೆ ಭೂತಕಾಲದ್ದರ ಭಾರದಿಂದ ನಮಗೆ ನಾವೇ ಕುಸಿದುಹೋಗಲು ಬಿಡದೆ ಅಥವಾ ಭವಿಷ್ಯಕಾಲದ ಅನಿಶ್ಚಿತತೆಯಿಂದ ಭಯಭೀತರಾಗದೆ, ಈಗ ಮತ್ತು ಇಲ್ಲಿ ಅಂದರೆ ಈ ಕ್ಷಣದಲ್ಲಿ ಪ್ರತಿದಿನದ ಹರಿವನ್ನು ಅನುಭವಿಸುದಕ್ಕೆ ಈ ಅಶಾಶ್ವತತೆ ಎಂಬುದೇ ಆಹ್ವಾನವಾಗುತ್ತದೆ.

೨. ಯಾತನೆಯ ಕುರಿತಂತೆ – ಬದುಕಿನ ಎರಡನೆ ಕೀಲಿ ಕೈ:

ದುಃಖ ಎಂದರೆ ಏನೆಂದು ನಿಖರವಾಗಿ ಅಭಿವ್ಯಕ್ತಗೊಳಿಸಲು ಜಪಾನೀ ಭಾಷೆಯಲ್ಲಿ ನಮಗೆ ಸೂಕ್ತ ಶಬ್ದವಿಲ್ಲ. ಪಾಶ್ಚಿಮಾತ್ಯ ಅರ್ಥದಲ್ಲಿರುವಂತೆ ಆ ಪದದ ಭಾಷಾಂತರ ಅಥವಾ ಅನುವಾದ ನಿಜವಾಗಿ 'ನರಳು' ಅಥವಾ 'ವ್ಯಥೆ'ಪಡು ಎಂದಲ್ಲ; ನಮಗೆ ಕೆಟ್ಟಕಾಲ ಬಂದಿದೆ, ಒಂದು ವೇಳೆ ಈ ರೀತಿಯ ಭಾವವನ್ನು ಅದು ಒಳಗೊಂಡಿದ್ದರು ಸಹ, ಏಕೆಂದರೆ ನಾವು ಘಾಸಿಗೊಳಗಾಗಿದ್ದೇವೆ ಎಂಬ ಕಾರಣಕ್ಕೆ ಆ ಅರ್ಥ ಬರುವುದಿಲ್ಲ. ಅದರ ವಾಸ್ತವ ಅರ್ಥವೆಂದರೆ, ನಾವು ಪ್ರತಿದಿನ ಅನುಭವಿಸುವ, ಸ್ವಲ್ಪ ಹೆಚ್ಚು ಕಡಿಮೆ, ನಿರಂತರ ಅತೃಪ್ತಿಗೆ ಹತ್ತಿರದ ಭಾವ.

ದುಃಖ ಅಂದರೆ ಅತೃಪ್ತಿ ಎಂಬುದು ನಮ್ಮ ಮತ್ತು ಅದಾವುದೋ ಇನ್ನೊಂದಿಷ್ಟು ಹೆಚ್ಚುಬೇಕೆಂದು ನಾವು ಸದಾ ಆಶಿಸುವ ಆ "ಅದು" ಈ ಎರಡರ ಮಧ್ಯದ ದೂರ. ಅದು ಹೇಗೆಂದರೆ, ನಾವು ಪಡೆಯಲಾಗದ್ದನ್ನು ಅದಾವುದೋ ಒಂದನ್ನು ಬಯಸುವ ದೋಷಕ್ಕೆ ಗುರಿ ಮಾಡುವುದು, ಮತ್ತು ಯಾವತ್ತಿಗೂ ಪೂರ್ಣವಾಗಿ ತೃಪ್ತಿಯಾಗದಿರುವುದು. ಈ ಹತಾಶೆಯು, ಒಂದು ಹೆಚ್ಚೋ ಅಥವಾ ಕಡಿಮೆಯೋ ಮಜಲಿಗೆ, ನಮ್ಮೊಳಗೆ ಒಂದು ಖಾಲಿತನವಾಗಿ ಪರಿವರ್ತಿತವಾಗುತ್ತದೆ. ಮತ್ತು ಅದು ನಮ್ಮನ್ನು ನಮ್ಮ ಮುಂದಿನ ಲಕ್ಷ್ಯ ಅಥವಾ ಗುರಿಯನ್ನು ಹುಡುಕುವಂತೆ ಮಾಡುತ್ತದೆ.

ಇದು ಅಸ್ತಿತ್ವ ಸಾಧಿಸುವ ಒಂದು ತರಹದ ಸಂಕೀರ್ಣತೆಯದಿರಬಹುದು, ಅಥವಾ ಕೇವಲ ಒಂದು ಊಟ ಮಾಡಿ ಮುಗಿಸಿದಷ್ಟು ಸರಳವೂ ಇರಬಹುದು, ಅದು ಒಂದು ತರಹ ಕೆಲವು ಕ್ಷಣಗಳ ಮಟ್ಟಿಗೆ ಮಾತ್ರ ತೃಪ್ತಭಾವ ತಂದು, ಕೂಡಲೆ ಒಂದು ಚೂರು ಚಾಕೋಲೇಟ್ ಬಯಸುವಂತೆ ಅಥವಾ ಕೊಂಚ ಸಮಯ ಮಲಗಲು ಬಯಸುವಂತೆ; ಆದರೆ ನಾವು ಆಗ ಹಾಗೆ ಮಾಡಲು ಸಾಧ್ಯವಲ್ಲದ ಸ್ಥಿತಿಯಲ್ಲಿರುವುದು. ಏಕೆಂದರೆ ಹತ್ತಿರದಲ್ಲಿ ಯಾವುದೂ ಸೋಫಾ ಅಥವಾ ಹಾಸಿಗೆ ಇಲ್ಲದಿರುವ ಕಾರಣ. ನಮ್ಮ ಪ್ರಸಕ್ತ ವಾಸ್ತವತೆ ಮತ್ತು ನಾವು ಏನನ್ನು ಸಾಧಿಸಬೇಕೆಂದು ಅಥವಾ

ಹೊಂದಬೇಕೆಂದು ಹಾರೈಸಿರುತ್ತೇವೋ ಈ ಎರಡರ ಅಂತರ ಎಷ್ಟು ಕಿರಿದಾಗಿರುತ್ತದೋ, ಅಷ್ಟು ನಾವು ಕಡಿಮೆ ದುಃಖ ಅಥವಾ ಅತೃಪ್ತಿಯನ್ನು ಅನುಭವಿಸುತ್ತೇವೆ ಮತ್ತು ಅದರದೇ ವಿಸ್ತರಣೆಯಾಗಿ ತೆಗೆದುಕೊಂಡರೆ, ನಾವು ಅಷ್ಟು ಹೆಚ್ಚು ಸಂತೋಷಭರಿತರಾಗಿಯೂ ಇರುತ್ತೇವೆ.

ಅದನ್ನು ಒಂದು ಸೂತ್ರವಾಗಿ ಇಡುವುದಾದರೆ: ಸಂತೋಷ ಎಂದರೆ ನಮ್ಮ ವಾಸ್ತವ ಜೀವನದಿಂದ ನಾವು ಏನನ್ನು ಸಾಧಿಸಬೇಕೆಂದು ಇಚ್ಛಿಸುತ್ತೇವೆ ಅಥವಾ ನಿರೀಕ್ಷಿಸುತ್ತೇವೆಯೋ ಅದನ್ನು ಕಳೆದರೆ ಉಳಿಯುವುದು.

ಪ್ರಸಕ್ತ ವಾಸ್ತವತೆ

(ಈ ಕಂದಕವು ನಮ್ಮ ಅತೃಪ್ತಿ ಅಥವಾ ದುಃಖ.

ಅದು ಚಿಕ್ಕದಿದ್ದಷ್ಟೂ, ನಾವು ಕಡಿಮೆ ಯಾತನೆ ಅನುಭವಿಸುತ್ತೇವೆ)

ಇಚ್ಛೆಗಳು

(ನಾವು ಕಲ್ಪಿಸಿಕೊಳ್ಳುವ ಪರಿಪೂರ್ಣ ವಾಸ್ತವತೆ)

ನಾವು ಏನು ಸಾಧಿಸಲಿಚ್ಛಿಸುತ್ತೇವೋ, ನಾವು ಏನು ಬಯಸುತ್ತೇವೋ ಅದು, ಆದರೆ ಈಗ ಅದು ಸದ್ಯಕ್ಕೆ ನಮ್ಮ ಬಳಿ ಇಲ್ಲ).

ಸಂತೋಷದ ಸಮೀಕರಣ: ಸಂತೋಷ = ವಾಸ್ತವತೆ – ಇಚ್ಛೆಗಳು.

ಒಂದು ಉತ್ತಮ ಸನ್ನಿವೇಶವನ್ನು ಕಲ್ಪಿಸಿಕೊಳ್ಳಬಹುದೆಂದರೆ, ಅದು, ಒಂದು ಪಕ್ಷ ನಮ್ಮ ಇಚ್ಛೆಗಳು ಶೂನ್ಯಕ್ಕೆ ಇಳಿದರೆ, ಆಗ ಅದರ ಅರ್ಥ ಏನೆಂದರೆ, ನಮ್ಮ ಸಂತೋಷವು ದುಃಖ ಅಥವಾ ಅತೃಪ್ತಿಯಿಂದ ಮುಕ್ತವಾಗಿದೆ ಎಂದು.

೩. ಶೂನ್ಯತೆ/ಖಾಲಿತನ ಕುರಿತಂತೆ – ಬದುಕಿನ ಮೂರನೆ ಕೀಲಿಕೈ:

ಜಪಾನೀ ಭಾಷೆಯಲ್ಲಿ ಕು 空 ಎಂಬ ಪದ ಒಂದಿದೆ. ಅಕ್ಷರಶಃ ಅರ್ಥದಲ್ಲಿಯಾಗಲೀ ಮತ್ತು ರೂಪಕಾರ್ಥದಲ್ಲಿಯಾಗಲೀ ಬೌದ್ಧಧರ್ಮದಲ್ಲಿ ಬಳಸುವಂತೆ, ಅದು ಖಾಲಿತನ ಎಂಬುದಕ್ಕೆ ಸಂವಾದಿಯಾದ ಶಬ್ದ. ಆದರೆ ನಾನು ಮೂಲ ಶಬ್ದವನ್ನೇ ಉಪಯೋಗಿಸಲು ಇಷ್ಟಪಡುತ್ತೇನೆ. ಅದು ಸಂಸ್ಕೃತದಲ್ಲಿ 'ಶೂನ್ಯತಾ' ಎಂಬುದಕ್ಕೆ ಸಮವಾಗುತ್ತದೆ, ಏಕೆಂದರೆ ಅದು ಜಪಾನೀ ಪದಕ್ಕಿಂತಲೂ ಇನ್ನೂ ಮುಂದೆ ಹೋಗುತ್ತದೆ ಮತ್ತು ಅದು ಹೆಚ್ಚು ಶಕ್ತಿಶಾಲಿಯಾದುದ್ದು ಕೂಡ.

ಶೂನ್ಯತಾ (ಸಂಸ್ಕೃತ) ಎಂಬುದನ್ನು "ಖಾಲಿತನ", "ಏನೂ ಇಲ್ಲದ ಸ್ಥಿತಿ" ಅಥವಾ "ಟೊಳ್ಳು/ಪೊಳ್ಳು", 'ಒಳಗೇನೂ ಇಲ್ಲದ್ದು' ಎಂದು ಭಾಷಾಂತರಿಸಬಹುದು.

ಅದು ಶೂನ್ಯ ಅಂದರೆ ಸೊನ್ನೆ "ಏನೂ ಇಲ್ಲದ್ದು", "ಖಾಲಿಯಾದದ್ದು", ಮತ್ತು 'ತ' ಎಂಬ ಪ್ರತ್ಯಯ; ಉಪಸರ್ಗ ಸೇರಿಸಿ, ಅದರ ಅರ್ಥ "ಅದಾವುದೋ ಅದು" ಶೂನ್ಯತಾ ಎಂದಾಗುತ್ತದೆ. ಇಂತಾಗಿ, "ಶೂನ್ಯತಾ ಎಂಬುದನ್ನು "ಯಾವುದು ಖಾಲಿತನ"ವೋ ಅದು ಎಂದು ಅನುವಾದಿಸಬಹುದಾಗಿದೆ.

ಶೂನ್ಯತಾ ಎಂಬುದು ವಾಸ್ತವತೆಯ ಮತ್ತು ಅಷ್ಟೇಕೆ ಬ್ರಹ್ಮಾಂಡದ ಮೂಲಭೂತ ಅಂಗಭಾಗ ಅಥವಾ ಘಟಕವಾಗಿದೆ, ಮತ್ತದು ಬಹು ಪಾಲು ಖಾಲಿಯಿದೆ. ಆದರೆ ಅದು ಭಾವನಾತ್ಮಕ ಸ್ಥಿತಿಯೂ ಹೌದು, ಅದರಲ್ಲಿದ್ದಾಗ ವ್ಯಕ್ತಿಯು ಪ್ರಾಪಂಚಿಕ ಆಸೆ ಆಕಾಂಕ್ಷೆಗಳಲ್ಲಿ ಸಿಕ್ಕಿ ಹಾಕಿಕೊಂಡ ಭಾವವನ್ನು ಎಂದಿಗೂ ತಾಳಲಾರ.

ಕೆಲವು ಸಿದ್ಧಾಂತಗಳನುಸಾರ, ಶೂನ್ಯತೆಯೇ ಎಲ್ಲಾ, ಏಕೆಂದರೆ ಅಸ್ತಿತ್ವದಲ್ಲಿರುವುದೆಲ್ಲವೂ ಖಾಲಿಯೇ ಆಗಿರುತ್ತದೆ.

ವರ್ತಮಾನದಲ್ಲಿ ವಸ್ತು-ವಿಷಯಗಳು ಈ ಗಳಿಗೆಯಲ್ಲಿ ಹೀಗಿವೆಯೆಂದು ನಾವು ಯಾವಾಗ ಭಾವಿಸುವೆವೊ ಆಗ ನಾವು ಮನುಷ್ಯರು ತಲುಪಬಲ್ಲೆವಾದ ಭೌತಿಕ ಮತ್ತು ಮಾನಸಿಕ ಸ್ಥಿತಿಯೇ ಶೂನ್ಯತೆ ಎಂದು ನಾವು ವಿಚಾರ ಮಾಡಬಹುದು. ಅಂದರೆ, ನಮ್ಮ ಚಿತ್ತಗಳು ವಾಸ್ತವತೆಗೆ ಏನನ್ನೂ ಸೇರಿಸುತ್ತಿಲ್ಲ ಅಥವಾ ಅದರಿಂದ ಏನನ್ನೂ ಕಿತ್ತು ಹಾಕುತ್ತಿಲ್ಲ.

ನೀವು ಎಂದಾದರೂ ಸಾಗರತೀರದಲ್ಲಿ ಸೂರ್ಯಾಸ್ತದ ಸಂಧ್ಯಾಭಾಪದ ಸುಖ ಅನುಭವಿಸಿದ್ದೀರಾ? ಸೂರ್ಯ ಮರೆಯಾಗುವುದನ್ನು ನೀವು ಗಮನಿಸುತ್ತಿರುವಾಗ, ನಕ್ಷತ್ರಗಳು ಮಿನುಗಲಾರಂಭಿಸಿದಾಗ, ಸಮುದ್ರದ ಅಲೆಯ ನೊರೆನೀರ ಮೊರೆತವನ್ನಾಲಿಸುವಾಗ ಅಥವಾ ಸಾಗರದ ಗಾಳಿಯನ್ನು ಒಳಗೆಳೆದುಕೊಳ್ಳುವಾಗ, ಪ್ರಕೃತಿಯ ಜತೆ ಸಂಬಂಧವೇರ್ಪಡಿಸಿಕೊಂಡಂತೆ ನೀವು ಭಾವಿಸಿಲ್ಲವೆ? ಅಂದರೆ ಒಂದು ರೀತಿ ಏನನ್ನೂ ಸೇರಿಸದೆ ಅಥವಾ ಏನನ್ನೂ ಕಿತ್ತುಹಾಕದೆ, ಕೇವಲ ಅದರ ಒಂದು ಭಾಗ ಮಾತ್ರವಾಗಿರುವ ಆ ಸುಖವನ್ನು ಮಾತ್ರ ನೀವು ಅನುಭವಿಸಿಲ್ಲವೇ ಅಂತ.

ಹಾಗಿದ್ದರೆ, ಅದೇ ಆ ಶೂನ್ಯತಾಘಳಿಗೆ.

ಅದರ ವಿರುದ್ಧವಾದ ಸ್ಥಿತಿಯೆಂದರೆ ನಮ್ಮ ಭಾವನೆಗಳು ಮತ್ತು ಕ್ರಿಯೆಗಳಿಂದ ವಾಸ್ತವತೆಗೆ ಬಣ್ಣ ಹಚ್ಚುತ್ತಾ ಅದರಲ್ಲೇ ಕೆಲವರು ಇತರರಿಗಿಂತ ಹೆಚ್ಚಾಗಿ, ಸತತವಾಗಿ ಅದರಲ್ಲೇ ಸಿಕ್ಕಿ ಹಾಕಿಕೊಳ್ಳುವುದು.

ಪ್ರತಿದಿನದ ಉದಾಹರಣೆಯಾಗಿ ಒಂದನ್ನು ನೋಡೋಣ: ನನ್ನ ಸ್ನೇಹಿತನಿಗೆ ನಾನು ಒಂದು ಸಂದೇಶ ಕಳುಹಿಸಿದೆನೆಂದುಕೊಳ್ಳುವ ಮತ್ತು ಆತ ಈವರೆಗೂ ಉತ್ತರಿಸಲಿಲ್ಲ. ಸಂದೇಶ ಕಳುಹಿಸಿ ಇನ್ನೂ ಕೇವಲ ಹತ್ತೇ ಹತ್ತು ನಿಮಿಷಗಳಷ್ಟೇ ಕಳೆದಿದ್ದರೂ ನನಗೆ ನಾನೆ ಅಂದುಕೊಳ್ಳುತ್ತೇನೆ, ಬಹುಶಃ ಅವರು ನನ್ನನ್ನು ಇಷ್ಟುಪಡುತ್ತಿಲ್ಲವೆಂದು, ಅವರಿಗೆ ನನ್ನ ಬಗ್ಗೆ ಬೇಸರ ಬಂದಿತೆ? ಈಗಾಗಲೇ ಅವರಿಗೆ ನನಗಿಂತ ಉತ್ತಮ ಸ್ನೇಹಿತರು ದೊರಕಿದ್ದಾರೆಯೇ? ಅಥವಾ ಬೇರೆಯವರ ಕೂಡ ಏನಾದರೂ ಯೋಜನೆ ನಡೆಸಿದ್ದಾರೆಯೇ? ಅದಕ್ಕೆ ಅವರು ನನ್ನನ್ನು ಆಹ್ವಾನಿಸಿಲ್ಲವೆ?

ಪರಿಸ್ಥಿತಿಯನ್ನು ಅಹಂ ಎಂಬುದು ಹೇಗೆ ತನ್ನ ವಶಕ್ಕೆ ತೆಗೆದುಕೊಳ್ಳುತ್ತಿದೆಯೆಂಬುದನ್ನು ಗಮನಿಸಿ. ನಮಗೆ ನಾವೇ ಕೇಳಿಕೊಳ್ಳುತ್ತಿರುವ ಎಲ್ಲ ಪ್ರಶ್ನೆಗಳೂ ನಮ್ಮ ಸ್ವಾಭಿಮಾನಕ್ಕೆ ಸಂಬಂಧಿಸಿದವುಗಳೇ ಆಗಿವೆ. ನಮ್ಮ ಸ್ನೇಹಿತರಿಗೆ ಏನೋ ಒಂದು ಆಗಿಬಿಟ್ಟಿರಬಹುದೆಂದು, ಅದಕ್ಕಾಗಿ ಆತ ನಮ್ಮ ಸಂದೇಶಕ್ಕೆ ಉತ್ತರಿಸುತ್ತಿಲ್ಲವೆಂದು ನಾವು ತಲೆಕೆಡಿಸಿಕೊಳ್ಳುವುದೇ ಇಲ್ಲ. ನಾವು ತಲೆಕೆಡಿಸಿಕೊಳ್ಳುತ್ತಿರುವುದೆಲ್ಲ ಕೇವಲ ನಮ್ಮ ಬಗ್ಗೆಯೇ, ಏಕೆಂದರೆ ನಾವು ಆತ ನಮ್ಮನ್ನು ಕೈಬಿಟ್ಟ ಎಂಬ ಭಾವನೆಯಿಂದ ನರಳುತ್ತಿದ್ದೇವೆ.

ಅಹಂ ಎಂಬುದು ನಮ್ಮ ಮತ್ತು ವಾಸ್ತವತೆಯ ನಡುವೆ ಬರಲು ಸದಾ ಬಯಸುತ್ತದೆ,

ಹಾಗಾಗಿ ಅದು ಶೂನ್ಯತೆಗೆ ಯಾವ ಅವಕಾಶವನ್ನೂ ಬಿಡುವುದಿಲ್ಲ.

ಆದರೆ ಒಂದು ಇಪ್ಪತ್ತು-ಇಪ್ಪತ್ತೈದು ನಿಮಿಷಗಳ ಬಳಿಕ ನಮ್ಮ ಸ್ನೇಹಿತರು ಉತ್ತರಿಸುತ್ತಾರೆ. ಆಗ ನಮಗೆ ತಿಳಿಯುತ್ತದೇನೆಂದರೆ ಅವರು ಒಂದು ಪುಸ್ತಕ ಓದುವುದರಲ್ಲಿ ಮಗ್ನರಾಗಿದ್ದರಲ್ಲದೆ, ಅವರ ಸೆಲ್‌ಫೋನನ್ನು ಮರುಪೂರಣ ಮಾಡಲು ಅವರ ನಿವಾಸದ ಮತ್ತೊಂದು ಭಾಗದಲ್ಲಿ ಬಿಟ್ಟಿದ್ದರು ಎಂದು...

ವಾಬಿ ಸಾಬಿಯ ಸಂದರ್ಭದಲ್ಲಿ, ಸೌಂದರ್ಯ ಮೀಮಾಂಸೆಯ ಮನೋಗತವು ಯಾವುದೇ ಕಲಾಪ್ರಕಾರಕ್ಕೆ ಅನ್ವಯವಾಗುವಂತೆ, ಒಂದು ಕಲಾಕೃತಿಯು ಅದು ವಾಬಿ ಸಾಬಿ ಎಂದು ಪರಿಗಣಿತವಾಗಬೇಕಾದರೆ 'ಶೂನ್ಯತಾ' ತತ್ತ್ವದ ಬುದ್ಧಿವಾದಗಳನ್ನು ಅನುಸರಿಸುವುದು ಅತ್ಯವಶ್ಯಕ.

ನಿಮಗೆ ನೀವೇ ಕೇಳಿಕೊಳ್ಳುತ್ತೀರಿ: ನನ್ನ ಕಲಾಕೃತಿಯು 'ವಾಬಿ ಸಾಬಿ'ಯಾಗಲು ಅದು ಖಾಲಿಯಾಗಿರಬೇಕೆ? ಖಂಡಿತವಾಗಿಯು ಹಾಗೇನಿಲ್ಲ.

ನಾವೊಂದು ಶಿಲ್ಪಕಲೆಯನ್ನು ಸೃಜಿಸುತ್ತಿದ್ದೇವೆಂದುಕೊಳ್ಳೋಣ. ಅದು ಶೂನ್ಯತಾ ಸ್ವಭಾವ ಹೊಂದಲು, ಅದು ಅದರ ಸುತ್ತಲ ಪರಿಸರಕ್ಕೆ ಲಾಲಿತ್ಯಪೂರ್ಣವಾಗಿ ಹೊಂದಿಕೊಳ್ಳಲೇಬೇಕು, ಏಕೆಂದರೆ ಅದು ಪೂರ್ಣ ಚಿತ್ರದ ಒಂದು ಭಾಗವಾಗಿ ಸೇರಿಕೊಂಡಿರುತ್ತದೆ. ಆ ಶಿಲ್ಪವು ತನಗೆ ತನ್ನದೇ ಪ್ರತ್ಯೇಕ ಅಸ್ಮಿತೆಯಿದೆ ಎಂದುಕೊಂಡು ಬೇರೆಯೇ ನಿಲ್ಲಲಾಗದು. ಅದಕ್ಕೆ ಬೇರೇನನ್ನೂ ಸೇರಿಸದಿದ್ದಾಗ ಅಥವಾ ಅದರಿಂದ ಬೇರೇನನ್ನೂ ತೆಗೆಯದಿದ್ದಾಗ ಮಾತ್ರ ಅದು ಮುಗಿಯುತ್ತದೆ.

ಅದರ ವಿರುದ್ಧವಾದ ಸನ್ನಿವೇಶವೆಂದರೆ, ಒಂದು ಶಿಲ್ಪದ ಪ್ರಧಾನ ಉದ್ದೇಶವೆಂದರೆ ಜನಗಳ ಲಕ್ಷ್ಯವನ್ನು ಸೆಳೆಯುವುದು, ಅಥವಾ ತನಗೆ ತಾನೇ ನಯನ ಮನೋಹರವಾಗಿ ಕಾಣುವುದು. ಅದು ಹೇಗೆಂದರೆ ಆ ಕಲಾಕೃತಿಗಿಂತ ಕಲಾವಿದನ ಅಹಂ ಎಂಬುದೇ ಜಾಸ್ತಿ ಎದ್ದು ಕಾಣುತ್ತಿರುವುದೇನೋ ಎಂಬಂತೆ.

'ವಾಬಿ ಸಾಬಿ' ಕಲೆಯು ಇದಕ್ಕೆ ಪೂರಾ ವಿರುದ್ಧವಾದುದು. ಆ ಕಲಾಕೃತಿಯಲ್ಲೆಲ್ಲೂ ಕಲಾಕಾರ ಕಾಣಲೇ ಕೂಡದು. ಆ ಕಲಾಕೃತಿಯು ವಿಶ್ವದ ಜೊತೆಗೆ ಶೂನ್ಯತಾ ಸ್ಥಿತಿಯಲ್ಲಿ ಒಂದಾಗಿ ಬಿಟ್ಟಿದೆ. ಅದು ಏಕಕಾಲದಲ್ಲಿ ಕಲಾಕೃತಿಯೂ ಹೌದು ಮತ್ತು ವಿಶ್ವವೂ ಹೌದು.

ನಮ್ಮ ಬದುಕಿನ ವಿಷಯಕ್ಕೆ ಬಂದರೆ, ಒಂದು ವಾಬಿ ಸಾಬಿ ಜೀವನ ಶೈಲಿಯನ್ನು ನಡೆಸುವ ಸಲುವಾಗಿ, ಅಗತ್ಯಕ್ಕಿಂತ ಹೆಚ್ಚಾದ ಯಾವುದನ್ನೂ ಸೇರಿಸಲೂಬಾರದು ಅಥವಾ ಕಿತ್ತುಹಾಕಲೂ ಬಾರದು.

ವಾಬಿ ಸಾಬಿಗೆ, ಖಾಲಿತನ, ಏನೂ ಸೇರಿಸದಿರುವುದು, ಅಥವಾ ಏನೂ ಇಲ್ಲದಿರುವುದು, ಎಂಬುದೂ ಸಹ ಬೇರೆ ಎಲ್ಲದರಷ್ಟೇ ಮುಖ್ಯ. ಈ ವಿಷಯವನ್ನೇ ನಾವು ಅಷ್ಟೇ ಆಸಕ್ತಿಯಿಂದ ಕಲೆಯನ್ನು ಸೃಜಿಸಲು ಮತ್ತು ನಮ್ಮ ಬದುಕು ನಡೆಸಲು ಹೀಗೆ ಎರಡಕ್ಕೂ ಅನ್ವಯಿಸಿಕೊಳ್ಳಬಲ್ಲೆವು.

ನೆರಳುಗಳ ಪ್ರಶಂಸೆಯಲ್ಲಿ

ನನ್ನ ಸ್ವಂತನಾಡಿನವರೇ ಆದ ಜುನಿಚಿರೊ ತನಿಝಕಿಯವರ ಒಂದು ಪುಟ್ಟದಾದ ಅತ್ಯುತ್ತಮ ಕೌಶಲದ ಕಲಾಕೃತಿಯೊಂದಿಗೆ, ಬೌದ್ಧಧರ್ಮದ ಈ ಮೂರನೇ ಕೀಲಿಕೈಯನ್ನು, ಅದರಲ್ಲೂ ವಿಶೇಷವಾಗಿ ಕಲೆಯ ಮೇಲಿನ ಅದರ ಪರಿಣಾಮಗಳನ್ನು ವಿಸ್ತರಿಸೋಣ. ಜಪಾನಿನ ಮಹಾನ್

ಕಾದಂಬರಿಕಾರರಲ್ಲಿ ಒಬ್ಬರಾದ ಈತ, ೧೯೩೩ ರಲ್ಲಿ ಮೊದಲ ಬಾರಿ ಪ್ರಕಟವಾದ ಅವರ "ಇನ್ ಪ್ರೇಸ್ ಆಫ್ ಶ್ಯಾಡೋಸ್" (ನೆರಳುಗಳ ಪ್ರಶಂಸೆಯಲ್ಲಿ) ಎಂಬ ಕಾದಂಬರಿಯಿಂದ ಹೊರನಾಡುಗಳಲ್ಲಿ ಪ್ರಸಿದ್ಧರಾದರು. ವಾಸ್ತುಶಿಲ್ಪ ಕುರಿತ ವಾಬಿ ಸಾಬಿ ಬಗೆಗಿನ ಈ ಮಹಾಗ್ರಂಥದಲ್ಲಿ, ತನಿಝಕಿಯವರು ಸಾಂಪ್ರದಾಯಿಕ ಜಪಾನೀ ಕಲೆ ಮತ್ತು ವಾಸ್ತುಶಿಲ್ಪ ಕುರಿತು ಪುನರಾಲೋಚಿಸಿದ್ದಾರೆ. ಅವುಗಳೆಲ್ಲವೂ ಪಶ್ಚಿಮದಲ್ಲಿ ಅಭ್ಯಾಸ ಮಾಡುವುದಕ್ಕಿಂತ ಹೇಗೆ ಪೂರ್ಣವಾಗಿ ಭಿನ್ನವಾಗಿದೆ ಎಂಬುದನ್ನು ಅದರಲ್ಲಿ ಚರ್ಚಿಸಿದ್ದಾರೆ.

ಅಂತಾಗಿ, ಪಶ್ಚಿಮವು ಯಾವುದು ಪ್ರಖರವೊ, ನಯವಾದುದೋ, ಮೆರುಗುಳ್ಳದ್ದೋ ನೇರ ಮತ್ತು ಸಾಮರಸ್ಯದಿಂದ ಕೂಡಿದ್ದೋ ಅದನ್ನು ಆಯ್ಕೆ ಮಾಡಿಕೊಂಡರೆ, ಜಪಾನಿನ ವಾಸ್ತುಶಿಲ್ಪವು ಖಾಲಿತನದ ಅತ್ಯಂತ 'ಕನಿಷ್ಠವಾದ'ದ ಜೊತೆ ಆಟವಾಡಿತು–ಮತ್ತೊಮ್ಮೆ ಶೂನ್ಯತಾ–ಅಂ–ದರೆ ನೆರಳಿನ ಶಕ್ತಿಯನ್ನು ಮತ್ತು ಯಾವುದು ಅಸಮ ಪ್ರಮಾಣದ್ದಾಗಿತ್ತೋ ಅದನ್ನೇ ಆಯ್ಕೆ ಮಾಡಿಕೊಂಡಿತು. ಜಪಾನ್ ದೇಶವು ಹಸಿರು ಕಾಂತಿಯನ್ನು ಹೊಂದಿರುವ ಒಂದು ವಸ್ತುವಿಗೆ, ಮಿನುಗುವ, ಕ್ಷಣಿಕ ಪ್ರಭೆಯುಳ್ಳ ಅಥವಾ ಥಳಥಳ ಹೊಳೆಯುವ ಮತ್ತು ನಿಷ್ಕಳಂಕ ಅಥವಾ ಪರಿಶುದ್ಧವಾದ ವಸ್ತುವಿಗಿಂತಲೂ ಹೆಚ್ಚು ಮೌಲ್ಯ ನೀಡುತ್ತದೆ.

ಆ ಉಲ್ಲಾಸಮಯ ಪ್ರಬಂಧದ ಒಂದು ತುಣುಕನ್ನು ನಾವು ನೋಡೋಣ: "ವಾಸ್ತವವಾಗಿ, ಕೇವಲ ನೆರಳಿನಾಟದ ಅಪಾರದರ್ಶಕತೆಯ ಮಟ್ಟವನ್ನನುಸರಿಸಿ ಉತ್ಪನ್ನವಾಗುವ ಒಂದು ಜಪಾನೀ ಕೊಠಡಿಯ ಸೌಂದರ್ಯಕ್ಕೆ ಮತ್ತಾವ ಸಹಾಯಕ ಸಾಧನ ಸಾಮಗ್ರಿಗಳ ಅಗತ್ಯವಿರುವುದಿಲ್ಲ. ಇದನ್ನು ನೋಡುವ ಪಾಶ್ಚಾತ್ಯನೊಬ್ಬ ಅದರ ಬತ್ತಲೆ ಅಥವಾ ಅನಲಂಕಾರ ಸ್ಥಿತಿಯನ್ನು ನೋಡಿ ಆಶ್ಚರ್ಯ–ಚಕಿತನಾಗುತ್ತಾನೆ. ಅವುಗಳು ಯಾವ ಅಲಂಕಾರವೂ ಇಲ್ಲದ, ಅಂದರೆ ಸಿಂಗಾರ ವಂಚಿತವಾಗಿ, ಕೇವಲ ಬೂದು ಬಣ್ಣದ ಗೋಡೆಗಳ ಸಮ್ಮುಖದಲ್ಲಿವೆಯಲ್ಲದೆ ಬೇರೇನೂ ಅಲ್ಲ ಎಂದು ನಂಬುತ್ತಾನೆ. ಇದು ಏನನ್ನು ದೃಷ್ಟಿಕೋನದಿಂದ ಪರಿಪೂರ್ಣವಾದ, ನ್ಯಾಯಸಮ್ಮತ ವ್ಯಾಖ್ಯಾನ ಕೂಡ ಹೌದು. ಆದರೆ ಇದು ಏನನ್ನು ತೋರಿಸುತ್ತದೆಂದರೆ ನೆರಳಿನ ಅಥವಾ ನಿಗೂಢತೆಯನ್ನು ಅರ್ಥೈಸುವಲ್ಲಿ ಅವರು ಪೂರ್ಣವಾಗಿ ವಿಫಲರಾಗಿದ್ದಾರೆಂದು."

ತನ್ನನ್ನು ತಾನೇ ಖಾಲಿತನದಿಂದ ತುಂಬಿಕೊಳ್ಳುವುದು:

ಶೂನ್ಯತಾ ಎಂಬುದು ಬರೀ ಆಧ್ಯಾತ್ಮಿಕ ಅಥವಾ ವಾಸ್ತುಶಿಲ್ಪಾತ್ಮಕವಾದ ಮನೋಗತ ಮಾತ್ರವಲ್ಲ, ಜೊತೆಗೆ ಅದು ನಮ್ಮ ಬದುಕಿನ ಸ್ಫೂರ್ತಿಯ ಮೂಲವೂ ಹೌದು. ನಿಮ್ಮ ಕ್ಯಾಲೆಂಡ–ರಿನಲ್ಲಿ ಯಾವ ನಿರ್ದಿಷ್ಟ ಯೋಜನೆಗಳೂ ನಮೂದುಗೊಳ್ಳದ ದಿನಗಳನ್ನು ಪ್ರತ್ಯೇಕಗೊಳಿಸಿ ಮತ್ತು ಆ ವೇಳೆಯಲ್ಲಿ:

• ದಿನ ಮುಂದುವರಿದಂತೆ ನಿಮಗೇನನ್ನಿಸುತ್ತದೆಯೋ ಅದನ್ನು ಮಾಡಿರಿ.

• ನಿಮ್ಮ ಪ್ರೀತಿಪಾತ್ರರಾದ ಯಾರೋ ಒಬ್ಬರ (ಅದು ನೀವೇ ಆಗಿರಲೂಬಹುದು) ಜೊತೆ ತುಂಬಾ ಹಸಿರುಭರಿತವಾಗಿರುವ ತಾಣದಲ್ಲಿ ಸುತ್ತಾಡಿ.

• ನಿಮ್ಮ ಕಣ್ಣುಗಳನ್ನು ಮುಚ್ಚಿಕೊಂಡು ಪೂರಾ ಐದು ನಿಮಿಷಗಳ ಕಾಲ ನಿಮ್ಮ ಉಸಿರಾಟದ ಮೇಲೆ ಏಕಾಗ್ರತೆ ಸಾಧಿಸಿ.

ನಿಮ್ಮ ಮನೆಯಲ್ಲಿ ಒಂದು ಶೂನ್ಯತಾ ಕೊಠಡಿ ಸೃಜಿಸಿಕೊಳ್ಳಿ.

• ಒಂದು ಕೊಠಡಿಯನ್ನು ಪೂರಾ ಖಾಲಿ ಮಾಡಿ, ಅದರಲ್ಲಿ ಒಂದು ನೆಲಹಾಸು ಮತ್ತು ಎರಡು ಮೆತ್ತನೆ ದಿಂಬುಗಳನ್ನು ನೀವು ಎಲ್ಲಿ ಕುಳಿತು ಧ್ಯಾನಿಸಬಲ್ಲಿರೋ ಅಥವಾ ಓದಬಲ್ಲಿರೋ ಅಲ್ಲಿ ಇರಿಸಿ.

• ಈ ವಿಶೇಷ ಕೊಠಡಿಯ ಅಲಿಖಿತ ನಿಯಮವೆಂದರೆ : ಯಾವ ವಿದ್ಯುನ್ಮಾನ ಉಪಕರಣವು ಅದರೊಳಗೆ ಪ್ರವೇಶಿಸಲಾಗದು.

• ಸಾಧ್ಯವಾದರೆ ಒಂದು ದಪ್ಪವಾದ ಬಣ್ಣ ಬಳಿಯುವ ಬ್ರಷ್‌ನ್ನು (ಕುಂಚ) ಮತ್ತು ಶಾಯಿಯನ್ನು ಕೊಂಡು ಒಂದು ಬಿಳಿಯ ಚರ್ಮಕಾಗದದ ಮೇಲೆ ಒಂದು ದೊಡ್ಡ ಎನ್ಸೋ ವೃತ್ತ ಚಿತ್ರಿಸಿ (ಇದರ ಬಗ್ಗೆ ಅಂದರೆ, ಎನ್ಸೋ ಕುರಿತು ಎರಡನೇ ಭಾಗದಲ್ಲಿ ಹೆಚ್ಚು ವಿವರ ಬರುತ್ತದೆ). ಅದನ್ನು ಕೊಠಡಿಯಲ್ಲಿ ಎರಡು ಮೆತ್ತನೆ ದಿಂಬುಗಳನ್ನಿರಿಸುವ ಪಕ್ಕದಲ್ಲಿ ಗೋಡೆಗೆ ನೇತುಹಾಕಿ.

ಖಾಲಿತನವು ನಮಗೆ ಕಲಿಸುವ ಬಹುಮುಖ್ಯ ಪಾಠವೆಂದರೆ ನೀವು ಸಂತಸದಿಂದಿರಲು, ಕೊಂಚ ಆಹಾರ, ನೀರು ಅಥವಾ ಚಹಾ, ನಿದ್ರೆ ಮತ್ತು ನೀವು ಉಸಿರಾಡುವ ಗಾಳಿ ಇದನ್ನು ಬಿಟ್ಟು ಬೇರೇನೂ ಬೇಡ ಎಂಬುದನ್ನು

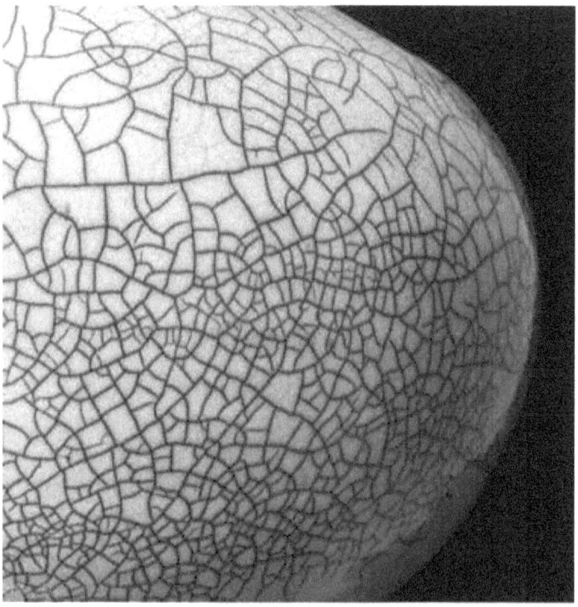

ಈಗ ಮತ್ತೊಂದು ಧ್ಯಾನಕ್ಕೆ ಇಳಿಯೋಣ.

ದೇಹ ಮತ್ತು ಬುದ್ಧಿ ಬೆಳೆಯುತ್ತವೆ ಮತ್ತು ಕಾಲದೊಂದಿಗೆ ಬದಲಾಗುತ್ತವೆ.
ಹತ್ತನೆ ವಯಸ್ಸಿನಲ್ಲಿ, ಲೋಕದ ಬಗ್ಗೆ ಕುತೂಹಲ ಬಿಟ್ಟು ನನಗೆ ಬೇರೇನೂ ಇರಲಿಲ್ಲ.
ಇಪ್ಪತ್ತರಲ್ಲಿ, ನಾನು ಗೆಯ್ಮೆ, ಸಾಹಸ ಮತ್ತು ರಾಗದ್ವೇಷಗಳನ್ನು ಬಯಸಿದೆ.
ಮುವ್ವತ್ತರಲ್ಲಿ, ಸ್ಥಿರತೆ ಮತ್ತು ಅರ್ಥಪೂರ್ಣ ಬದುಕಿಗಾಗಿ ಹಾತೊರೆದೆ.
ಮತ್ತು ನಲ್ವತ್ತರಲ್ಲಿ, ದುಸ್ಸಾಹಸಗಳಿಂದಾಗಿ ನಾ ವಿವೇಕವ ಗಳಿಸಿದೆ.
ಐವತ್ತು ತಲುಪಿದ ಮೇಲೆ,
ನನಗೀಗ ಗೊತ್ತು ಬದುಕೊಂದು ಕೌತುಕ
ಮತ್ತು ನಿಖರವಾಗಿ ಆ ಕಾರಣಕ್ಕಾಗಿಯೆ ಆಸಕ್ತಿಪೂರ್ಣವಾಗಿಸಿದೆ.
ಮತ್ತು ಹೆಚ್ಚು ದಶಕಗಳು ಬರಲಿವೆ, ಅಥವಾ ಹಾಗೆಂದು ನಾ ಹಾರೈಸುವೆ,
ಕಾರಣ, ಆ ಪ್ರತಿದಶಕದಲ್ಲೂ ನನ್ನ ದೃಷ್ಟಿಕೋನವೇನೆಂದು
ನಾ ತಿಳಿಯಬಯಸುವೆ.

ನೀವು ನಿಮ್ಮ ಮೇಲಾಗಲಿ ಇತರರ ಮೇಲಾಗಲಿ ಆಗಲಿ ಅಷ್ಟೊಂದು ಕಠಿಣವಾಗದಿರಿ

"ನಾವ್ಯಾರೂ ವಸ್ತುನಿಷ್ಠ ಜಗತ್ತಿನಲ್ಲಿ ಬದುಕುತ್ತಿಲ್ಲ, ಆದರೆ, ಬದಲಾಗಿ ನಮಗೆ ನಾವೇ ಅರ್ಥಕೊಟ್ಟುಕೊಂಡ ವ್ಯಕ್ತಿನಿಷ್ಠ ಜಗತ್ತಿನಲ್ಲಿ ಬದುಕುತ್ತಿದ್ದೇವೆ. ನೀವು ನೋಡುವ ಜಗತ್ತು ನಾನು ನೋಡುವುದಕ್ಕಿಂತ ಭಿನ್ನ, ಮತ್ತು ನಿಮ್ಮ ಜಗತ್ತನ್ನು ಬೇರೆಯವರೊಂದಿಗೆ ಹಂಚಿಕೊಳ್ಳುವುದು ಅಸಾಧ್ಯ."

–ಇಚಿರೊ ಕಿಶಿಮಿ

ಜಪಾನೀ ಸಂಸ್ಕೃತಿಯು ತನ್ನ ಕಾರ್ಯ ನೈತಿಕತೆಗೆ ಹೆಸರುವಾಸಿ. ಅದನ್ನು ಒಟ್ಟಾರೆ ಒಂದೇ ಪದಗುಚ್ಛದಲ್ಲಿ ಹೇಳಬೇಕೆಂದರೆ "ಗನ್‌ಬರಿಮಸು" 頑張ります ಎಂದು, ಅಂದರೆ ಯಾವುದನ್ನು ಮಾಡುತ್ತೀಯೋ ಅದನ್ನು ಎಷ್ಟು ಚೆನ್ನಾಗಿ ಮಾಡಬಲ್ಲೆಯೋ ಅಷ್ಟೂ ಚೆನ್ನಾಗಿ ಮಾಡು" ಎಂದು ಅನುವಾದಿಸಬಹುದು. ನಾವು ಒಂದು ವೇಳೆ, 頑 ಎಂಬ ಪದವನ್ನು ವಿಶ್ಲೇಷಿಸಿದರೆ, ಅದರರ್ಥ "ಹಟಮಾರಿತನ" ಅಥವಾ "ಮೊಂಡುತನ" ಎಂದು, ಮತ್ತು ಅದನ್ನು ಹಿಗ್ಗಿಸು, ಚಾಚು ಎಂದೂ ಅರ್ಥೈಸಬಹುದು. ಇಂತಾಗಿ ಈ ಪದಗುಚ್ಛವನ್ನು ಅಕ್ಷರಶಃ "ಎಷ್ಟು ಸಾಧ್ಯವೋ ಅಷ್ಟು ನಿನ್ನ ಹಟಮಾರಿತನವನ್ನು ಹಿಗ್ಗಿಸು" ಎಂದು ಅರ್ಥೈಸಬಹುದು.

ಜೀವನದ ಈ ಮೂಲತತ್ತ್ವವು ವಿಶೇಷವಾಗಿ ವಿದ್ಯಾರ್ಥಿಗಳಿಗೆ ಮತ್ತು ಕ್ರೀಡಾಪಟುಗಳಿಗೆ ಪ್ರಯೋಜನಕಾರಿ. ಅವರನ್ನು ನಾವು ಒಂದು ಪರೀಕ್ಷೆ ಅಥವಾ ಸ್ಪರ್ಧೆಯ ಮುನ್ನ "ಗನ್‌ಬಟ್ಟೆ ಕುಡಸಯ್" ಎಂಬುದರ ಜೊತೆಗೆ ಉತ್ತೇಜಿಸುವೆವು. "ಗನ್‌ಬಟ್ಟೆ ಕುಡಸಯ್" ಎಂದರೆ "ಯಾವುದಾದರೂ ಸರಿ ಅದನ್ನು ನೀನು ಎಷ್ಟು ಚೆನ್ನಾಗಿ ಮಾಡಬಲ್ಲೆಯೊ ಅಷ್ಟೂ ಚೆನ್ನಾಗಿ ಮಾಡಲು ಶ್ರಮಿಸು" ಎಂಬುದರ ರೀತಿ.

ಯಾವುದೇ ವಿಷಯ ಕುರಿತು ಕೇಂದ್ರೀಕರಿಸಲು ಮತ್ತು ಪ್ರಯತ್ನಿಸಿ ಅದನ್ನು ನಿರ್ವಹಿಸುವಂತಾಗಲು "ಗನ್‌ಬರಿಮಸು" ಒಂದು ಒಳ್ಳೆಯ ಉಪಾಯವೇ ಆದರೂ, ಅದನ್ನು ತಿರುಚಿದರೆ ಅಥವಾ ಪೂರಾ ಅದಕ್ಕೇ ಬದ್ಧರಾಗಿ, ಬಹಳ ಬಿಗಿಯಾಗಿ ನಮ್ಮ ದೈನಂದಿನ ಜೀವನದಲ್ಲಿ ನಡೆದುಕೊಂಡರೆ ಅದು ನಮ್ಮ ವಿರುದ್ಧ ತಿರುಗಿ ಬೀಳಲೂ ಬಲ್ಲದು. ಏಕೆಂದರೆ ವಾಬಿ ಸಾಬಿಯ ತತ್ತ್ವ ನಮಗೆ ನೆನಪು ಮಾಡುವಂತೆ ಜೀವನವೆಂಬುದು ಒಂದು ಪಂದ್ಯವಲ್ಲ ಮತ್ತು ನಾವು ಪರಿಪೂರ್ಣರಾಗಿರಲು ಆಶಿಸುವುದೂ ಸಹ ಸಾಧ್ಯವಿಲ್ಲ.

ಪರಿಪೂರ್ಣತೆಗೆ ಹಾರೈಸುವ ವಾಬಿ ಸಾಬಿ ತತ್ತ್ವದ ಪರಸ್ಪರ ವಿರುದ್ಧ ಭಾವಾರ್ಥ	ಅಪರಿಪೂರ್ಣತೆಯನ್ನು ಒಪ್ಪಿಕೊಂಡ ವಾಬಿ ಸಾಬಿ ತತ್ತ್ವ
ಅಜೇಯ ಅಥವಾ ಗೆಲ್ಲಲಾಗದ್ದನ್ನು ಮಿತಿಮೀರಿ ಹೊಗಳುವುದು	ಯಾವುದು ಭಂಗುರವೋ (ಸುಲಭವಾಗಿ ಒಡೆಯುವ) ಅದನ್ನು ಗೌರವಿಸುವುದು
ಒತ್ತಡ ಅನುಭವಿಸುವುದು ಏಕೆಂದರೆ ನಮ್ಮ ಭಾವನೆಗಳು ನಮ್ಮನ್ನು ನಿಯಂತ್ರಿಸಲು ಬಿಡುವುದರಿಂದ.	ಚಲನಶೀಲ ಪ್ರಶಾಂತತೆ, ನಾವು ಅನುಭವಿಸುತ್ತಿರುವುದನ್ನು ಗಮನಿಸುವುದು.
ಪರಿಪೂರ್ಣತೆ	ಅಪರಿಪೂರ್ಣತೆ
ಉದಾತ್ತತೆ	ಆಡಂಬರ ರಹಿತವಾದದ್ದು
ಅಗತ್ಯಕ್ಕಿಂತ ಹೆಚ್ಚಿನದನ್ನು ಸೇ-ರಿಸುತ್ತಿರುವುದು ಮತ್ತು ಅಂತಿಮವಾಗಿ ಹುಸಿಯಾಗಿ ಹೋಗುವುದು	ಪ್ರಾಮಾಣಿಕತೆ
ಯಾವುದೊಂದು ಎಂದೆಂದಿಗೂ ನಡೆಯುತ್ತಿರಲಿ ಎಂದು ಪ್ರಯತ್ನಿಸುವುದು ಅಥವಾ ಆಶಿಸುವುದು	ಪ್ರತಿಯೊಂದೂ ಅಶಾಶ್ವತವೆಂದು ಒಪ್ಪಿಕೊಳ್ಳುವುದು
ಭೂತ ಮತ್ತು ಭವಿಷ್ಯಕಾಲಗಳನ್ನು ಕು-ರಿತು ತಾರ್ಕಿಕವಾಗಿ ಯೋಚಿಸುವುದು, ಅದು ಹೇಗೆಂದರೆ ಅದಾವುದೋ ಒಂದು ಸ್ಥಿರವಾದುದ್ದು ಮತ್ತು ಒಂದೆಡೆ ತಳವೂ-ರಿದ್ದೆಂದುಕೊಂಡು	ಇಲ್ಲಿ ಮತ್ತು ಈಗಿನ ಕುರಿತಂತೆ ಮಾತ್ರ ಕೇಂದ್ರೀಕರಿಸುವುದು.
ಆತುರ	ಸ್ವಲ್ಪ ಹೊತ್ತು ಸುಮ್ಮನಿರುವುದು, ನಿಲುಗಡೆ
ಮಾನಸಿಕ ಗೊಂದಲ	ಮಾನಸಿಕ ಸ್ಪಷ್ಟತೆ

ಅದೇ ಗಗನ ಮಂಡಲ (ಬಾಂದಳ), ಆದರೆ ಬೇರೆ ಬೇರೆ ನಕ್ಷತ್ರಗಳು

ಒಂದು ಪರ್ವತದ ತುಟ್ಟ ತುದಿಯನ್ನು ಮುಟ್ಟಲು ನಾವು ಪರಿಶ್ರಮದ ಪ್ರಯತ್ನ ಮಾಡುವುದು ಒಳ್ಳೆಯದೆ. ಬೇಕಿದ್ದರೆ ಅದು ನಮ್ಮ ಸಹ ಚಾರಣಿಗರನ್ನು ಉತ್ತೇಜಿಸುವುದೇ ಆಗಿರಲಿ. ಆದರೆ ಇದೇ ಹುಮ್ಮಸ್ಸನ್ನು ಕೆಲವು ಅರ್ಥಹೀನ ಸನ್ನಿವೇಶಗಳಲ್ಲೂ ಬೇರೆಯವರ ಕೂಡ ಹಾಗೆ ಉಳಿಸಿಕೊಂಡು ಹೋದರೆ ಆಗ ಅದು ವಿರುದ್ಧ ಪರಿಣಾಮಗಳನ್ನು ಉಂಟುಮಾಡಿಸಬಹುದು; ಅವೆಂದರೆ ಇತರರಲ್ಲಿ ದಣಿವು ಮತ್ತು ಅಪ್ರೇರಕತೆ ಮತ್ತು ಆಶಾಭಂಗ ತರಬಹುದು ಮತ್ತು ತನ್ನೊಳಗೆ ಒಂದು ರೀತಿಯ ಅಸಮಾಧಾನವನ್ನು ಕೂಡ ಉಂಟು ಮಾಡಬಹುದು.

ಸ್ನೇಹ ಬಳಗದಲ್ಲಿ ಇದು ಪ್ರಸ್ತುತ ಮತ್ತು ದಂಪತಿಗಳಲ್ಲಿ ಇದು ಇನ್ನೂ ಹೆಚ್ಚು ಪ್ರಸ್ತುತ.

ನಿಷ್ಪ್ರಯೋಜಕರಾಗುವುದರ ಜೊತೆಗೆ, ನಮ್ಮ ಸ್ನೇಹಿತರು ನಮ್ಮ ನಿರೀಕ್ಷೆಗಳನ್ನು ಪೂರೈಸುವರೆಂಬ ನಮ್ಮ ಹಾರೈಕೆಯು ಖಂಡಿತವಾಗಿಯೂ ನಮ್ಮ ಒಂಟಿತನಕ್ಕೆ ನಿಶ್ಚಿತದಾರಿ. ಏಕೆಂದರೆ ನಾವು ಒಬ್ಬೊಬ್ಬ ಸ್ನೇಹಿತರಲ್ಲೂ ಕ್ಷೋಭೆಗೊಂಡು ಕೊನೆಗೆ ಎಲ್ಲರನ್ನೂ ಕಳೆದುಕೊಳ್ಳುತ್ತೇವೆ.

ನಮ್ಮ ಸ್ನೇಹಿತರಿಂದ ನಾವು ಬೇರೆ ತರಹದ ಪ್ರತಿಕ್ರಿಯೆ/ಸ್ಪಂದನೆಯನ್ನು ಆಶಿಸುತ್ತಾ, "ನಾನು ನಿನ್ನ ಜಾಗದಲ್ಲಿದ್ದಿದ್ದರೆ, ಅದನ್ನು ಮಾಡಿಬಿಡುತ್ತಿದ್ದೆ, ಇದನ್ನು ಮಾಡಿಬಿಡುತ್ತಿದ್ದೆ" ಎಂಬ ರೀತಿಯ ಮಾತುಗಳು ವಾಸ್ತವದಲ್ಲಿ ಮಾನವ ಸ್ಥಿತಿಯ ಪ್ರತ್ಯೇಕ ಅಸ್ತಿತ್ವದ ಕುರಿತು ನಮಗಿರುವ ಅಗಾಧ ಅಜ್ಞಾನದ ಪೊರೆಯನ್ನು ಎತ್ತಿ ತೋರಿಸುತ್ತದೆ.

ಯಾವ ಎರಡು ಮಂದಿಯೂ ಒಂದೇ ರೀತಿ ಯೋಚಿಸುವುದಾಗಲೀ, ಪ್ರತಿಕ್ರಿಯಿಸುವುದಾಗಲಿ ಇರುವುದಿಲ್ಲ. ಏಕೆಂದರೆ ಅವರವರ ಪ್ರಯಾಣ ಮಾರ್ಗದಲ್ಲಿ ಪ್ರತಿಯೊಬ್ಬರೂ ಬೇರೆ ಬೇರೆ ಸ್ಥಳಗಳಲ್ಲಿರುತ್ತಾರೆ. ನಾವು ಬೇರೊಬ್ಬರ ಜಾಗದಲ್ಲಿರಲು ಸಾಧ್ಯವಿಲ್ಲ, ಏಕೆಂದರೆ ಪ್ರತಿಯೊಬ್ಬನೂ ತನ್ನದೇ ಆದ ಜಾಗದಿಂದ ವಿಶ್ವವನ್ನು ಗಮನಿಸುತ್ತಿರುತ್ತಾನೆ.

ಆ ಉಪಮೆಯನ್ನೇ ಬಳಸುವುದಾದರೆ, ಅದು ಹೇಗೆಂದರೆ ಪ್ರತಿಯೊಬ್ಬನೂ ಬೇರೆಯೇ ಆಕಾಶಗಂಗೆಯ (ಕ್ಷೀರಪಥದ) ಒಂದು ಗ್ರಹದಲ್ಲಿರುತ್ತಾನೆ. ನಾವೆಲ್ಲರೂ ಒಂದೇ ಗಗನಮಂಡಲದ ನಕ್ಷತ್ರಗಳಿಂದ ಸುತ್ತುವರಿದಿದ್ದೇವೆ. ಆದರೆ ಅದನ್ನು ಗಮನಿಸುವವ ಅಂದರೆ ವೀಕ್ಷಕ ಎಲ್ಲಿದ್ದಾನೆ ಎಂಬುದರ ಮೇಲೆ ಅವಲಂಬಿಸಿ ಗ್ರಹ ವಿನ್ಯಾಸಗಳು ಬದಲಾಗುತ್ತವೆ, ಅಷ್ಟೆ.

ನಾವು ನೆಲೆಸಿರುವ ಕ್ಷೀರಪಥವು ನಮ್ಮ ಸ್ವಭಾವಸಿದ್ಧ ಸಹಜ ಗುಣಧರ್ಮಗಳು, ನಾವು ಯಾವ ಕುಟುಂಬದೊಳಗೆ ಜನಿಸಿರುತ್ತೇವೆಯೊ ಮತ್ತು ಬದುಕಿನುದ್ದಕ್ಕೂ ನಾವು ಹೊಂದುವ ಅನುಭವಗಳಿಂದಲೇ ಘಟಿಸಿರುತ್ತದೆ. ಈ ರೀತಿಯ ಎಲ್ಲವುಗಳ ಸಂಯೋಗವೇ ನಮ್ಮ ಹೊರನೋಟವನ್ನು ಕಟ್ಟುಪಾಡಿಗೊಳಪಡಿಸುತ್ತದೆ ಮತ್ತು ಅದು ನಮ್ಮನ್ನು ಜಗತ್ತಿನ ಒಂದು ಮೂಲೆಯಲ್ಲಿ ಒಬ್ಬರೇ ಬಾಳುವಂತೆ ಇರಿಸುತ್ತದೆ.

ಬೇರೆಯವರು ಬೇರೆಯೇ ಕ್ಷೀರಪಥದಲ್ಲಿ ಮತ್ತೊಂದು ಆಗಸ ಅಥವಾ ಬಾಂದಳದ ನಕ್ಷಾಪಟದ ಜೊತೆಗೆ ಇದ್ದ ಪಕ್ಷದಲ್ಲಿ, ನಮ್ಮ ಯಾವ ಇಚ್ಛೆಗಳನ್ನು ಹಲವು ಸಲ ಶಬ್ದೀಕ-ರಿಸದಿದ್ದಾಗಲೂ, ಅವುಗಳಿಗನುಸಾರವಾಗಿ ಅವರು ಹೇಗೆ ನಡೆದುಕೊಂಡಾರು?

ಕೇವಲ ಇಷ್ಟು ಮಾತ್ರ ಜರಗುತ್ತದೆ, ಅಷ್ಟೆ-ಅದೂ ಬಹಳ ಗಂಭೀರ ಪರಿಣಾಮಗಳೊಂದಿಗೆ – ದಂಪತಿಗಳಲ್ಲಿ ಒಬ್ಬರು ಇನ್ನೊಬ್ಬರನ್ನು ತನ್ನ ಅನುಕೂಲಕ್ಕೆ ತಕ್ಕಂತೆ ಬದಲಾಯಿಸಿಕೊಳ್ಳಲು (ಅಚ್ಚು ಹಾಕಲು) ಇಚ್ಛಿಸುವರು. ಇಂತಾದಾಗ ಘರ್ಷಣೆಗಳು ಹೆಚ್ಚಾಗುತ್ತವೆ ಮತ್ತು ಅದು ಸಂಸಾರ

ಒಡೆಯುವತ್ತಲೂ ಹೋಗಬಹುದು. ಪ್ರತಿ ವ್ಯಕ್ತಿಯ ಗುಣಲಕ್ಷಣಗಳೂ ಅದರದೇ ಆದ ರೀತಿಯಲ್ಲಿ ಎರಕ ಹೊಯ್ಯಲ್ಪಟ್ಟಿರುತ್ತವೆ ಮತ್ತು ಅದು ತನ್ನದೇ ಬಿರುಕುಗಳು ಮತ್ತು ಅಸಮರೂಪತೆಗಳ ಜತೆಗೆ ಆಗಿರುವ ಒಂದು ಅನುಪಮ ಹಾಗೂ ಅಸದೃಶವಾದ ತುಣುಕು. ಅವುಗಳು ಕಾಣೆಯಾಗುವುದೆಂದರೆ, ಆ ವ್ಯಕ್ತಿಯ ಅಸ್ತಿತ್ವವು ಕೊನೆಗೊಂಡಂತೆ.

ಪ್ರೀತಿ–ಪ್ರೇಮದ ವಾಬಿ ಸಾಬಿಯು ಸೂಚಿಸುವುದೇನೆಂದರೆ, ಅ ವ್ಯಕ್ತಿಯನ್ನು ಅನುಪಮ ಹಾಗೂ ಅಸದೃಶನನ್ನಾಗಿ ಮಾಡುವ ಆ ವಿಶೇಷ ಗುಣಗಳನ್ನು ಪ್ರೀತಿಸುವುದು ಮತ್ತು–ಪರಸ್ಪರ ಸಮ್ಮತಿಯಿಂದ– ಯಾವುದು ಬಾಂಧವ್ಯವನ್ನು ಗಂಡಾಂತರಕ್ಕೆ ಒಡ್ಡುತ್ತದೆಯೊ ಕೇವಲ ಅದನ್ನು ಮಾತ್ರ ಬದಲಾಯಿಸುವುದು.

1950 ರಲ್ಲಿ, ತನ್ನ ಅನೇಕ ಸುಪ್ರಸಿದ್ಧ ಚಲನಚಿತ್ರಗಳಲ್ಲಿ ಒಂದಾದ 12ನೇ ಶತಮಾನದ ಕಾಲಮಾನದ ಕ್ಯೋಟೊ ನಗರದ ಪರಿಸರದಲ್ಲಿ ಚಿತ್ರಿಸಿದ 'ರಾಶೋಮನ್'ನಲ್ಲಿ ಅದರ ನಿರ್ದೇಶಕ ಅಕಿರಾ ಕುರೊಸವ, ಒಂದು ಅಸಾಧಾರಣ ಕಥೆ ಹೇಳುತ್ತಾನೆ:

ಒಂದು ಅರಣ್ಯದೊಳಗೆ ಒಂದು ಪಾಳು ದೇಗುಲದ ಹತ್ತಿರದಲ್ಲೇ ನಡೆದ ಒಬ್ಬ ವ್ಯಕ್ತಿಯ ಕೊಲೆಯ ರಹಸ್ಯವನ್ನು ನಿಯೋಜಿತ ಅಧಿಕಾರಿಗಳು ಬಿಡಿಸಬೇಕಿರುತ್ತದೆ. ಅ ತನಿಖೆಗಾರರು ಆ ಘಟನೆಗೆ ಸಂಬಂಧಪಟ್ಟಂತೆ ನಾಲ್ಕು ವಿಭಿನ್ನ, ಪೂರಾ ಬೇರೆ ಬೇರೆಯಾದ ಕಥನಗಳನ್ನು ಎಡತಾಕುತ್ತಾರೆ: ಅವೆಂದರೆ, ಸತ್ತವ್ಯಕ್ತಿಯ ಹೆಂಡತಿ ಹೇಳಿದ್ದು, ಒಬ್ಬ ಡಕಾಯಿತ ಹೇಳಿದ್ದು, ಏಕೈಕ ಪ್ರತ್ಯಕ್ಷ ಸಾಕ್ಷಿಯ ಹೇಳಿಕೆ ಮತ್ತು ಅಷ್ಟೇಕೆ, ಕೊನೆಯದಾಗಿ ಕೊಲೆಯಾದ ಮನುಷ್ಯನದೇ ಆವೃತ್ತಿ; ಆತ ಏನು ನಡೆಯಿತೆಂದು ಒಂದು ಮಾಧ್ಯಮದ ಮೂಲಕ ವರ್ಣಿಸುತ್ತಾನೆ. ಯದ್ವಾತದ್ವಾ ಬೇರೆ ಬೇರೆಯಾದ, ಹುಚ್ಚುಚ್ಚಾದ ಈ ನಾಲ್ಕು ಕಥೆಗಳನ್ನು ಆಲಿಸಿದ ನಂತರ ಅವರು ಸತ್ಯ ತಿಳಿಯುವುದು ಅಸಾಧ್ಯವೆಂಬ ತೀರ್ಮಾನಕ್ಕೆ ಬರುತ್ತಾರೆ.

1960 ರ ದಶಕದಲ್ಲಿ ಅಮೆರಿಕದ ಮೂಲದಿಂದ ಹೊರಟ ಹಿಪ್ಪಿ ಸಂಸ್ಕೃತಿ (ವಿಚಿತ್ರ ನಡವಳಿಕೆ ಮತ್ತು ವೇಷಭೂಷಣ) ಮತ್ತು ಉನ್ಮತ್ತತೆ ಬರಿಸುವ ಮಾದಕ ಪದಾರ್ಥ ಸೇವನೆಯಿಂದ ಸಂಗೀತ, ಕಲೆ ಮುಂತಾದವುಗಳಲ್ಲಿ ಮಾನಸಿಕ ಉನ್ಮತ್ತರಾಗಿ ಜೀವನ ನಡೆಸುವ ಶೈಲಿಗೆ ಮುಗಿಬಿದ್ದ ಯುವಕರು, ಭಾರತದ ಅಧ್ಯಾತ್ಮಯೋಗದ ಸಾರವನ್ನೂ ಕುಡಿದು, ಅರೆಬರೆ ತಿಕ್ಕಲು ಸಂಸ್ಕೃತಿಯವರಾಗಿ, ಅವರು ಇನ್ನೂ ಮುಂದೆ ಹೋಗಿ ವಾಸ್ತವತೆ ಎಂಬುದೇನಾದರೂ ಅಸ್ತಿತ್ವದಲ್ಲಿದೆಯೇ ಎಂದು ಅನುಮಾನಿಸಲುನುವಾದರು. ಬೀಟ್ಲ್ಸ್ ಗುಂಪಿನವರು "ಸ್ಟ್ರಾಬೆರ್ರಿ ಫೀಲ್ಡ್ಸ್ ಫಾರ್ ಎವರ್" ಎಂಬ ಗೀತೆಯಲ್ಲಿ ಹಾಡುವಂತೆ ಯಾವುದೂ ವಾಸ್ತವವಲ್ಲ ಎನ್ನುವ ಹಂತವನ್ನು ಅವರು ಮುಟ್ಟುತ್ತಾರೆ ಮತ್ತು ಈಗ ಈ ಇಪ್ಪತ್ತೊಂದನೆ ಶತಮಾನದಲ್ಲಿ ಕಿಮ್ ಕಿ ಡುಕ್ ನಿರ್ಮಿಸಿದ '3-Iron' ಎಂಬ ಚಲನಚಿತ್ರದಲ್ಲಿ ಅನ್ಯಜಗತ್ತಿನ ಮೋಟಾರ್‌ಸೈಕಲ್ ಸವಾರನೊಬ್ಬ ಮನೆಗಳ ಮಾಲೀಕರು ಊರಿನಲ್ಲಿಲ್ಲದಿದ್ದಾಗ, ಆ ಮನೆಗಳಲ್ಲಿ ಒಂದಾದ ಮೇಲೆ ಒಂದರಂತೆ ವಾಸವಿದ್ದುಕೊಳ್ಳುತ್ತಾನೆ ಎಂಬುದರ ಕುರಿತಾಗಿ ಕಥೆಯಿದೆ. ಸಿನಿಮಾದ ಅಂತ್ಯದಲ್ಲಿ ಈ ಕೆಳಗಿನ ವಾಕ್ಸರಣಿ ಕಾಣಿಸಿಕೊಳ್ಳುತ್ತದೆ:

"ನಾವು ಜೀವಿಸುವ ಜಗತ್ತು ವಾಸ್ತವವೋ ಅಥವಾ ಕನಸೋ ಎಂದು ಹೇಳುವುದು ದುಸ್ತರ."

ನೀವು ಎಷ್ಟು ಉತ್ತಮ ಅಪರಿಪೂರ್ಣ ವ್ಯಕ್ತಿಯಾಗಬಲ್ಲಿರೋ ಆಗಿರಿ:

ಪ್ರತಿವ್ಯಕ್ತಿಯೂ ತಮ್ಮದೇ ಸ್ವಂತ ಸತ್ಯವನ್ನು ಉಳ್ಳವರಾದ ಪಕ್ಷದಲ್ಲಿ, ಮತ್ತು ನಾವು ಬದುಕುತ್ತಿರುವೆವೆಂದು ನಂಬಿದ ನಮ್ಮ ಬದುಕಿನ ವಾಸ್ತವತೆಯ ಬಗ್ಗೆ ನಾವುಗಳೇ

ನಿಶ್ಚಿತರಾಗಿರಲಾರೆವಾದರೆ, ವಸ್ತು–ವಿಷಯಗಳು ಹೇಗಿರುತ್ತವೆಂಬುದರ ಬಗ್ಗೆಯಾಗಲಿ ಅಥವಾ ಅವು ಹೇಗಿರಬೇಕೆಂಬುದರ ಬಗ್ಗೆಯಾಗಲಿ ನಾವು ಯಾಕೆ ನಿಶ್ಚಿತವಾದ ನಂಬಿಕೆಯನ್ನು ಹೊಂದಬೇಕು?

ಆ ದೃಷ್ಟಿಯಿಂದ ಪುರಾತನ ಗ್ರೀಕ್ ಗುರುಗಳ ವಿವೇಕವನ್ನೇ ಪುನರನ್ವೇಷಣೆ ಮಾಡುವುದೇ ಹೆಚ್ಚು ಸೂಕ್ತವೆನಿಸುತ್ತದೆ. ಅದೆಂದರೆ, "ಬಹಳ ಪ್ರಾಜ್ಞನಾದ ವ್ಯಕ್ತಿ ಯಾರೆಂದರೆ, ಯಾರು ತಮಗೇನೂ ಗೊತ್ತಿಲ್ಲವೆಂದು ತಿಳಿದಿರುತ್ತಾನೋ ಆತ" ಎಂಬ ಸರಳ ತತ್ತ್ವ. ಏಕೆಂದರೆ, ಆ ಅಜ್ಞಾನ ತತ್ತ್ವದಲ್ಲಿಯೇ ಭವಿಷ್ಯದ ಎಲ್ಲಾ ಬೆಳವಣಿಗೆಗಳ ಬೀಜ ಅಡಗಿದೆ.

ವಾಬಿ ಸಾಬಿ ಪರಿಪ್ರೇಕ್ಷ್ಯದಿಂದ ಜೀವನವನ್ನು ನೋಡುವುದಾದರೆ, ನಮ್ಮ ಸ್ವಂತದ ಸಾಮರ್ಥ್ಯಗಳ ನಿಗೂಢತೆಯ ಜೊತೆಜೊತೆಗೇ ನಾವು ಅಸ್ತಿತ್ವದ ಪೂರ್ಣ ಅನಿಶ್ಚಿತತೆಯನ್ನೂ ಅಪ್ಪಿಕೊಳ್ಳುತ್ತೇವೆ.

ಮೊದಲ ಸಲ ಸಣ್ಣ ಬಾಲಕಿಯೊಬ್ಬಳು ಪಿಯಾನೋ ಮುಂದೆ ಕುಳಿತು ತನ್ನ ಬೆರಳುಗಳನ್ನು ಅದರ ಕೀಲಿಮನೆಯ ಮೇಲಾಡಿಸಿ ಶಬ್ದಗಳನ್ನು ಹೊರಡಿಸುವ ಯತ್ನ ಮಾಡಿದಾಗ, ಆ ಮಗುವಿನ ಆ ತಮಾಷೆಯ ಆಟ ಏನಕ್ಕೂ ಬಾರದೆ ಹಾಗೆ ಕೊನೆಯಾಗುವುದೋ, ಅಥವಾ, ಒಂದು ವೇಳೆ, ಕಾಲಕ್ರಮೇಣ ಪಿಯಾನೋ ನುಡಿಸುವ ಗೀಳು ಅವಳನ್ನು ಒಬ್ಬ ಲಲಿತ ಕಲಾನಿಪುಣೆಯಾಗಿ, ಜಗತ್ತಿನ ಅತ್ಯುತ್ತಮ ಸಂಗೀತ ಮಂದಿರಗಳಲ್ಲಿ ಸಾರ್ವಜನಿಕ ಪ್ರದರ್ಶನ ನೀಡಲು ಬೇಡಿಕೆ ಬರುವಂತಹ ಕಲಾವಿದೆಯಾಗಿ ರೂಪಿಸುವವರೆಗೂ ಬಿಡದೆ ಕರೆದೊಯ್ಯಲು ಕ್ಷಿಪ್ರವಾಗಿ ಮೊಳಕೆಯೊಡೆಯುವುದೋ ಹೇಳಲಾಗದು.

ಮಾನವವರ್ಗದ ಮಾಂತ್ರಿಕತೆಯೇ ಅದು, ಏಕೆಂದರೆ ಅದು ಏಕಕಾಲದಲ್ಲಿ ಅಪ–ರಿಪೂರ್ಣವೂ ಹೌದು, ಹಾಗೆಯೇ 'ಎಲ್ಲದಕ್ಕೂ' ಅಂದರೆ 'ಸರ್ವಸ್ವಕ್ಕೂ' ತೆರೆದುಕೊಳ್ಳುವ ಸಾಮಥ–ರ್ಯವುಳ್ಳದ್ದೂ ಹೌದು.

ಝೆನ್ ಬೌದ್ಧಧರ್ಮದಿಂದ ಪ್ರಭಾವಿತನಾಗಿದ್ದ ಜೀವನ ಗುರಿಯಾಧಾರಿತ ಚಿಕಿತ್ಸಾ ಸೃಷ್ಟಿ–ಕರ್ತನಾದ ಮತ್ತು ಸಿಗ್ಮಂಡ್‌ಫ್ರಾಯ್ಡ್ ಎಂಬ ಪ್ರಖ್ಯಾತ ಮನೋವಿಜ್ಞಾನಿಯ ಸಮಕಾಲೀನನೂ ಆದ ಡಾಕ್ಟರ್ ಶೋಮ ಮೊರಿಟಾ ಎಂಬುವನು ಆ ವಿಷಯ ಕುರಿತು ಈ ಕೆಳಗಿನಂತೆ ಹೇಳುತ್ತಾನೆ:

"ನಿನ್ನೊಂದಿಗೆ ನೀನು ಕಠೋರವಾಗಿ ನಡೆದುಕೊಳ್ಳಬೇಡ, ಸ್ವಲ್ಪ ನಮ್ರ ಹೃದಯದವನಾಗು. ನರರೋಗಿಯೋ ಅಥವಾ ಅಪರಿಪೂರ್ಣನೋ, ಅಥವಾ ಒಬ್ಬ ಸುಮ್ಮನೆ ಕಾಲಹರಣ ಮಾಡುವವನೊ, ಅಥವಾ ಅನಾರೋಗ್ಯ ವ್ಯಕ್ತಿಯೋ, ಅಥವಾ ಸೊಂಬೇರಿಯೊ ಅಥವಾ ನಿನ್ನನ್ನು ನೀನು ಇನ್ನಾವುದೇ ಹಣೆಪಟ್ಟಿಯಿಂದ ತಪ್ಪಾಗಿ ವರ್ಣಿಸಿಕೊಳ್ಳುವೆಯೊ, ಅದೆಲ್ಲ ಆಗಿರುವಾಗಲೇ ಕ್ರಮ ಕೈಗೊಳ್ಳಲಾರಂಭಿಸು. ಮುನ್ನುಗ್ಗು ಮತ್ತು ನೀನು ಸಾಯುವ ಮುನ್ನ ಏನನ್ನು ಕೈಗೂಡಿಸಿಕೊಳ್ಳಬೇಕೆಂದು ಬಯಸಿರುವೆಯೋ ಅವುಗಳ ಕುರಿತು ಈಗಲೇ ಕೆಲಸ ಆರಂಭಿಸು ಮತ್ತು ಎಷ್ಟರ ಮಟ್ಟಿನ ಅತ್ಯುತ್ತಮ ಅಪರಿಪೂರ್ಣ ವ್ಯಕ್ತಿ ನೀನಾಗಲು ಸಾಧ್ಯವೋ ಆಗು."

ಈಗ ಧ್ಯಾನದ ಸಮಯ, ಬನ್ನಿ ಧ್ಯಾನಿಸೋಣ

"ನನ್ನ ತೋಟದಲ್ಲಿನ ಕೆಯಾಕಿ ಮರದ
ಕೊಂಬೆಗಳು ಅರುಣೋದಯದ ತಂಗಾಳಿಗೆ
ತೂಗುತಿವೆ, ಆ ಮರವೆ ನಾನಾಗಬೇಕೆಂಬಾಸೆ:
ಅದರ ಹಾಗೆ ಆಳದ ಬೇರುಗಳನ್ನು ಹೊಂದಿರಬೇಕು
ಪರಂತು, ಬಿರುಗಾಳಿ ನನ್ನ ಬಾಳಿಗಪ್ಪಳಿಸಿದಾಗ,
ನನ್ನ ಕೊಂಬೆಗಳ ಬಾಗಿಸುತಲಿರಬೇಕು."

ಕೆಯಾಕಿ: ಜಪಾನಿನ್ ಸ್ಥಳೀಯವಾದ, ಪ್ರತಿವರ್ಷ ಎಲೆ ಉದುರುವ ದೊಡ್ಡದಾದ ಒಂದು ಮರ.

ಪ್ರಕೃತಿಯಿಂದ ಪಾಠಗಳು

"ಚೆರ್ರಿಯ ಹೂಮಂಜರಿಯ ತಳದಲೇ
ಜೀವಂತವಾಗಿರುವುದು
ಎಂಥಾ ವಿಚಿತ್ರ ವಿಷಯ!"
– ಕೊಬಯಶಿ ಇಸ್ಸಾ

ಈ ಪುಸ್ತಕದ ಮೊದಲ ಕೆಲವು ಅಧ್ಯಾಯಗಳಲ್ಲಿ ನೋಡಿದಂತೆ, ಪ್ರಕೃತಿಯೆ 'ವಾಬಿ ಸಾಬಿ' ತತ್ತ್ವದ ಮಹಾಗುರು, ಏಕೆಂದರೆ ಯಾವುದು ಅಪರಿಪೂರ್ಣವೊ ಯಾವುದು ಅರೆಕೊರೆಯೊ ಮತ್ತು ಯಾವುದು ಕೊಳೆತು ಹೋಗುವುದೋ ಅದೆಲ್ಲದರ ಸೌಂದರ್ಯಕ್ಕೆ ಅದೇ ಪ್ರೇರಣೆ.

ಈ ಜಗದಲ್ಲಿ ಯಾವುದೂ ಪೂರ್ತಿಯಾಗಿ ಜ್ಯಾಮಿತಿಯನುಸಾರವಾಗಲೀ, ಸಮಸೂತ್ರತೆಯ ಅನುಸಾರವಾಗಲೀ ಇಲ್ಲ – ಅದು ಕೇವಲ ಮನುಷ್ಯನ ಭ್ರಾಂತಿ ಅಷ್ಟೇ – ಆದರೆ ಯಾವುದು ಅಸಮರೂಪದಲ್ಲಿದೆಯೊ, ಅಸ್ತವ್ಯಸ್ತವಾಗಿರುತ್ತದೊ ಅದರಲ್ಲಿಯೆ ಪ್ರಕೃತಿಯು ತನ್ನ ಸೌಂದರ್ಯವನ್ನು ಕಂಡುಕೊಳ್ಳುತ್ತದೆ.

ಯಾವುದೂ ಕೊನೆಗಂಡಿಲ್ಲ ಅಥವಾ ಮುಗಿದಿಲ್ಲ, ಯಾವತ್ತಿಗೂ ಹಾಗಾಗುವುದೂ ಇಲ್ಲ. ಏಕೆಂದರೆ "ಒಂದು ಮುಕ್ತಾಯಗೊಂಡ ಕೆಲಸ ಅಥವಾ ಕೃತಿ" ಎಂಬುವುದೇ ಮನುಷ್ಯನ ಭ್ರಾಂತಿ. ಪ್ರಕೃತಿಯೆಂಬುದೇ ಎಂದೆಂದೂ ಮುಗಿಯದ ಪ್ರಗತಿಯಲ್ಲಿರುವ ಕಾರ್ಯ. ಅದು ಹೇಗೆಂದರೆ, ಈ ಜೀವನ ಪ್ರವಾಹದಲ್ಲಿ ಮಾನವನ ಬದುಕು ಒಂದು ಪಯಣವಿದ್ದಂತೆ, ಜೀವನವು ಕೊನೆಯಿಲ್ಲದೆ ತನ್ನನ್ನು ತಾನು ಮತ್ತು ಅದರ ಜೊತೆಗೆ ನಮ್ಮನ್ನೂ ಒಳಗೆ ಮತ್ತು ಹೊರಗೆ, ನವೀಕರಿಸಿಕೊಳ್ಳುತ್ತಿರುತ್ತದೆ.

ಪ್ರಕೃತಿಯು ಮಹಾನ್‌ಗುರು–ಆದರೆ ನಾವು ಮನುಜರೇ ಆಕೆಯಿಂದ ಅಂತರ ಕಾಯ್ದುಕೊಂಡು ಬಿಟ್ಟಿದ್ದೇವೆ, ಅಷ್ಟೇ. ಎಷ್ಟೆಂದರೆ ಅವಳ ನಮ್ರ ಪಾಠಗಳನ್ನೂ ನಾವು ಪೂರಾ ಮರತೇ ಬಿಡುವಷ್ಟು. ವಿವಿಧ ಸಂನ್ಯಾಸಿ, ಜೋಗಿ, ಸಂತರ ದಿನಚರಿಗಳ ಮುಖಾಂತರ ನಾವೀಗ ಆ ಪಾಠಗಳನ್ನೆಲ್ಲ ಮರು–ಅನ್ವೇಷಿಸಲೇಬೇಕಿದೆ.

ಸೊಂಬೇರಿ ತತ್ತ್ವಶಾಸ್ತ್ರ ಟಿಪ್ಪಣಿಗಳು

ಕ್ರಿ.ಶ. 1330 ಮತ್ತು 1332 ರ ನಡುವೆ ಯೋಶಿದ ಕೆಂಕೋ ಎಂಬ ಬೌದ್ಧ ಭಿಕ್ಷು ಬರೆದ 'ಎಸ್ಸೇಸ್ ಇನ್ ಐಡ್ಲ್‌ನೆಸ್' (ಆಲಸ್ಯದಲ್ಲಿ ಬರೆದ ಪ್ರಬಂಧಗಳು) ಎಂಬುದು, ಇರುವ ಜಪಾನೀ ಪಠ್ಯಗಳಲ್ಲೆಲ್ಲ ಬಹಳ ಉತ್ತಮವಾಗಿ ವಾಬಿ ಸಾಬಿ ಚೈತನ್ಯವನ್ನು ಬಹಳ ಚೆನ್ನಾಗಿ ಪ್ರತಿಬಿಂಬಿಸುತ್ತದೆ. ಅವುಗಳನ್ನು ಆತ ಕಾಗದದ ಚೂರುಗಳ ಮೇಲೆ ಬರೆದು ತಾನು ಏಕಾಂತದಲ್ಲಿ ವಾಸಿಸುತ್ತಿದ್ದ ಏಕಾಂಗಿ ಕೋಣೆಯ ಗೋಡೆಗಳ ಮೇಲೆ ಅಂಟಿಸಿದ್ದ.

ಬಹಳ ವರ್ಷಗಳ ನಂತರ ಅವನ ಸ್ನೇಹಿತನೊಬ್ಬ ಅವನ್ನೆಲ್ಲ, ಅಂದರೆ ಆ ಬಿಡಿ ಕಾಗದ ಚೂರುಗಳನ್ನು ಎಚ್ಚರಿಕೆಯಿಂದ ಗೋಡೆಯಿಂದ ಬಿಡಿಸಿ ತೆಗೆದು, ಒಟ್ಟು 243 ತುಣುಕುಗಳನ್ನೂ ಒಂದೆಡೆ ಕಲೆ ಹಾಕಿ, ಜಪಾನೀ ಸಾಹಿತ್ಯದ ಮಹತ್ತರ ಮತ್ತು ಉಜ್ವಲ ಕೃತಿಯೊಂದನ್ನು ಕಾಪಾಡಿದನೆಂದು ಹೇಳಲಾಗುತ್ತದೆ.

ಸುರೆಜುರೆಗುಸ ಎಂದು ಜಪಾನೀ ಭಾಷೆಯಲ್ಲಿ ಈ ಪ್ರಬಂಧಗಳು ಹೆಸರುವಾಸಿಯಾಗಿವೆ. ಇವು ಜೀವನದಲ್ಲಿನ ಎಲ್ಲದರ ಕ್ಷಣಿಕತೆಯ ಸ್ವಭಾವದ ಕುರಿತು ಹೇಳುತ್ತವೆ. 'ಕೆಂಕೋ'ನ ಈ ಬರಹಗಳು 'ಝೆನ್'ನ ಪ್ರಮುಖ ಗುಣಲಕ್ಷಣಗಳಾದ ಸರಳತನ, ನಮ್ರತೆ ಮತ್ತು ಸ್ವಾಭಾವಿಕತೆ ಇವುಗಳನ್ನು ಯಶಸ್ವಿಯಾಗಿಯೂ ಕೂಡ ಮನದಟ್ಟು ಮಾಡುತ್ತವೆ. ಎಚ್ಚರವಿರುವಷ್ಟು ಸಮಯವೂ ಪ್ರಕೃತಿ ಮತ್ತು ತನ್ನ ಮನವನ್ನು ಕುರಿತ ಧ್ಯಾನ ಹಾಗೂ ಚಿಂತನೆಯ ಪೂರ್ಣ ಸದುಪಯೋಗ ಮಾಡಿಕೊಳ್ಳಲು ಓದುಗನನ್ನು ಅವು ಒತ್ತಾಯಿಸುತ್ತವೆ.

ವಾಬಿ ಸಾಬಿಯ ಸಾರಸತ್ವವನ್ನು ರವಾನಿಸುವ ಈ ಪ್ರೇರಣಾತ್ಮಕ ಸಂಹಿತೆ ಯಲ್ಲಿರುವ ಕೆಲವು ತುಣುಕುಗಳತ್ತ ನಮ್ಮ ನೋಟ ಹರಿಸೋಣ:

"ಪ್ರತಿಯೊಂದರಲ್ಲೂ ಏಕರೂಪತೆ ಬಯಸುವುದು ಅನಪೇಕ್ಷಣೀಯ ಕೆಲವನ್ನು ಅಪೂರ್ಣವಾಗಿಯೇ ಬಿಡುವುದು ಸರಿ..., ಅದರಿಂದ, ಅಂದರೆ, ಈ ರೀತಿಯ ಅಪರಿಪೂರ್ಣತೆಯ ಮುಖಾಂತರ ಜೀವಂತ ವಸ್ತು-ವಿಷಯಗಳ ಬದುಕು ವಿಸ್ತಾರಗೊಳ್ಳುತ್ತದೆ ಎಂದು ನಾವು ಭಾವಿಸುವಂತಾಗುತ್ತದೆ."

ವ್ಯವಸ್ಥೆಯ ಬಗೆಗೆ ಆಧುನಿಕ ಬದುಕಿಗಿರುವ ಗೀಳು- ಬಹುಶಃ ಆಂತರಿಕ ಅವ್ಯವಸ್ಥೆ ಮತ್ತು ವ್ಯಾಕುಲತೆಯನ್ನು ಸರಿದೂಗಿಸುವ ಸಲುವಾಗಿ- ಇದರ ವಿರುದ್ಧವಾಗಿ ಅಥವಾ ಭಿನ್ನವಾಗಿ ಈ ಹದಿನಾಲ್ಕನೆ ಶತಮಾನದ ಭಿಕ್ಷು ಅಪೂರ್ಣವಾದುದ್ದರ ಮೌಲ್ಯವನ್ನು ಪ್ರಶಂಸಿದ್ದಾನೆ:

"ಕೆಲವನ್ನು ಅಪೂರ್ಣವಾಗಿ ಬಿಡುವುದೇ ಬದುಕನ್ನು ಅಸಕ್ತಿಕರವಾಗಿ ಮಾಡುತ್ತದೆ. ಒಂದು ಸಾಮ್ರಾಜ್ಯದ ಅರಮನೆಯನ್ನು ನಿರ್ಮಿಸುವಾಗಲೂ ಸಹ ಅದರ ಒಂದು ಮೂಲೆಯನ್ನು ಯಾವಾಗಲೂ ಬೇಕೆಂದೇ ಅರ್ಧಂಬರ್ಧ ಮಾಡಿ ಮುಗಿಸದೇ ಬಿಡಲಾಗುತ್ತದೆ ಎಂದು ಹೇಳಲಾಗುತ್ತದೆ. ಅಷ್ಟೇಕೆ, ಪುರಾತನ ಆಧ್ಯಾತ್ಮಿಕ ಗುರುವರ್ಯರುಗಳ ಕೃತಿಗಳಲ್ಲಿಯೂ ಸಹ, ಯಾವಾಗಲೂ ಕೆಲವು ಅಧ್ಯಾಯಗಳು ಮತ್ತು ಭಾಗಗಳು ಕಾಣೆಯಾಗಿರುತ್ತವೆ."

ನಮ್ಮ ದೈನಂದಿನ ಬದುಕಿನಲ್ಲಿಯೂ ಕೂಡ ಅಪೂರ್ಣತೆ ಮತ್ತು ಅವ್ಯವಸ್ಥೆಯನ್ನು ಕಾಣಬಹುದು, ಅಲ್ಲಿ ಏನಾಗಬಹುದು ಎಂದು ನಾವು ಎಂದಿಗೂ ತಿಳಿಯಲಾರೆವು, ಆದರೆ ಯೊಶಿದಾ ಕೆಂಕೋ ಮಾತ್ರ ಇದನ್ನು ಒಂದು ಮೌಲ್ಯವಾಗಿ ಕಾಣುತ್ತಾನೆ: "ಜೀವನದ ಬಹು ಅಮೂಲ್ಯ ಕೊಡುಗೆಯೆಂದರೆ ಅದು ಅನಿಶ್ಚಿತತೆ."

ವಾಬಿ ಸಾಬಿಯಲ್ಲಿ ಯಾವಾಗಲೂ ಕಾಣಬರುವ, ಈ ಬಡತನ ಮತ್ತು ಕೃಪಣತನ ಇವುಗಳೇ "ಸೋಂಬೇರಿತನದಲ್ಲಿನ ಪ್ರಬಂಧಗಳು" ಎಂಬುದರ ಚೊಕ್ಕಮುದ್ರೆ ಅಥವಾ ಅದರ ವಿಲಕ್ಷಣ ಕುರುಹು. ಇಲ್ಲಿ ಪುರಾತನ ಋಷಿಮುನಿಗಳ್ಯಾರೂ ತಮ್ಮ ಸ್ವಾಧೀನದಲ್ಲಿ ತಮ್ಮದೆಂದು ಏನನ್ನೂ ಇರಿಸಿಕೊಂಡಿರಲಿಲ್ಲ ಎಂಬುದನ್ನು ಈತ ಎತ್ತಿ ತೋರಿಸುತ್ತಾನೆ, ಜೊತೆಗೆ ಚೀನಾದ ಸಂನ್ಯಾಸಿಯಾದ ಝು ಯೂ ಎಂಬುವವನನ್ನು ಇದಕ್ಕೆ ಪರಾಕಾಷ್ಠೆಯ ಒಂದು ಉದಾಹರಣೆಯಾಗಿ ನೀಡುತ್ತಾನೆ:

"ಈ ಜಗತ್ತಿನಲ್ಲಿ ತನ್ನದೆಂಬ ಒಂದೇ ಒಂದು ಆಸ್ತಿ ಅವನಿಗೆ ಇರಲಿಲ್ಲ. ಆತನ ಸ್ನೇಹಿತನೊಬ್ಬ ಒಣಗಿದ ಟೊಳ್ಳು ಕುಂಬಳಕಾಯಿಯ ಹೊರತೊಗಟೆಯಿಂದ ಮಾಡಿದ ಒಂದು

ಬಟ್ಟಲನ್ನು ಅವನಿಗೆ ನೀಡುವವರೆಗೂ ಅವನು ನೀರನ್ನೂ ಸಹ ತನ್ನ ಕೈಬೊಗಸೆಯಿಂದಲೇ ಎತ್ತಿ ಕುಡಿಯುತ್ತಿದ್ದ. ಆದರೆ ಒಂದು ದಿನ ಅವನು ಅದನ್ನು ಮರದ ಒಂದು ಕೊಂಬೆಗೆ ನೇತು ಹಾಕಿದ ನಂತರ, ಗಾಳಿ ಬೀಸಿದಾಗಲೆಲ್ಲ ಅದು ಪಟಪಟ ಶಬ್ದ ಮಾಡುತ್ತಿತ್ತು. ಆ ರಟರಟ ಶಬ್ದದಿಂದ ಅವನು ಕಿರಿಕಿರಿಗೊಂಡು ಆ ಕುಂಬಳಕಾಯಿಯ ಬಟ್ಟಲನ್ನು ಬಿಸಾಡಿ ತನ್ನ ಕೈಬೊಗಸೆಯಿಂದಲೇ ನೀರು ಕುಡಿಯಲು ಆರಂಭಿಸಿದ. ಆ ಮನುಷ್ಯನ ಹೃದಯ ಅದೆಷ್ಟು ನಿರ್ಮಲ ಮತ್ತು ಮುಕ್ತವಾಗಿತ್ತು ನೋಡಿ!"

ಯೊಶಿದಾ ಕೆಂಕೋ ಇನ್ನೊಬ್ಬ ಮನುಷ್ಯನ ಕುರಿತು ಮಾತನಾಡುತ್ತಾನೆ. ಆತನೂ ಎಷ್ಟು ಮುಕ್ತನಿದ್ದನೆಂದರೆ, ಅವನನ್ನು ಕೈದಿಯೆಂದು ಸೆರೆ ಹಿಡಿದಾಗ, ಅವನೆನ್ನುತ್ತಾನೆ: ತಾನು ಸಾಯುವಾಗ ಬಿಟ್ಟು ಹೋಗಬೇಕಾಗುವ ಒಂದೇ ಒಂದು ವಸ್ತುವಿನ ಬಗ್ಗೆ ವಿಷಾದಿಸುವುದೆಂದರೆ ಅದು ಆಕಾಶ ಮಾತ್ರ ಎಂದು.

ಒಂದು ಗುಡಿಸಿಲಿನಿಂದ ಬದುಕಿಗೆ ಸ್ತೋತ್ರ

ಚಕ್ರವರ್ತಿನಿಯ ದರ್ಬಾರಿನಲ್ಲಿ ಆಕೆಯ ದೈನಂದಿನ ಬದುಕಿನ ಅನುಭವಗಳನ್ನು ಸವಿಸ್ತಾರವಾಗಿ ಹೇಳುವ ಕುರಿತು ಸೈಯಿ ಶೊನಗೊನ್ ಎಂಬ ಲೇಖಕಿ 'ದ ಪಿಲೊ ಬುಕ್' ಎಂಬ ಪುಸ್ತಕವೊಂದನ್ನು ಬರೆದಳು. ಆಕೆ ಹನ್ನೊಂದನೆಯ ಶತಮಾನದಲ್ಲಿಯೇ ಅಪ್ರಯತ್ನಪೂರ್ವಕವಾಗಿ ಬರುವ ಅಂದರೆ, ತಂತಾನೆ ರೂಪುಗೊಳ್ಳುವ ಬರೆಯುವ ವಿಧಾನವನ್ನು ಜನಪ್ರಿಯಗೊಳಿಸಿದಳು. ಮೇಲೆ ಪ್ರಸ್ತಾಪಿಸಿರುವ 'ಎಸ್ಸೇಸ್ ಇನ್ ಐಡ್ಲ್‌ನೆಸ್' ಎಂಬ ಸರ್ವೋತ್ತಮ ಕೃತಿಯೂ ಸಹ ಇದೇ 'ಝ್ಯುಯಿಹಿಟ್ಸು' ವರ್ಗಕ್ಕೆ ಸೇರಿದ್ದೇ ಆಗಿದೆ.

ಇನ್ನೊಂದು ಬಹುಪ್ರಸಿದ್ಧ ದಿನಚರಿ ಎಂದರೆ 'ಹೋಜೋಕಿ'. ಕೆಲವೊಮ್ಮೆ ಇದು 'ಗುಡಿಸಲೊಂದರಿಂದ ಬದುಕಿಗೆ ಸ್ತೋತ್ರ' ಎಂದು ಅನುವಾದಗೊಳ್ಳುತ್ತದೆ. ಕಮೊ ನೊ ಚೊಮಿಯಿ ಎಂಬ ಸಂನ್ಯಾಸೀ ಕವಿಯು 1212 ರಲ್ಲಿ ಬರೆದ ಈ ಪುಸ್ತಕ ಕೇವಲ ಹತ್ತು ಚದರಡಿಯ ತನ್ನ ಒಡ್ಡಗುಡಿಸಿಲಿನ ಬಾಳಿನಲ್ಲಿ ಆತ ಪ್ರಕೃತಿ ಮತ್ತು ಬದುಕು ಎರಡನ್ನೂ ಹೇಗೆ ಗಮನಿಸಿದ ಎಂಬುದನ್ನು ವಿವರಿಸುತ್ತದೆ.

ಈ ಪುಟ್ಟ ಪ್ರಬಂಧದ ಆರಂಭವು ಜಪಾನೀ ಸಾಹಿತ್ಯ ಲೋಕದಲ್ಲಿ ಬಹುಪ್ರಸಿದ್ಧವಾಗಿದೆ. ಜಾರಿಹೋಗುವ ಕಾಲ ಮತ್ತು ಜೀವನದ ತಾತ್ಕಾಲಿಕತೆಯನ್ನು ಅದು ಹೀಗೆ ಹೇಳುತ್ತದೆ:

"ಹರಿಯುವ ನದಿಯ ಹೊನಲು ಎಂದೂ ನಿಲ್ಲುವುದಿಲ್ಲ. ಮತ್ತು ಹಾಗಿದ್ದೂ ಕೂಡ ಆ ನೀರು ಮಾತ್ರ ಹಿಂದಿನ ಕ್ಷಣ ಇದ್ದ ನೀರೇ ಆಗಿರುವುದಿಲ್ಲ. ಕೊಳಗಳಲ್ಲಿ ನಿಂತ ನೀರಿನ ಮೇಲಣ ತೇಲುವ ಆ ನೊರೆ ಕೇವಲ ಮಾಯೆ ಅಥವಾ ಭ್ರಾಂತಿಕಾರಕ; ಈಗೊಮ್ಮೆ ಆಗೊಮ್ಮೆ ಮಾಯವಾಗುವ, ಮತ್ತೊಮ್ಮೆ ನೊರೆಯಾಗಿ ರೂಪುಗೊಳ್ಳುವ ಈ ಗುಳ್ಳೆಯು ಬಹಳ ಕಾಲದ ತನಕ ಅದೇ ರೀತಿ ಉಳಿಯಲಾರದು."

ಪರಿಶುದ್ಧ ವಾಬಿ ಸಾಬಿ ಹುಮ್ಮಸ್ಸಿನಲ್ಲಿ ಹೇಗೆ ಬದುಕಬೇಕೆಂದು ಕಮೊ ನೊ ಚೊಮಿಯಿಗೆ ತಿಳಿದಿತ್ತೆಂದು ಈ ಕೆಳಗಿನ ಕಥನ ಹೇಳುತ್ತದೆ:

"ಈಗ ನಾನು ನನ್ನ ಪ್ರಶಾಂತ ಮನೆಯಲ್ಲಿ ವಾಸಿಸುವೆ. ಅದು ಕೇವಲ ಹತ್ತೇ ಹತ್ತು ಚದರದ ಒಂದು ಕುಟೀರವಾದರೂ ನಾನದನ್ನು ಪ್ರೀತಿಸುತ್ತೇನೆ. ನನ್ನದೇನಾದರೂ ಅಗತ್ಯಗಳಿದ್ದಾಗ ರಾಜಧಾನಿಗೆ ಹೋದರೆ ಧರಿಸಿರುವ ಭಿಕ್ಷುಕನ ವೇಷದಿಂದ ನನಗೆ ನಾಚಿಕೆ ಎನಿಸಬಹುದು. ಆದ-ರೆ ಅಲ್ಲಿಂದ ನಾನು ಮರಳಿ ಬರುವಾಗ, ಸಂಪತ್ತು ಮತ್ತು ಘನತೆವೆತ್ತ ಜೀವನವನ್ನು ಹಂಬಲಿಸಿ,

ಅಷ್ಟೊಂದು ಕಾರ್ಯನಿರತರಾಗಿ ಸದಾ ಚಿಂತಿತ ಜೀವನದಲ್ಲಿ ಮುಳುಗಿ ಹೋಗಿರುವ ಅಲ್ಲಿನ ಜನರನ್ನು ಕಂಡಾಗ, ಅವರ ಅವಸ್ಥೆಗಾಗಿ ಮರುಕಪಡುತ್ತೇನೆ. ನಾನು ಹೇಳುತ್ತಿರುವುದರ ಬಗ್ಗೆ ನಿಮಗೆ ಸಂಶಯವಿದ್ದರೆ ಮೀನುಗಳು ಮತ್ತು ಹಕ್ಕಿ ಪಕ್ಷಿಗಳ ಕುರಿತು ಹಾಗೆ ಸುಮ್ಮನೆ ಒಮ್ಮೆ ವಿಚಾರ ಮಾಡಿ: ಮೀನುಗಳು ಸದಾ ನೀರಿನಲ್ಲೇ ಇರುತ್ತವೆ, ಮತ್ತು ಆದಾಗ್ಯೂ ಅವುಗಳಿಗೆ ಅದ-ರಿಂದ ಬೇಸರ ಅಥವಾ ದಣಿವೆಂಬುದೇ ಇಲ್ಲ. ಮೀನಲ್ಲದಿದ್ದರೆ ಬಹುಶಃ ನೀವು ಅದನ್ನು ಅರ್ಥೈಸಲಾರಿರಿ; ಅದೇ ರೀತಿ ನೀವು ಪಕ್ಷಿಗಳಲ್ಲದಿದ್ದರೆ ನೀವು ಅವುಗಳನ್ನು ಅರ್ಥೈಸಿಕೊಳ್ಳಲಾರಿರಿ. ಪ್ರಶಾಂತ ಕುಟೀರದ ಕುರಿತ ನನ್ನ ಭಾವನೆಗಳೂ ಕೂಡ ಇದನ್ನೇ ಧ್ವನಿಸುತ್ತವೆ. ಅದನ್ನು ಯಾವತ್ತೂ ಪ್ರಯತ್ನಿಸದೆಯೇ ಇರುವವರು ಯಾರಾದರೂ ಸರಿ ಅದನ್ನು ಹೇಗೆ ತಾನೇ ಅರ್ಥಮಾಡಿಕೊಳ್ಳಬಲ್ಲರು?

ಕ್ಷೀಣಿಸುವ ಚಂದ್ರನಂತೆ, ನನ್ನ ಬದುಕೂ ಕೂಡ ಇನ್ನೇನು ಮುಗಿಯುತ್ತದೆ. "ಕೇವಲ ಬೆರಳೆಣಿಕೆಯ ದಿನಗಳು ಮಾತ್ರ ಉಳಿದಿವೆ ಅಷ್ಟೆ."

ಅಡವಿಯ ಜೀವನ

ಹೆನ್ರಿ ಡೇವಿಡ್ ಥೋರೋನ ಅನುಭವಗಳಿಂದಾಗಿ, ಆಧುನಿಕ ಯುಗದಲ್ಲಿ ಈ ಮೇಲಿನ ಪ್ರಬಂಧಗಳಿಗೆ ಸರಿ ಸಮಾನವಾದ ಪಾಶ್ಚಾತ್ಯ ಪರಿಕಲ್ಪನೆಗಳಾದ ವಿರಕ್ತಜೀವನ, ಕುಟೀರ ಒಂದರೊಳಗಿನ ಬದುಕಿನ ಫಲಿತಾಂಶ ಇವುಗಳು ನಮಗೆ ತಿಳಿದುವು. ಕಾನ್‌ಕಾರ್ಡ್ ಎಂಬಲ್ಲಿ ತನ್ನ ಅತ್ಯಧಿಕ ಸಾಮಾಜಿಕ ಜೀವನದ ಬಳಿಕ, ನೆರೆಯವನಾದ ರ‍್ಯಾಲ್ಫ್ ವ್ಯಾಲ್ಡೊ ಎಮರ್‌ಸನ್‌ನನ್ನು ಸಲಹೆಗಾರನನ್ನಾಗಿ ಹೊಂದಿದ್ದ ಥೋರೋ, ವಾಲ್ಡೆನ್ ಎಂಬ ಹೆಸರಿನ ಕೊಳದ ಬಳಿ ತಾನೇ ಒಂದು ಕುಟೀರ ನಿರ್ಮಿಸಲು ನಿರ್ಧರಿಸಿದನು.

ನೀರವವಾದ ಹತಾಶೆಯ ಬದುಕುಗಳನ್ನು ಬದುಕುವ ಒಂದು ರಾಶಿ ಜನರಂತೆ ತಾನಾಗದಿರಲು, ನಗರ ಜೀವನದ ನೂಕುನುಗ್ಗಲು, ಗದ್ದಲ, ಗಡಿಬಿಡಿಯನ್ನು ತೊರೆಯಲು ಪ್ರಜಾಕಾನೂನುಗಳ ಉಲ್ಲಂಘನೆ ಚಳವಳಿಯ ಜನಕನಾದ, ಈ ಅಮೆರಿಕಾದ ತತ್ತ್ವಶಾಸ್ತ್ರಜ್ಞನು ತೀರ್ಮಾನಿಸಿದನು.

ಪಟ್ಟಣವಾಸದ ಮೈಗಳ್ಳತನವು ಬದುಕಿನ ಹೃದಯ ಭಾಗವನ್ನೇ ತನ್ನಿಂದ ತುಂಡರಿಸಿ, ತಾನು ಪ್ರಾಮಾಣಿಕವಾಗಿ, ನಂಬಿಕೆಗೆ ಅರ್ಹವಾಗುವಂತೆ ಬರೆಯಲು ಅದು ಬಿಡುತ್ತಿರಲಿಲ್ಲವೆಂದು ಅವನು ಪರಿಗಣಿಸಿದ್ದನು. ಅವನದೇ ಮಾತುಗಳಲ್ಲಿ ಹೇಳುವುದಾದರೆ: "ನೀನು ಬದುಕುವುದಕ್ಕೆ ಇನ್ನೂ ಸರಿಯಾಗಿ ಎದ್ದು ನಿಂತಿಲ್ಲವೆಂದಾದರೆ, ಇನ್ನು ಬರೆಯಲು ಕುಳಿತುಕೊಳ್ಳುವುದೆಂದರೆ ಅದೆಷ್ಟು ನಿರರ್ಥಕ."

ಅವನು ಆ ವಾಲ್ಡೆನ್ ಸರೋವರದ ಬಳಿ ಸ್ವತಃ ತಾನೇ ನಿರ್ಮಿಸಿಕೊಂಡಿದ ಕುಟೀರದಲ್ಲಿ ಎರಡು ವರ್ಷ, ಎರಡು ತಿಂಗಳು ಮತ್ತು ಎರಡು ದಿನಗಳು ವಾಸವಿರುತ್ತಾನೆ. ಆತ ಅಲ್ಲಿದ್ದಾಗ ದಾಖಲಿಸಿದ್ದು, "ವಾಲ್ಡೆನ್ ಅಥವಾ ಲೈಫ್ ಇನ್ ವುಡ್ಸ್" (ಅಡವಿಯ ಜೀವನ) ಎಂಬ ಹೆಸ-ರಿನಲ್ಲಿ 1954 ರಲ್ಲಿ ಪ್ರಕಟವಾಗುತ್ತದೆ; ಅದು ಅವನ ಕಾಲದ ಬಹು ಪ್ರಸಿದ್ಧ ಪ್ರಬಂಧವಾಗಿ ಹೆಸರು ಮಾಡುತ್ತದೆ.

ಈ ಅಮೇರಿಕದ ಲೇಖಕ ಪ್ರಕೃತಿಯಿಂದ ಪಡೆದುಕೊಂಡ ಹಲವು ಪಾಠಗಳಲ್ಲಿ ಒಂದು ಉದಾಹರಣೆಯನ್ನು ತೆಗೆದುಕೊಳ್ಳುವುದಾದರೆ: ಆತನು ತನ್ನ "ನ್ಯೂ ಇಂಗ್ಲೆಂಡಿನ ಹಕ್ಕಿಗಳ ಕುರಿತ ಟಿಪ್ಪಣಿ" ಎಂಬ ಭಾಗದಲ್ಲಿ ನಮೂದಿಸಿರುವ ಥ್ರಶ್ ಎಂಬ ಹಕ್ಕಿಯ ಹಾಡಿನ ಕುರಿತ ಈ ಕೆಳಗಿನ

ಅತೀಂದ್ರಿಯ ಪುನರಾಲೋಚನೆಗಳನ್ನು ನಾವು ಕಾಣುತ್ತೇವೆ:

"... ಈ ಹಾಡು ಹಕ್ಕಿಯ (ಥ್ರಶ್‌ಎಂಬ ಹೆಸರಿನ ಹಕ್ಕಿ) ಶ್ರುತಿ ಸ್ವರದಲ್ಲಿ, ಅದನ್ನು ಮಟ ಮಟ ಮಧ್ಯಾಹ್ನದಲ್ಲಿ ಆಲಿಸಿದ್ದೇ ಆದರೂ, ವಸಂತಕಾಲದ ಒಡಲಾಳದಿಂದ ಆಗತಾನೆ ಸೆಳೆದೆಳೆದ ಯಾವುದೋ ಒಂದರ ಸ್ಫುಟವಾಗಿ ಹರಿಯುವ ತಂಪಿದೆ. ಅಡವಿಯಲ್ಲಿರುವ ಆ ಶಾಶ್ವತವಾದ ಸಂಪತ್ತು ಮತ್ತು ಕಸುವಿನ ಕುರಿತು ಆ ಹಾಡು ಹಕ್ಕಿ ಮಾತ್ರ ಘೋಷಿಸುತ್ತಿದೆ. ರಸಾಭಿಜ್ಞತೆಯ ವಿಜ್ಞಾನವು ಅದನ್ನು, ಅಂದರೆ ಆ ಕಥೆಯನ್ನು ಮನುಷ್ಯನಿಗೆ ಅನ್ವೇಷಿಸಲು ಸಲುವಾಗಿ ಪ್ರಕೃತಿಯು ಕಾಯ್ದಿದ್ದರೂ ಸಹ, ತನ್ನದೇ ರಾಗದಲ್ಲಿ ಆ ಕಥೆಯನ್ನು ಹೇಳುವ ಹಕ್ಕಿ ಇಲ್ಲಿದೆ ನೋಡಿ. ಯಾವ್ಯಾವ್ಯಾಗ ಮನುಷ್ಯನೊಬ್ಬ ಅದನ್ನು, ಆಲಿಸುತ್ತಾನೋ, ಆಗ ಆತ ನವಯೌವ್ವನಿಗನಾಗುವನು ಮತ್ತು ಆಗ ಪ್ರಕೃತಿಯು ತನ್ನ ವಸಂತಕಾಲಕ್ಕೆ ಜಿಗಿಯುತ್ತದೆ. ಎಲ್ಲೆಲ್ಲಿ ಆತ ಅದನ್ನು ಆಲಿಸುತ್ತಾನೋ, ಅದೆಲ್ಲವೂ ಒಂದು ಹೊಸ ಜಗತ್ತು ಮತ್ತು ಅದೊಂದು ಮುಕ್ತ ದೇಶ, ಮತ್ತು ಸ್ವರ್ಗದ ಬಾಗಿಲು ಅವನಿಗಾಗಿ ಮುಚ್ಚಲು ಸಾಧ್ಯವೇ ಇಲ್ಲ. ಉಳಿದ ಬಹಳಷ್ಟು ಹಕ್ಕಿ ಪಕ್ಷಿಗಳು ನನ್ನ ಸರ್ವೇಸಾಮಾನ್ಯವಾದ ಹರ್ಷದಾಯಕ ಹೊತ್ತಿನಲ್ಲಿ ಸಹಜ ಮಟ್ಟದಲ್ಲಿ ಮಾತ್ರ ಹಾಡುತ್ತವೆ–ಅಂದರೆ ಅದೊಂದು ಆನಂದ ಗೀತ ಅಥವಾ ಕೀರ್ತನೆ ಅಷ್ಟೆ. ಆದರೆ ಈ ಹಕ್ಕಿಯಂತೂ, ನಾನು ಉಸಿರಾಡುವ ಗಾಳಿಗಿಂತ ಶುದ್ಧವಾದ, ಅಂದರೆ ಶಾಶ್ವತ ಸೌಂದರ್ಯ ಮತ್ತು ಕಸುವಿನಿಂದ ಕೂಡಿದ ಆ ಪರಿಶುದ್ಧ ಸೂಕ್ಷ್ಮ ಪ್ರವಾಹೀ ದ್ರವ್ಯದೊಳಗಿಂದ ಮಾತನಾಡುವುದನ್ನು ಎಂದಿಗೂ ಮರೆಯದು. ಆ ಹಕ್ಕಿಯ ರಾಗದ ಬೆಳಕಿನಲ್ಲಿ ಈ ಎಲ್ಲ ವಿಷಯಗಳನ್ನು ನೋಡಿದಾಗ ಅದರ ಮಹತ್ವವನ್ನು ಇನ್ನೂ ಆಳಕ್ಕೆ ಇಳಿಯುವಂತೆ ಮಾಡುತ್ತದೆ. ಆ ಹಕ್ಕಿಯ ಹಾಡು, ಮನುಷ್ಯರು ವಿಷಯಗಳ ಕುರಿತ ತಮ್ಮ ನೈಜ ದೃಷ್ಟಿಯನ್ನು ಇನ್ನೂ ಮೇಲಿನ ಸ್ತರಕ್ಕೆ ಕೊಂಡೊಯ್ಯುವಂತೆ ಮಾಡುತ್ತದೆ. ಅಂತಹ ವ್ಯಕ್ತಿಗಳು ತಮ್ಮ ಸಂಪ್ರದಾಯಗಳನ್ನು ತಿದ್ದಿಕೊಳ್ಳಲು; ತೋಟಗಳಲ್ಲಿ ದುಡಿಯುವ ಕೂಲಿಯಾಳಿನ ಬೇಸರ ನೀಗಿಸಲು ಮತ್ತು ಕಗ್ಗತ್ತಲ ಸೆರೆಯಲ್ಲಿರುವ ಕೈದಿಯೊಬ್ಬನಿಗೆ ಸಾಂತ್ವನ ನೀಡಲು, ವಿಲಾಸೀಗೃಹದಲ್ಲಿನ ಗುಲಾಮನಿಗೆ ಮತ್ತು ತನ್ನದೇ ಕೀಳು ಚಿಂತನೆಗಳಿಂದ ಬಂಧಿಯಾದವನಿಗೆ ನೆಮ್ಮದಿ ನೀಡಲು ಅದು ಹಾಡುತ್ತಿದೆಯೇನೋ ಎನ್ನಿಸದಿರದು."

ಎಂತಾದರೂ, ಥೋರೋ ಏನೋ ಒಬ್ಬ ಒಂದು ವಿಶಿಷ್ಟ ಸಂನ್ಯಾಸಿಯೇನಲ್ಲ. ಅವನ ಕುಟೀರದಲ್ಲಿ ಮೂರು ಕುರ್ಚಿಗಳಿದ್ದುವು ಎಂಬುದು ನಮಗೆ ತಿಳಿದ ವಿಷಯ ಮತ್ತು ಒಮ್ಮೆ ಅವುಗಳ ಕುರಿತು ಅವನನ್ನು ಯಾರೋ ಕೇಳಿದಾಗ, ಅವನ ಉತ್ತರ, "ಒಂದು ಕುರ್ಚಿಯೆಂದರೆ ಅದು ಏಕಾಂತಕ್ಕೆ, ಎರಡೆಂದರೆ ಸ್ನೇಹಕ್ಕೆ, ಮೂರೆಂದರೆ ಅದು ಸಮಾಜಕ್ಕೆ."

ತನ್ನ ಈ ಉದ್ದನೆಯ ತಾತ್ಕಾಲಿಕ ಏಕಾಂತವಾಸವನ್ನು ಮುಗಿಸಿ ಆತ ಕೊನೆಗೆ ಕಾನ್‌ಕಾರ್ಡ್‌ಗೆ ಹಿಂತಿರುಗಿದಾಗ್ಯೂ, ಪ್ರಕೃತಿಯಿಂದ ತಾನೇನು ಕಲಿತನೋ ಅದು ಅವನ ಬದುಕಿನ ಶೇಷಭಾಗವನ್ನು ಪ್ರಚೋದಿಸಿತು ಮತ್ತು ಆತನಿಗೆ ಮನಃಶಾಂತಿಯನ್ನೂ ತಂದಿತು.

ತನ್ನ ನಲವತ್ತನಾಲ್ಕನೆ ವಯಸ್ಸಿನಲ್ಲಿ ಆತ ಗಂಭೀರವಾದ ಕಾಯಿಲೆ ಬಿದ್ದು ಬದುಕಿನ ಕೊನೆಯ ದಿನಗಳಲ್ಲಿದ್ದಾಗ ಹಾರೈಕೆ, ಶುಶ್ರೂಷೆ ಮಾಡುತ್ತಿದ್ದ ಆತನ ಚಿಕ್ಕಮ್ಮ ಅವನನ್ನು ಕೇಳುತ್ತಾಳೆ, 'ಅವನು ದೇವರ ಜೊತೆಗೆಂದಾದರೂ ರಾಜಿ ಮಾಡಿಕೊಂಡಿದ್ದನೆ' ಎಂದು; ಅದಕ್ಕೆ ಅವನ ಪ್ರತಿಕ್ರಿಯೆ, "ನಾವಿಬ್ಬರೂ (ದೇವರು ಮತ್ತು ಅವನು) ಬೇರೆಬೇರೆಯಾಗಿದ್ದುದ್ದೇ ನನಗೆ ಗೊತ್ತಿಲ್ಲ."

ಆತ ತನ್ನ ಮೃತ್ಯುಶಯ್ಯೆಯಿಂದ 06.05.1862 ರಂದು ಉಚ್ಚರಿಸಿದ ಕೊನೆ ವಾಕ್ಸರಣಿಯೆಂದರೆ: "ಸುಖಪಯಣ (ಯಾನ) ಈಗ ಬಂದಿದೆ."

II

ಕಲೆಯಲ್ಲಿ ವಾಚಿ ಸಾಚಿ

ಓ, ಆಗಲೆ ಧ್ಯಾನದ ಸಮಯ, ಬನ್ನಿ ತಡವೇಕೆ?

ಮೇಪ್ಲ್ ಮರದ ಕೊಂಬೆಗಳ ಮೇಲೆ ಕಾಗೆಗಳು ಕುಳಿತಿವೆ,
ಬೆಟ್ಟದ ಇಳಿಜಾರಿನ ಸುತ್ತಮುತ್ತ ಅವುಗಳ 'ಕಾ, ಕಾ' ಪ್ರತಿಧ್ವನಿಸಿದೆ.
ಕೊಳದೊಳಗೆ ಸಂಜೆ ಸೂರ್ಯ ಪ್ರತಿಫಲಿಸೆ, ನಾ ಚಕಿತನಾಗುವೆ:
ಯಾವುದು ಹೆಚ್ಚು ಸುಂದರ?
ಪ್ರತಿಧ್ವನಿಯೊ ಅಥವಾ ಮೂಲ ಶಬ್ದವೊ?
ಸೂರ್ಯನೊ ಅಥವಾ ಪ್ರತಿಫಲಿತ ಸೂರ್ಯಕಿರಣಗಳೊ?

ಜಪಾನೀ ಕಲೆಗಳಲ್ಲಿ ವಾಬಿ ಸಾಬಿ ತತ್ತ್ವಗಳು

"ಅಪರಿಪೂರ್ಣ ಮನುಷ್ಯರಾಗಿ
ನಾವು ಯಾವುದು ಪರಿಪೂರ್ಣವೊ ಅದಕ್ಕೆ ಒಗ್ಗುವುದಿಲ್ಲ.
ಯಾವುದಾದರೊಂದು ಮೊದಲಿಂದ ಕೊನೆವರೆಗೆ
ಪರಿಪೂರ್ಣವಾಗಿದ್ದೊಡೆ ಅಲ್ಲಿ ಅನಂತತೆಯ
ಯಾವ ಸೂಚನೆಯೂ ಕೂಡ ಇಲ್ಲ."
– ಯನಗಿ ಸೋಯೆಟ್ಸು

ನನ್ನ ಸ್ವಂತಿಕೆಯ, ಇನ್ನೊಬ್ಬರ ಅಧೀನಕ್ಕೊಳಗಾಗದ ಜೀವನ ಶೈಲಿಯು ಮುಕ್ತವಾಗಿ ಪ್ರವಾಸ ಮಾಡಲು ನನಗೆ ಸಾಕಷ್ಟು ಸಮಯಾವಕಾಶ ನೀಡುತ್ತದೆ. ಯಾವ್ಯಾವ್ಯಾಗ ನನಗಾಗುತ್ತದೋ, ಆಗೆಲ್ಲ, ಅಷ್ಟೇನೂ ಪರಿಚಿತವಲ್ಲದ ನಮ್ಮ ದ್ವೀಪಗಳ ಮೂಲೆ ಮೂಲೆಗಳನ್ನು ಹುಡುಕಿಕೊಂಡು, ಯಾವುದೇ ಒಂದು ನಿರ್ದಿಷ್ಟ ಗಮ್ಯಸ್ಥಾನವೂ ಮನಸ್ಸಿನಲ್ಲಿಲ್ಲದೆ ಹೊರಟು ಬಿಡುವುದೆಂದರೆ ನನಗೆ ಬಹಳ ಇಷ್ಟ.

ಸ್ವಲ್ಪ ಸಮಯದ ಹಿಂದೆ, ಹೀಗೇನೆ, ಡೆಯಿಜೊಜಿ ಝೆನ್ ದೇಗುಲವನ್ನು ಸಂದರ್ಶಿಸಲು ನನಗೆ ಬಂದಿದ್ದ ನಿವೇದನೆಯೊಂದನ್ನು ನಾನು ಒಪ್ಪಿಕೊಂಡಿದ್ದೆ. ಅಲ್ಲಿ ಇಪ್ಪತ್ತು ಮಂದಿ ಭಿಕ್ಷುಸಂನ್ಯಾಸಿಗಳು ವಾಸಿಸುತ್ತಾರೆ. ಅವರು ತಮ್ಮ ದಿನವನ್ನು ಬೆಳಗಿನ ಜಾವ 4.30 ಗಂಟೆಗೆ ಸತತ ಎರಡು ಗಂಟೆಗಳ ಧ್ಯಾನದೊಂದಿಗೆ ಆರಂಭಿಸುತ್ತಾರೆ.

ಆ ದೇಗುಲದ ಹತ್ತಿರವಿರುವ ರ್‍ಯೊಕನ್ (ಜಪಾನಿನ ಒಂದು ಸಾಂಪ್ರದಾಯಿಕ ಹೊಟೇಲ್)ನಲ್ಲಿ ತಂಗಿದ್ದ ನಾನು, ಬೆಳಗಾಗುವ ಒಂದು ಗಂಟೆ ಮುನ್ನ ಎಚ್ಚರಗೊಂಡು ಅಲ್ಲಿನ ಕಾಡಿನ ಮರಗಳ ನೆರಳಿನ ನಡುವೆ ನಡೆದ ನಂತರ, ಆ ದೇಗುಲದ ಆವರಣಕ್ಕೆ ಹೋಗಲು ಇರುವ ಕಪ್ಪು ಬಾಗಿಲನ್ನು ತಲುಪಿದೆ. ದೇಗುಲವನ್ನು ಸ್ಥಾಪಿಸುವುದಕ್ಕೆ ತೀರ್ಮಾನಿಸುವ ಮೊದಲೇ ಅವರು ಕಪ್ಪು ಮೊನ್ (ಬೌದ್ಧದೇಗುಲದ ಮುಖ್ಯದ್ವಾರ)ನ್ನು ನಿರ್ಮಿಸಿದ್ದರು ಎಂದು ಐತಿಹ್ಯವಿದೆ.

'ಮೊನ್' ಅನ್ನು ತಯಾರಿಸಲು ಉಪಯೋಗಿಸಿರುವ ಮರ ಎಷ್ಟು ಕಪ್ಪಗಿದೆಯೆಂದರೆ ಅದು ಇಡೀ ಅರಣ್ಯವನ್ನೇ ಒಂದು ಕಪ್ಪು ಕುಳಿಯ ತೆರ ನುಂಗಿಬಿಡುವುದೇನೊ ಎಂಬಂತೆ. ಆ ದ್ವಾರದ ಮೇಲ್ಭಾಗದಲ್ಲಿ ಪಾಚಿ ಮತ್ತು ಇತರೆ ಸಸ್ಯಗಳು ಬೆಳೆದು, ಅವುಗಳಿಂದ ಹೊರಟ ರೆಂಬೆಗಳು ಮತ್ತು ಎಲೆಗಳಿಂದ ತುಂಬಿಕೊಂಡು ಆ 'ಮೊನ್' ಅಂದರೆ ದ್ವಾರ ಒಣಹುಲ್ಲಿನ ಟೊಪ್ಪಿಗೆಯೊಂದನ್ನು ಇರಿಸಿಕೊಂಡಂತೆ ತೋರುತ್ತದೆ.

ಮುಂದ್ವಾರವನ್ನು ದಾಟಿದ ಮೇಲೆ, ಅಲ್ಲಿ ಸ್ವಲ್ಪ ದೂರ ಮುಂದೆ, ಒಂದು ಬೃಹದಾಕಾರದ ಘಂಟೆ ಮತ್ತು ಅದಕ್ಕೆ ಲಂಭಾಕಾರವಾಗಿ ಮರದ ಒಂದು ಕೊರಡನ್ನು ಇರಿಸಲಾಗಿದೆ, ಅದೇಕೆಂದರೆ ಆ ಘಂಟೆ ಬಾರಿಸಲು. ತುಕ್ಕು ಹಿಡಿದ ಆ ಘಂಟೆಯ ಮೇಲೆ ಮತ್ತು ಆ ಮರದ ತುಂಡಿನ ಮೇಲೆ ಕೆತ್ತಲಾಗಿದ್ದ 'ಧರ್ಮ'ಚಕ್ರವನ್ನು ಗಮನಿಸಲೆಂದು ನಾನು ಅಲ್ಲೇ ಕೆಲವು ಕ್ಷಣಗಳನ್ನು ಕಳೆದೆ. ಆ

'ಧರ್ಮ'ಚಕ್ರವು, ಮಾನವ ಜೀವಿಯಾಗಿ ನಶ್ವರತೆಯ ಕುರಿತು ನಾನು ಸದಾ ಪುನರವಲೋಕಿಸುವಂತೆ ಮಾಡುತ್ತದೆ.

ನಾನು ಮರಣವಪ್ಪಿದಾಗಲೂ ಕೂಡ, ಆ ಘಂಟೆ ಮತ್ತು ಆ ಕಪ್ಪು ಮುಖ್ಯದ್ವಾರ ಈ ಎರಡೂ ಅಲ್ಲೇ ಇರುತ್ತವೆ; ಅದೂ ಹೇಗೆಂದರೆ, ಅರಣ್ಯದ ನಿರ್ಜನ ಪ್ರದೇಶದ ಜತೆಗೆ ಸಾಮರಸ್ಯವಾಗಿ ಬಾಳುತ್ತಾ.

ಅಲ್ಲಿಗೊಮ್ಮೆ ಸೇರಿದ ನಂತರ, ಆ ದೇಯಿಜೊಜಿ ಭಿಕ್ಷುಗಳ ಜೊತೆ ಸೇರಿ ನಾನೂ ಧ್ಯಾನ ಮಾಡಿದೆ. ಬಹುದೀರ್ಘ ಅವಧಿಗೆ ಧ್ಯಾನ ಮಾಡುವುದು ನನಗೆ ರೂಢಿ ಇಲ್ಲದಿದ್ದ ಕಾರಣಕ್ಕಾಗಿ, ಆ ಎರಡು ಗಂಟೆಗಳ ಅವಧಿಯ ನಂತರ ನನ್ನ ಕಾಲುಗಳು ಮತ್ತು ಬೆನ್ನು ನೋಯುತ್ತಿತ್ತು.

ಧ್ಯಾನ ಮುಗಿದ ಕೂಡಲೇ, ಅಲ್ಲಿನ ಭಿಕ್ಷುವೊಬ್ಬರು ಆ ಘಂಟೆ ಬಾರಿಸಿದರು. ಅದರ ಶಬ್ದವು ನನ್ನೊಳಗೆ ಅನುರಣಿಸಲ್ಪಟ್ಟು ಕೆಲವು ಕ್ಷಣಗಳ ಕಾಲ ನನ್ನ ಪ್ರಜ್ಞೆಗಳು ವಿಶ್ವದೊಡನೆ ಲೀನವಾದಂತೆ ಭಾಸವಾಯಿತು. ಕ್ಷಣಗಳ ನಡುವೆ ಒಂದು ವಿಚಿತ್ರ ಅಂತರವು ಸೃಷ್ಟಿಯಾಗಿ, ಆ ಘಂಟೆಯು ಚಲಿಸುವ ಕಾಲವನ್ನೇ ನಿಲಂಬನಗೊಳಿಸಿದಂತಾಗಿತ್ತು.

"ಸಂತೋಷವೆಂದರೆ ಇದೇನಾ?" ನಾನು ಚಕಿತನಾದೆ.

ಆ ನಂತರ ಅವರು ನನ್ನನ್ನು ಅವರ ಜೊತೆಗೆ 'ಶೋಜಿನ್ ರ್‍ಯೋರಿ' (ಒಂದು ನಿರ್ದಿಷ್ಟ ಮಾದರಿಯ ಪ್ರಾಣಿಜನ್ಯ ಪದಾರ್ಥವರ್ಜ್ಯವಾದ ಬೌದ್ಧಧರ್ಮದ ಪಾಕವಿಧಾನದ ಅಡುಗೆ)ಯನ್ನು ತಿನ್ನಲು ಮತ್ತು ಚಹಾ ಸೇವಿಸಲು ಆಹ್ವಾನಿಸಿದರು.

ಧರ್ಮಚಕ್ರ

ಧರ್ಮಚಕ್ರದ ಎಲ್ಲಾ ಮೂಲಧಾತುಗಳ ಸಮತೂಕದ ಸ್ಥಿತಿಯಲ್ಲಿ ಮಾತ್ರ ಜ್ಞಾನೋದಯವನ್ನು ಸಾಧಿಸಬಹುದು. ಆ ಚಕ್ರದ ಎಂಟೂ ಶಿರೋಭಾಗಗಳೂ (ಆರೆಕಾಲುವಿನ ಶಿರ ಅಥ-ವಾ ಅಗ್ರ ಬಿಂದು) ಉದಾತ್ತವಾದ ಅಷ್ಟ ಮಡಿಕೆ ಪಥದಲ್ಲಿನ ಎಂಟೂ ವಿಭಾಗಗಳಲ್ಲಿ ಒಂದೊಂದನ್ನು ಪ್ರತಿನಿಧಿಸುತ್ತವೆ.

1. ಸಾವೆಂಬುದೇ ಅಂತ್ಯವಲ್ಲ, ಮತ್ತು ಈ ಬದುಕಿನ ನಮ್ಮ ಕ್ರಿಯೆಗಳು ನಾವು ಸತ್ತ ನಂತರವೂ ಪರಿಣಾಮವುಳ್ಳವಾಗಿರುತ್ತವೆ.

2. ಅಶಾಶ್ವತತೆ ಮತ್ತು ಯಾತನೆಯ ಅನಿವಾರ್ಯತೆ ಕುರಿತು ಅವಲೋಕಿಸುವ ಅಥವಾ ಧ್ಯಾನಿಸುವ ಕುರಿತು ಸಂಕಲ್ಪಿಸುವುದು ಮಹತ್ವವಾದುದ್ದು.

3. ನೀನು ಸುಳ್ಳು ಹೇಳಬಾರದು.

4. ನೀನು ಯಾರನ್ನೂ ಕೊಲ್ಲಬಾರದು ಮತ್ತು ಬೇರೆಯವರಿಗೆ ನೋವನ್ನೂ ಸಹ ಉಂಟು ಮಾಡಬಾರದು.

5. ಬದುಕು ನಡೆಸಲು ಎಷ್ಟು ಅವಶ್ಯಕವೋ, ಅಷ್ಟನ್ನು ಮಾತ್ರ ನಾವು ಹೊಂದಿರಬೇಕಲ್ಲದೆ ಅದಕ್ಕಿಂತ ಒಂದು ರವೆಯಷ್ಟೂ ಜಾಸ್ತಿ ಕೂಡದು.

6. ನಮ್ಮನ್ನು ನಾವೇ ಇಂದ್ರಿಯ ಸಂಬಂಧೀ ಇಚ್ಛೆಗಳಿಗೆ ಒಳಪಡಿಸಿಕೊಳ್ಳದೆ ಈರ್ಷ್ಯೆ ಅಥವಾ ಹೊಟ್ಟೆಕಿಚ್ಚಿಗೆ ಬಲಿಯಾಗದೆ, ನಮ್ಮ ಪ್ರಜ್ಞೆಯನ್ನು ನಾವು ಜಾಗೃತಗೊಳಿಸುವ

ಅಗತ್ಯವಿದೆ.

7. ನಾವು ಧ್ಯಾನ ಎಂಬ ಸಾಧನ ಬಳಸಬೇಕು.

8. ಅಂತಿಮವಾಗಿ, ನಾವು 'ಸಮಾಧಿ' ಸ್ಥಿತಿಗೆ ಬರುತ್ತೇವೆ: ಯಾವಾಗ ವ್ಯಕ್ತಿಯು ತನ್ನ ಶರೀರ ಮತ್ತು ಮನಸ್ಸು ಎರಡೂ ವಿಶ್ವದ ಜೊತೆ ಒಂದಾಯಿತೆಂದು ಭಾವ ತಾಳುತ್ತಾನೋ ಆಗ ಅವನು ಆ ಸಮಾಧಿಸ್ಥಿತಿಯನ್ನು ಗಳಿಸಿದ್ದಾನೆ ಎಂದು ಅರ್ಥ.

ಧರ್ಮಚಕ್ರವು ಸಂಸ್ಕೃತಿಗಳು ಮತ್ತು ಧರ್ಮಗಳನ್ನು ಒಗ್ಗೂಡಿಸುವ ಒಂದು ಗುರುತು. ಅದನ್ನು ಬೌದ್ಧಧರ್ಮ, ಹಿಂದೂಧರ್ಮ ಮತ್ತು ಜೈನ ಧರ್ಮ ಈ ಎಲ್ಲವೂ ಹಂಚಿಕೊಂಡಿವೆ. Image by FreeSVG.org

ರಕು ಆತ್ಮ

ಕೆಲವು ದಿನಗಳ ನಂತರ, ನಾನು ಸುವಾ ಸರೋವರದ ದಡದ ಮೇಲಿರುವ ಸನ್-ರಿಟ್ಜ್ ಹಟ್ಟೋರಿ ಕಲಾವಸ್ತುಸಂಗ್ರಹಾಲಯಕ್ಕೆ ಭೇಟಿ ನೀಡಲು ನಗನೊ ಎಂಬಲ್ಲಿಗೆ ಹೋದೆ. ಅಲ್ಲಿ ರಾಷ್ಟ್ರೀಯ ಸಂಪತ್ತು ಎಂದು ಪಟ್ಟಿ ಮಾಡಿರುವ 'ಚವನ್'(ಒಂದು ಚಹಾದ ಬಟ್ಟಲು)ನ್ನು ಇರಿಸಿದ್ದಾರೆ. ಅದು ಹದಿನೇಳನೆಯ ಶತಮಾನದ ಆರಂಭದಲ್ಲಿ ಹೊನಮಿ ಕೋಯೆಟ್‌ಸು ಎಂಬ ಕಲಾಕಾರ ಸೃಜಿಸಿದ "ಮೌಂಟ್ ಫುಜಿ" ಎಂದು ಕರೆಯಲಾಗುವ ಒಂದು "ರಕು" ಕಲಾಕೃತಿ.

"ರಕು" ಎಂಬುದು ಆದಷ್ಟೂ ಕಡಿಮೆ ತಾಪಮಾನದ ಒಲೆಯ ಬೆಂಕಿಯನ್ನು ಉರಿಯನ್ನು ಬಳಸಿ ಮಾಡಲಾಗುವ, ಹದಿನಾರನೇ ಶತಮಾನದಲ್ಲಿ ಹುಟ್ಟಿಕೊಂಡ ಒಂದು ಜಪಾನೀ ಕುಂಬಾರಿಕೆ ತಂತ್ರ.

ಹೊನಾಮಿ ಕೋಯಟ್ಸನ ಈ ಶ್ವೇತ ರಕು ಕಲಾಕೃತಿಯನ್ನು ಒಂದು ಐತಿಹಾಸಿಕ ಕಲಾಕೃತಿಯೆಂದು ಪರಿಗಣಿಸಲಾಗಿದೆ. ಏಕೆಂದರೆ ಅದು ವಾಬಿ ಸಾಬಿಯ ಸಾರಸತ್ತ್ವವನ್ನೇ ಒಳಗೊಂಡಿದೆ. ನಾಲ್ಕು ಅಂಗುಲದಷ್ಟೂ ಎತ್ತರವಿಲ್ಲದ ಈ ಚಿಕ್ಕ ಬಟ್ಟಲನ್ನು ನೋಡಿದ ಮೇಲೆ, ನನ್ನ ಹೃದಯವು ಆ ಕಲಾಕೃತಿಯ ಶಕ್ತಿ ಮತ್ತು ನಮ್ರತೆಯನ್ನು ತಾನೇ ಅನುಭವಿಸಿ ಉಬ್ಬಿ ಹೋಗಿದ್ದನ್ನು ಅನುಭವಿಸಿದೆ.

ಹೊನಾಮಿ ಕೋಯೆಟ್ಸುನ "ಮೌಂಟ್‌ಫುಜಿ"ಯನ್ನು ಗಮನಿಸಿದ ತರುವಾಯ ನನ್ನ ದೃಷ್ಟಿ ಮಬ್ಬಾಯಿತು ಮತ್ತು ನನ್ನ ಮನೋಭಾವಗಳು ತುಂಬಿ ಹರಿದುವು.

ಹೊನಮಿ ಕೊಯೆಟ್ಸು ಸೃಜಿಸಿದ "ಮೌಂಟ್‌ಫುಜಿ" ಎಂದು ಕರೆಯಲಾಗುವ ಪಿಂಗಾಣಿಯ (ಜೇಡಿ ಮಣ್ಣಿಂದ ಮಾಡಿದ) ಈ ರಕು ಬಟ್ಟಲನ್ನು ಜಪಾನ್ ಸರ್ಕಾರವು ರಾಷ್ಟ್ರೀಯ ಸಂಪತ್ತು ಎಂದು ಪಟ್ಟಿ ಮಾಡಿದೆ.

ರಾಶಿಉತ್ಪನ್ನ ತಯಾರಿಕೆಗೆ ಅನುವು ಮಾಡಿಕೊಡುವ ಪರಿಪೂರ್ಣವಾದ ಸಮತಲ ಅಥವಾ ಚಪ್ಪಟೆ ಮೇಲ್ಮೈಗಳುಳ್ಳ ಮತ್ತು ಸಮಪ್ರಮಾಣದ ಆಕಾರ, ಮೂಲಧಾತುಗಳುಳ್ಳ ಸರಕುಗಳನ್ನು ಉತ್ಪಾದಿಸುವ ವ್ಯರ್ಥ ಪ್ರಯತ್ನಕ್ಕೆ ಹುಡುಕಾಡುವ ಆಧುನಿಕತೆಯ ವಿರುದ್ಧ ವಾಬಿ ಸಾಬಿ ತತ್ವವು ಸಿಡಿದೇಳುತ್ತದೆ. ಆಧುನಿಕ ರಕು ವಸ್ತುಗಳು ಅನನ್ಯ, ಅನುಪಮ, ಅಸದೃಶ್ಯ ಮತ್ತು ಅಪೂರ್ವವಾದುವು- ಹೊನಾಮಿ ಕೋಯೆಟ್ಸುನ "ಮೌಂಟ್‌ಫುಜಿ"ಯನ್ನು ಬೇರಾರೂ ನಕಲು ಮಾಡಲಾಗಲೀ ಅನುಕರಣೆ ಮಾಡಲಾಗಲೀ ಸಾಧ್ಯವೇ ಇಲ್ಲ.

ಆ ಮಟಾಣಿ ಬಟ್ಟಲಿನೊಳಗೆ ಕಂಡುಬರುವ ಮೆದು ಅಸಮತಟ್ಟಾದ ಹಳ್ಳದಿಣ್ಣೆಗಳುಳ್ಳ ಪರ್ವತದಿಂದ ಆರಂಭಿಸಿ, ನೀವು ನೇರವಾಗಿ ನೈಜವಾದ ಒಂದು ನೈಸರ್ಗಿಕ ಪರ್ವತಕ್ಕೇ ಸಹಜವಾಗಿ ನಡೆದಿರೆಂದುಕೊಳ್ಳಿ. ನಾನು ಆ ದಿನ ಹಾಗೇ ಮಾಡಿದೆ; ಆ ದಿನ ನಾನು ಇಬ್ಬನಿಯ ನಡುವೆ ಎಂದು ಅಕ್ಷರಶಃ ಭಾಷಾಂತರಗೊಳ್ಳುವ 'ಕಿರಿಗಮಿನೆ' ಎಂಬ ಪರ್ವತವನ್ನೇರಿದೆ. ಅದನ್ನೇರುವ ದಾರಿಯು ಏಕ್‌ದಂ ಆ ಕಲಾವಸ್ತುಸಂಗ್ರಹಾಲಯದ ಪಕ್ಕದಿಂದಲೇ ಆರಂಭವಾಗುತ್ತೆ. ಆ ದಿನ ಬಹಳ ಹರ್ಷದಾಯಕವಾಗಿತ್ತು ಮತ್ತು ಆ ಪರ್ವತದ ತುದಿಯಿಂದ ಜಪಾನೀ ಆಲ್ಪ್ಸ್ ಪರ್ವತ ಶ್ರೇಣಿಯನ್ನು ವೀಕ್ಷಿಸಲೂ ನನಗೆ ಸಾಧ್ಯವಾಯಿತು. ಆ ನಂತರ ಅಲ್ಲೇ ಒಂದು ಬಂಡೆಯ ಮೇಲೆ ಆಸೀನನಾಗಿ ನಾನು ತಂದಿದ್ದ ಬುತ್ತಿಯಿಂದ 'ಒನಿಗಿರಿ' ಎಂದು ಕರೆಯಲ್ಪಡುವ ಅನ್ನದ ಉಂಡೆ ತಿಂದು, ಸ್ವಲ್ಪ ಹಸಿರು ಚಹ ಸೇವಿಸಿದೆ.

ಕಿರಿಗಮಿನೆಯ ಶೃಂಗದಲ್ಲಿ ಕುಳಿತಿದ್ದಾಗ ಹೊನಾಮಿ ಕೋಯೆಸ್ಸುನ ಶ್ವೇತ 'ರಕು'ವಿನ ನೆನಪುಗಳು ನನ್ನೊಳಗೆ ಅಂತಸ್ತವಾಗುತ್ತಿದ್ದಂತೆಯೆ, ಪ್ರಕೃತಿಯ ಕೂಡ ನಾನು ಸಾಧಿಸಿದ ಸಂಪರ್ಕ ಮತ್ತು ನನಗಾದ ಸಂತಸ ಭಾವದಿಂದ ಪೂರಾ ಭಾವಪರವಶನಾದೆ. ಆ 'ರಕು' ಬಟ್ಟಲು ಮತ್ತು 'ನಗನೋ'ದ ಪ್ರಾಕೃತಿಕ ಪರಿಸರ, ಇವೆರಡೂ ಬೇರೆಬೇರೆಯಾದ ಪ್ರತ್ಯೇಕ ಅಸ್ತಿತ್ವವುಳ್ಳವಲ್ಲ, ಆದರೆ, ಬದಲಾಗಿ ಅವೆರಡೂ ಒಂದೇ ಅನುಭವದ ಸಮಗ್ರ ಭಾಗಗಳು ಎಂದು ನನ್ನ ಮನಸ್ಸಿಗನ್ನಿಸಿತು.

ಅಂದರೆ ಪ್ರಕೃತಿಯ ಸಾರಸತ್ವ ಮತ್ತು ವಾಬಿ ಸಾಬಿ ಕಲೆ ಈ ಎರಡೂ ಒಂದೇ.

ವಾಬಿ ಸಾಬಿ ವಾಸ್ತುಶಿಲ್ಪಿ

ಎರಡು ವರ್ಷಗಳ ಹಿಂದೆ ನಾನು ಯುರೋಪ್ ಸುತ್ತಮುತ್ತ ಒಂದು ದೀರ್ಘ ಪ್ರವಾಸ ಹೋಗಿದ್ದೆ. ಕಟ್ಟಡದ ಹೊರಭಾಗಗಳ ಕುಸುರಿ ಕೆಲಸದ ವಿನ್ಯಾಸದ ವಿವರಗಳನ್ನು ಚಪ್ಪರಿಸುತ್ತಾ ಐತಿಹಾಸಿಕ ನಗರಗಳ ಮುಖ್ಯಕೇಂದ್ರಗಳೆಲ್ಲದರಲ್ಲಿಯೂ ದಣಿವಾಗುವವರೆಗೂ ಸುತ್ತಾಡಿದೆ.

ಇಷ್ಟೆಲ್ಲಾ ವಿನ್ಯಾಸಗಳಿದ್ದಾಗ್ಯೂ, ನಾನು ಗಮನಿಸಿದ್ದೆಂದರೆ ಸರಳ ರೇಖೆಗಳೇ ಪ್ರಾಮುಖ್ಯವಾಗಿ ಎದ್ದು ಕಾಣುವಂತಿದ್ದುವಲ್ಲದೆ, ವಕ್ರರೇಖೆಗಳು ಅಥವಾ ಬಾಗುಗಳು ಕೇವಲ ಎಲ್ಲಿ ಮಾತ್ರ ಅತ್ಯಗತ್ಯವೋ ಅಲ್ಲಿ ಮಾತ್ರ ಕಂಡವು. ಅಂದರೆ ಹೆಚ್ಚುಕಡಿಮೆ ದೈವಸಮಾನವಾದ ಆದಷ್ಟೂ ಪೂರ್ವದ ನಿರ್ಮಲ ಸ್ಥಿತಿಯನ್ನು ಸೃಜಿಸುವ ಪರಿಪೂರ್ಣತೆಯ ಸ್ವಾತಂತ್ರ್ಯವನ್ನು ಯುರೋಪಿನ ವಾಸ್ತುಶಿಲ್ಪ ಹುಡುಕುತ್ತದೆ ಎಂದಾಯ್ತು.

ಅವರ ಎಲ್ಲ ನಿರ್ಬಂಧಗಳಿಂದ ತಪ್ಪಿಸಿಕೊಳ್ಳಲು ಬಯಸುವವರಂತೆಯೂ ಮತ್ತು ಒಂದು ತೆರನಾದ ಅತೀಂದ್ರಿಯವಾದ ಹುಚ್ಚುತನಕ್ಕೆ ತಮಗೆ ತಾವೇ ಅವಕಾಶ ಮಾಡಿಕೊಡುವ 'ವಾಬಿ ಸಾಬಿ'ಯ ಸುಳಿವನ್ನು ಅವರ ಇಗರ್ಜಿಗಳಲ್ಲಿ ಮತ್ತು ಕತೀಡ್ರಲ್‌ಗಳಲ್ಲಿ (ಬಿಷಪ್ಪಿನ ಅಧಿಕಾರ ಪ್ರಾಂತ್ಯದಲ್ಲಿ ಆತನ ಪೀಠವಿರುವ ಮುಖ್ಯ ಆರಾಧನ ಮಂದಿರ) ಗಮನಿಸಿದೆ.

ಆದರೆ ಪಶ್ಚಿಮ ಮತ್ತು ಪೂರ್ವ ಈ ಎರಡನ್ನೂ ನೈಜವಾಗಿ ಸಂಯೋಜಿಸಿದ ಕಲೆಗಾರನನ್ನು ನಾನು ಬಾರ್ಸಿಲೊನಾಕ್ಕೆ ಬರುವ ತನಕ ಕಾಣಲೇ ಇಲ್ಲ, ಅವನೇ ಆ್ಯಂಟೊನಿ ಗಾಡಿ.

'ಸಗ್ರದ ಫಮಿಲಿಯಾ', ಕಸಮಿಲ' ಮತ್ತು ಪಾರ್ಕ್ ಗುಯಿಲ್ ಇವೆಲ್ಲವೂ ನೂರಕ್ಕೆ ನೂರು ವಾಬಿ ಸಾಬಿ ತತ್ತ್ವಾನುಸಾರಕಗಳೇ.

ಮೊದಲನೆಯದು, ಅದರ ಅಸಾಧ್ಯವಾದ ಬಾಗುಗಳ ಮತ್ತು ವಕ್ರರೇಖೆಗಳಿಂದಾಗಿ ಮತ್ತು ಬೆಳ್ಳಿಬಣ್ಣದ ಮೆರುಗಿನಿಂದಾಗಿ ಒಂದು ಜ್ವಾಲಾಮುಖಿ ಅಥವಾ ಒಂದು ಪರ್ವತದಂತೆ, ಭೂದೇವಿಯ ಗರ್ಭದಿಂದ ಉದಿಸಿದಂತೆ ಕಾಣುತ್ತದೆ. ಅದು ಮಾನವ ನಿರ್ಮಿತ ಎನ್ನುವುದಕ್ಕಿಂತ ಹೆಚ್ಚಾಗಿ ಪ್ರಕೃತಿಯೇ ಸೃಜಿಸಿದ ಅಥವಾ ಕಡೆದಿಟ್ಟ ಒಂದು ಕಲಾಕೃತಿ ಎನ್ನುವ ಗುರಿ ಇರಿಸಿದೆ.

'ಗಾಡಿ'ಯು ಪ್ರಕೃತಿಯನ್ನೂ ಮೀರಿಸಲು ಪ್ರಯತ್ನಿಸುತ್ತಿದ್ದ ಎಂದಲ್ಲ, ಬದಲಾಗಿ ಅವನು ಸ್ವಾಭಾವಿಕ ಜಗತ್ತಿನ ಸಾರಸತ್ವವೆಲ್ಲವನ್ನೂ ಮೂರ್ತೀಕರಿಸಿಕೊಂಡ ಕಲಾಕೃತಿಯನ್ನು ಸೃಜಿಸಲು ಯತ್ನಿಸುತ್ತಿದ್ದ, ಅಷ್ಟೆ. ಸೃಷ್ಟಿ ಈಗಾಗಲೇ ಏನನ್ನು ನಿರ್ಮಿಸಿದೆಯೋ ಅದಕ್ಕಿಂತಲೂ, ಮತ್ತೇನೋ ಒಂದು ಉತ್ತಮವಾದದ್ದುನ್ನು, ಮೇಲ್ಮಟ್ಟದ್ದನ್ನು ಮಾಡಿ ತಂದಿಟ್ಟು ತನ್ನ 'ಅಹಂ'ನ್ನು ಹೇರಲು ಅವನಿಗೆ ಇಷ್ಟವಿಲ್ಲ.

ಕ್ಯಾಟಲಾನ್ ವಾಸ್ತುಶಿಲ್ಪದ ರೀತಿ, ಜಪಾನೀ ಶಿಂಟೋ ಮತೀಯ ಆರಾಧನಾಮಂದಿರಗಳು ಮತ್ತು ಬೌದ್ಧ ದೇವಾಲಯಗಳೂ ಕೂಡ ಯಾವುದೇ ಒಂದು ತರಹದ ಕೃತಕವಾದುದನ್ನು ಹೇರಲು ಯತ್ನಿಸುವುದಿಲ್ಲ. ಅದಕ್ಕೆ ಪ್ರತಿಯಾಗಿ ಸುತ್ತಮುತ್ತಲ ಪ್ರಕೃತಿ ಪರಿಸರದ ಜತೆ ಅವು ಸಮಗ್ರವಾಗಿ ಸೇರಿಕೊಳ್ಳುತ್ತವೆ. ಈ ಶಿಂಟೋ ಮತೀಯ ಸಂಪ್ರದಾಯದ ಸ್ವಾತಂತ್ರ್ಯವನ್ನು ಪ್ರಕೃತಿ ಮತ್ತು ಕೃತಕತೆ ಈ ಎರಡೂ ಒಂದು ಮೂಲವಸ್ತುವಿನ ಜೊತೆಗೆ ಒಂದಾಗಿ ಕೂಡುವ ಆ 'ಪಾರ್ಕ್ ಗುಯಿಲ್' ಜತೆ ನಾನು ಹೋಲಿಸುತ್ತೇನೆ.

ನಾವೀಗ ಅದರ ಕೆಲವಾರು ಗುಣಲಕ್ಷಣಗಳನ್ನು ನೋಡಲೋಸುಗ, ಕಲೆಯಲ್ಲಿ, ವಾಬಿ ಸಾಬಿಯನ್ನು ಪರಿಚಯಿಸಲು ಬಳಸಿಕೊಂಡ ಆ ಬಟ್ಟಲಿನ ವಿಷಯಕ್ಕೆ ಮರಳೋಣ.

ಜೈವಿಕ ರಚನೆ /ಬಂಧ : ಯೂಕಿ ಟಿಕುಸುಚಾ 有機テクスチャ

ರಕು ತಂತ್ರ ಬಳಸಿ ಮಾಡಲಾದ ಬಟ್ಟಲುಗಳು ಅವುಗಳ ಜೈವಿಕ ಬಂಧಗಳಿಂದ ಗುರುತಿಸಲ್ಪಟ್ಟಿವೆ. ನೀವು ಯಾವ ಪ್ರಮಾಣದಲ್ಲಿ ವಸ್ತುವನ್ನು ವೀಕ್ಷಿಸುತ್ತೀರೋ ಅದರನುಸಾರ ಅದರ ತೋರ್ಕೆಯು ಚಲನಶೀಲವಾಗಿ ಬದಲಾಗುತ್ತದೆ.

ಏಕರೂಪದ ವರ್ಣದಲ್ಲಿ ಪರಿಪೂರ್ಣ ಸಮತಟ್ಟಾದ ಮೇಲ್ಮೈಗಳೆಲ್ಲವೂ ಒಂದೇ ತೆರನಾಗಿರುತ್ತವೆ. ನೀವು ಅವುಗಳನ್ನು ಹತ್ತು ಇಂಚು ಹತ್ತಿರದಿಂದ ನೋಡುತ್ತೀರೋ ಅಥವಾ ಹತ್ತು ಅಡಿ ದೂರದಿಂದ ನೋಡುತ್ತೀರೋ, ಅದರಿಂದೇನೂ ವ್ಯತ್ಯಾಸ ತೋರದು. ಸಮತಟ್ಟಾದ ಮತ್ತು ಪರಿಪೂರ್ಣ ವಸ್ತುಗಳು ಕೇವಲ ಕೃತಕ ಜಗತ್ತಿನಲ್ಲಿ ಮಾತ್ರ ಅಸ್ತಿತ್ವದಲ್ಲಿರುತ್ತವೆ.

ಕೇವಲ ಅನಿಯತಾಕಾರದ ಜೈವಿಕಬಂಧ ಅಥವಾ ವಿನ್ಯಾಸದ ಕಲಾಕೃತಿಗಳನ್ನು ಮಾತ್ರ ವಾಬಿ ಸಾಬಿಯ ಗುಂಪಿನವೆಂದು ಪರಿಗಣಿಸಲಾಗುತ್ತದೆ. ದೋಷಗಳಿಗಿಂತ ಹೆಚ್ಚಾಗಿ ಬೇರೆ ಯಾವುದೂ ಕಣ್ಣನ್ನು ಅಷ್ಟು ಆಕರ್ಷಿಸುವುದಿಲ್ಲ, ಮತ್ತು ಏಕತಾನತೆಗಿಂತ ಮಂದವಾದುದು ಅಥವಾ ಮೊದ್ದಾದುದು ಯಾವುದೂ ಇಲ್ಲ.

ಯಾವಾಗ ಒಂದು ರೀತಿಯ ಬದಲಾವಣೆ ಇರುತ್ತದೊ, ಆಗ ದೃಷ್ಟಿ ಅಥವಾ ಕಣ್ಣು ಮಾತ್ರವಲ್ಲ ಉಳಿದೆಲ್ಲ ಮಾನವಪ್ರಜ್ಞೆಗಳೂ ಹೆಚ್ಚು ಸೂಕ್ಷ್ಮವಾಗುತ್ತವೆ, ಅಂದರೆ ಹೆಚ್ಚು ಸಂವೇದನಾ-ಶೀಲಗೊಳ್ಳುತ್ತವೆ. ಯಾವಾಗ ನಾವು ಒಂದೇ ತೆರನ ವಾಸನೆಗೇ ಹೊಂದಿಕೊಳ್ಳುತ್ತೇವೋ ಆಗ ನಾವು ಘ್ರಾಣ ಶಕ್ತಿಯನ್ನು ಕಳೆದುಕೊಳ್ಳುತ್ತೇವೆ. ಒಂದೇ ರೀತಿಯ ನಾಲ್ಕು ಶ್ರುತಿಸ್ವರಗಳನ್ನೇ ಪುನರಾವರ್ತಿಸುವ ಒಂದು ರಾಗ ಅಥವಾ ಮಟ್ಟಿಗೆ ನಾವು ಕಿವಿಗೊಟ್ಟಿದ್ದ ಪಕ್ಷದಲ್ಲಿ, ಅದು ಬೇಸರ ಬರಿಸುವ ಮತ್ತು ಏಕತಾನತೆ ಮೂಡಿಸುವಂತಹದ್ದಾಗುತ್ತದೆ. ಇನ್ನು ಸ್ಪರ್ಶಕ್ಕೆ ಸಂಬಂಧಿಸಿದಂತೆ ಹೇಳುವುದಾದರೆ, ನಮ್ಮನ್ನು ಎಂದೆಂದೂ ಈ ಹಿಂದೆ ಮುದ್ದಾಡದವರು ಅಥವಾ ಪ್ರೀತಿಯ ಸ್ಪರ್ಶವನ್ನೇ ಮಾಡದವರು ನಮ್ಮನ್ನು ಮುಟ್ಟಿದರೆ ಅದು, ನಮ್ಮ ಜೊತೆಗೆ ಹಲವಾರು ವರ್ಷಗಳ ಕಾಲ ಪ್ರೀತಿಯ ಸ್ಪರ್ಶ ಮಾಡುತ್ತಿರುವವರದ್ದಕ್ಕಿಂತ ಬೇರೆಯೇ ಆಗಿರುತ್ತದೆ.

ಯಾವುದು ಬದಲಾಗುತ್ತದೆಯೋ ಅಥವಾ ಚಲನಸೀಲವಾಗಿರುತ್ತದೆಯೋ ಅದನ್ನು ನಾವು ತೀವ್ರವಾಗಿ ಅನುಭವಿಸುತ್ತೇವೆ. ಸತತ ಬದಲಾವಣೆಯ ಅಭಿವ್ಯಕ್ತಿಗಳೆಂದರೆ ಅವು ಜೈವಿಕ ಬಂಧಗಳು ಅಥವಾ ರಚನಾ ವಿನ್ಯಾಸಗಳು.

ಸರಳತನ: ಕನ್ಸೊ 簡素

ಆದಷ್ಟೂ ಕಡಿಮೆಯನ್ನು ಬಳಸಿಕೊಂಡು ಅತ್ಯುತ್ತಮ ಫಲಿತಾಂಶಗಳನ್ನು ಸಾಧಿಸುವುದೇ ಈ ರಸಾಭಿಜ್ಞತೆ ಮತ್ತು ಆಧ್ಯಾತ್ಮಿಕ ಸದ್ಗುಣದ ಗುರಿಯಾಗಿದೆ. ಯಾವುದು ಅತಿ ಅಗತ್ಯವೊ ಅದಕ್ಕೆ ಸ್ವಾತಂತ್ರ್ಯ ನೀಡುವುದಕ್ಕಾಗಿ ಅಥವಾ ಅವಕಾಶ ಮಾಡುವುದಕ್ಕಾಗಿ ಬೇರೆ ಯಾವುದು ಅಪ್ರಾಮುಖ್ಯವೊ ಅಥವಾ ಅನಾವಶ್ಯಕವೊ ಅಂತಹದ್ದನೆಲ್ಲ ಮುಲಾಜಿಲ್ಲದೆ ತೆಗೆದುಹಾಕಿರಿ.

ಖಂಡಿತವಾಗಿಯೂ ಯಾವುದು ಅಗತ್ಯವಿಲ್ಲವೊ ಅದನ್ನು ಸೇರಿಸಲೇಬೇಡಿ.

ಕಲ್ಲಿನ ಒಂದು ಗೂಡಿನಂತೆ ತನ್ನ ಸುತ್ತಲೂ ಅಂಟಿಕೊಂಡಿದ್ದ ಹೆಚ್ಚುವರಿ ಬಂಡೆಯನ್ನು ಒಂದು ಸುಂದರ ಶಿಲ್ಪವು ಕಿತ್ತು ಬಿಸಾಡಿದೋಪಾದಿಯಲ್ಲಿ, ಯಾವುದೆಲ್ಲವೂ ಅನಗತ್ಯವೊ ಅದೆಲ್ಲವನ್ನು ಹೊರಹಾಕುವುದರಿಂದ ಮಾತ್ರ ನಾವು ಕನ್ಸೊ ಅಂದರೆ ಸರಳತನವನ್ನು ಗಳಿಸಬಲ್ಲೆವು.

ಸರಳತನವೆಂಬುದು ಆತ್ಯಂತಿಕ ಅತ್ಯಾಧುನಿಕತೆ. "ಸಂಕೀರ್ಣತೆಯ ಕೊನೆಯ ಆಶ್ರಯ ತಾಣವೇ ಸರಳ ಸಂತಸಗಳು" ಎನ್ನುತ್ತಾನೆ ಆಸ್ಕರ್ ವೈಲ್ಡ್, ಮತ್ತು ಸರಳತನಕ್ಕೂ ಅತ್ಯಾಧುನಿಕತೆಗೂ ನಿಶ್ಚಯವಾಗಿಯೂ ಬಹಳ ಸ್ಪಷ್ಟ ಕೊಂಡಿ ಇದೆ.

ಉದಾಹರಣೆಗಾಗಿ, ತೀರಾ ಸರಳ ವಿಚಾರಗಳನ್ನು ಹೇಳುವಾಗಲೂ ಸಹ ಹೇಳಲು, ಯುವಕವಿಗಳು ಹಲವು ಸಲ ಉದ್ದುದ್ದದ ಪಂಕ್ತಿ ಅಥವಾ ಸಾಲುಗಳನ್ನು ಹೊಸೆಯುತ್ತಾರೆ. ಅವರ ಅನನುಭವದಿಂದಾಗಿ, ಅವರು ಅನಗತ್ಯ ಸಂಕೀರ್ಣತೆಯ ತೊಡಕಿನಲ್ಲಿ ಹೂತು ಹೋಗುತ್ತಾರೆ.

ಅದೇ ನೋಡಿ, ಇನ್ನೊಂದೆಡೆ, ಒಬ್ಬ ನುರಿತ ಕಾವ್ಯಗುರು, 'ಜೀವನದ ಅರ್ಥ' ಎಂಬಂತಹ ವಿಶೇಷ, ಮಹತ್ವಪೂರ್ಣ ಹಾಗೂ ಸಂಕೀರ್ಣವಾದ ಒಂದು ವಿಷಯವನ್ನೂ ಸಹ, ಕೇವಲ ಮೂರೇ ಮೂರು ಸರಳ ಹೈಕು (haiku) ವಾಕ್ಸರಣಿಗಳಲ್ಲಿ ಅಭಿವ್ಯಕ್ತಿಪಡಿಸುವಷ್ಟು ಸಮರ್ಥನಿರುತ್ತಾನೆ.

ಅಸಮ ಪ್ರಮಾಣ ಮತ್ತು ದೋಷಗಳು : ಫುಕಿನ್‌ಸೆಯಿ 不均整

ಫುಕಿನ್‌ಸೆಯಿ ಎಂಬುದರ ಅರ್ಥ, ಸಾಮಾನ್ಯವಾಗಿ ಅಸಮಪ್ರಮಾಣ ಅಥವಾ ವಿಷಮ ಪಾರ್ಶ್ವತೆ ಮತ್ತು ಕ್ರಮಬದ್ಧತೆಯಿಲ್ಲದ್ದು ಎಂಬ ಎರಡೂ ವಿಷಯಗಳನ್ನು ಒಳಗೊಂಡಿದೆ. ಆಗಾಗ ಉಪಯೋಗಿಸುವ ಈ 'ವಾಬಿ ಸಾಬಿ' ಗುಣಲಕ್ಷದ ಕಲೆಯ ಉದಾಹರಣೆಯೆಂದರೆ ಎನ್ಸೋ ವೃತ್ತ.

ಅಲಂಕಾರಕ್ಷರ ಬರೆಯುವ ಗುರುಗಳು ಅಭ್ಯಾಸ ಮಾಡುವ ಈ ವೃತ್ತವು ಎಂದಿಗೂ ಸಮರೂಪತೆ ಹೊಂದಿರುವುದಿಲ್ಲ. ತದ್ವಿರುದ್ಧವಾಗಿ, ಅದರಲ್ಲಿರುವ ಕುಂಚದ ಗೆರೆಗಳ ಅಂತಃಪ್ರವೃತ್ತತೆ ಅಥವಾ ಸಹಜತೆಯು ಕಣ್ಣಿಗೆ ಕಾಣುವಂತಿರಲೇಬೇಕು. ಜೊತೆಗೆ ಆ ವೃತ್ತವನ್ನು ಪೂರ್ಣಗೊಳಿಸಿಯೂ ಇರುವುದಿಲ್ಲ. ಏಕೆಂದರೆ, ವಾಬಿ ಸಾಬಿಯ ಶುದ್ಧ ಚೇತನಾಂಶವಾಗಿರುವ ಅಸ್ತಿತ್ವದಲ್ಲಿರುವುದೆಲ್ಲದರ ಅಪೂರ್ಣತೆಯನ್ನು ಎನ್ಸೋ ಸಂಕೇತಿಸುತ್ತದೆ.

ಬಹಳ ಚೆನ್ನಾಗಿ ಆಗು ಮಾಡಿದ, ಸಹಜವಾಗಿ ಹರಿವ ಅಸಮಪ್ರಮಾಣವು ಸುಂದರವಾಗಿರುತ್ತದೆ, ಏಕೆಂದರೆ, ಅವ್ಯವಸ್ಥೆಯೊಳಗೂ ಕಲಾವಿದನು ಸಮತೋಲವನ್ನು ಕಾಣಲು ಸಮರ್ಥನಾಗುವುದು ಕೇವಲ ಪ್ರಶಾಂತತೆಯ ಮೂಲಕ ಮಾತ್ರ – ಅದೇ ಫುಕಿನ್‌ಸೆಯಿಯ ಸಾರಸತ್ವ.

ಸಹಜತೆ ಅಥವಾ ಸ್ವಾಭಾವಿಕತೆ: ಶಿಜೆನ್ 自然

ಕಾಲ ಜಾರುವ ಗುರುತುಗಳನ್ನು ಒಂದು ವಸ್ತು ಯಾವಾಗ ಪಡೆಯುತ್ತದೆಯೊ ಅಥವಾ ಹೊಂದುತ್ತದೆಯೊ, ಅದೆಲ್ಲವೂ ಒಬ್ಬ ಜಪಾನಿಗನಿಗೆ ಬಹಳ ಸುಂದರವಾದದ್ದೇ. ಹಾಗೆ ನೋಡಿದರೆ, ನಿಜವಾಗಿಯೂ, ಗಾಯಗಳು ಅಥವಾ ದೋಷಗಳು–ಕುಳಿಗಳು, ಕಂದಕಗಳು, ಐಬುಗಳು ಎನ್ನಲೂಬಹುದು, ಸಾಧಾರಣವಾದುದರಿಂದ ಅಸದೃಶವಾದುದನ್ನು ಪ್ರತ್ಯೇಕಿಸುತ್ತವೆ ಅಥವಾ ವಿಂಗಡಿಸುತ್ತವೆ. ಒಬ್ಬ ವ್ಯಕ್ತಿಯ ಸುಕ್ಕುಗಳಿಗೆ ಅಥವಾ ಮಚ್ಚೆಗಳಿಗೆ ಮತ್ತು ತುಕ್ಕು ಹಿಡಿದ ಲೋಹದ ಒಂದು ಬೋಗುಣಿಗೆ ಅಥವಾ ನೀರು ಹಾಗೂ ಚಹ ಕುದಿಸುವ ಪಾತ್ರೆಗೂ ಇದು ಸರಿಯಾಗಿ ಅನ್ವಯಿಸುತ್ತದೆ.

ಯಾವುದು ಸಹಜ ಮತ್ತು ನಿರಾಡಂಬರವಾದುದೊ ಅದು ವಾಬಿ ಸಾಬಿ. ಆಳವಾದ ಸುಕ್ಕುಗಳಿದ್ದೂ ಕೌಮಾರ್ಯದ ಮುಗುಳ್ನಗೆಯೊಂದಿಗೆ ಬಾಳುವ ಒಬ್ಬ ವೃದ್ಧ ಅಥವಾ ವೃದ್ಧೆಯೇ ವಾಬಿ ಸಾಬಿ ಸೌಂದರ್ಯದ ಪರಾಕಾಷ್ಠೆ.

ಪಾಶ್ಚಿಮಾತ್ಯ ಕಲೆ **ಪರಿಪೂರ್ಣತೆಯ ಹುಡುಕಾಟ**	ವಾಬಿ ಸಾಬಿ ಕಲೆ **ಅಪರಿಪೂರ್ಣತೆಯನ್ನು ಒಪ್ಪಿಕೊಳ್ಳುವುದು**
ಸಮಪ್ರಮಾಣ	ವಿಷಮಪಾರ್ಶ್ವತೆ ವಿಷಯ ಅಥವಾ ಅಸಮ ಪ್ರಮಾಣ
ಪರಿಪೂರ್ಣತೆಗಾಗಿ ಹುಡುಕಾಟ	ಅಪರಿಪೂರ್ಣತೆಯನ್ನು ಅಪ್ಪಿಕೊಳ್ಳುವುದು
ಗ್ರೀಕೋ-ರೋಮನ್ ಆದರ್ಶಗಳನ್ನು ಅನುಸರಿಸಿ ಅನುಪಾತಗಳನ್ನು ಪಾಲಿಸುವುದು	ಅನುಪಾತಗಳು ಪ್ರಾಮುಖ್ಯವಲ್ಲ
ನಯ ನಾಜೂಕುತನ	ಒರಟುತನ
ಸಂಕೀರ್ಣತೆ	ಸರಳತೆ
ಖಡಕ್ಕಾಗಿ ಅಗತ್ಯವಿರುವುದಕ್ಕಿಂತಲೂ ಹೆಚ್ಚಾಗಿ ನೋಡುಗರನ್ನು ಮೆಚ್ಚಿಸುವ ಒಂದು ಪ್ರಯತ್ನ	ಅಗತ್ಯವಿರುವ ಮೂಲ ಧಾತುಗಳನ್ನಷ್ಟೆ ಉಳಿಸಿಕೊಳ್ಳುವುದು
ಕೃತಕತೆ	ಸಹಜವಾದುದ್ದಾವುದೊ ಅದನ್ನು ಮೆಚ್ಚುವುದು
ಭವ್ಯವಾದುದ್ದು ಮತ್ತು ಪ್ರದರ್ಶನಾತ್ಮಕವಾದುದ್ದು	ಆತ್ಮೀಯವಾದುದ್ದು
ಬೌದ್ಧಿಕ ಮತ್ತು ವೈಚಾರಿಕವಾದುದ್ದು	ಅಂತರ್ದೃಷ್ಟಿಯುಳ್ಳದ್ದು
ಶೋಭಾಯಮಾನವಾದದ್ದು	ಸರಳ, ವಿರಕ್ತತೆಯ
ಘನ ಗಂಭೀರವಾದ/ಮಹೋನ್ನತವಾದ	ನಿಗರ್ವಿಯಾದ
ಸ್ಥಾವರ ಪ್ರವೃತ್ತಿ	ಜಂಗಮ /ಚಲನಶೀಲ
ಯಾವುದೋ ಒಂದು ನಿರ್ದಿಷ್ಟವಾದುದನ್ನು ಪ್ರತಿನಿಧಿಸುವಷ್ಟಕ್ಕೆ ಅದು ಮಿತಿಗೊಳಿಸಿಕೊಳ್ಳುತ್ತದೆ	ಅಮಿತವಾದುದನ್ನು ಹೊರಸೆಳೆಯುತ್ತದೆ.
ನಿಯತಾಕಾರದ್ದು	ಅನಿಯತಾಕರದ್ದು ಮತ್ತು ಯರ್‍ರಾಬಿರ್‍ರಿ
ಉಜ್ವಲವಾದದ್ದು ಮತ್ತು ಆದಿಸ್ಥಿತಿಯದು	ಬಳಸಿದ್ದು, ಜುಂಗು ಹಿಡಿದದ್ದು

ನಿಮ್ಮ ಪ್ರಥಮ ವಾಬಿ ಸಾಬಿ ಕಲಾಕೃತಿ

ನನ್ನ ಸ್ವದೇಶಿ ಮಿತ್ರರಾದ ಯನಗಿ ಮುನೆಯೊಶಿಯವರ 'ಮಿನ್‌ಗೆಯಿ' ತತ್ವಶಾಸ್ತ್ರದ ಪ್ರಕಾರ, ವ್ಯಕ್ತಿಯೊಬ್ಬ ಕಲಾಕಾರನಾಗುವ ಯಾವ ಅಗತ್ಯವೂ ಇಲ್ಲದೆ, ಅವನು ಸೃಜಿಸುವುದೇನಿದೆಯೊ ಅದು ತತ್ತ್ವಶಃ ಸೌಂದರ್ಯ ಮತ್ತು ವಿರೂಪತೆ ಈ ಎರಡರ ಆಚೆ ಇರುತ್ತದೆ.

ಈ 'ಮಿನ್‌ಗೆಯಿ' ತತ್ತ್ವವನ್ನು ಅನುಸರಿಸಿ ಒಂದು ವಾಬಿ ಸಾಬಿ ಕೃತಿಯನ್ನು ಸೃಜಿಸಲು ನಾನು ನಿಮಗೆ ಸವಾಲೆಸೆಯುತ್ತೇನೆ. ಯನಗಿ ಮುನೆಯೊಶಿಯವರ ನಿಯಮಗಳೆಂದರೆ:

– ಆ ಕೃತಿಯನ್ನು ಕರಗಳಿಂದಲೇ–ಮಾಡತಕ್ಕದ್ದು

– ಅದನ್ನು ಅತೀ ಕಡಿಮೆ ಖರ್ಚಿನ ಸಾಮಗ್ರಿಗಳಿಂದಲೇ ಮಾಡತಕ್ಕದ್ದು

– ಯಾರು ಬೇಕಾದರೂ ಅದನ್ನು ಮೆಚ್ಚುವಂತೆ ಅಥವಾ ಬಳಸುವಂತೆ ಇರಬೇಕು.

– ಯಾವ ಪ್ರದೇಶದಲ್ಲಿ ಅದನ್ನು ಸೃಷ್ಟಿಸಲಾಯಿತೊ ಆ ಪ್ರದೇಶವನ್ನು ಯಾವುದಾದರೊಂದು ರೀತಿಯಲ್ಲಿ ಅದು ಪ್ರತಿನಿಧಿಸುವಂತಿರಲೇಬೇಕು.

ಯನಗಿಯವರ ಪ್ರೇರಣೆಯನ್ನನುಸರಿಸಿ, ನಾನು ಮಾಡಿದ್ದು ಈ ಕೆಳಗಿನದು:

1. ಬಳಸಿದ ಸರಕುಗಳನ್ನು ಮಾರುವ ಅಂಗಡಿಯಿಂದ ಮರದ ಹಲಗೆಯೊಂದನ್ನು ನಾನು ಖರೀದಿಸಿದೆ.

2. ಅದನ್ನು ಸರಿಪಡಿಸಲು ಪಾಲಿಶ್ (ನುಣುಪುಗೊಳಿಸು) ಮಾಡಿದೆ, ಆದರೆ ಅದರ ಅಪರಿ–ಪೂರ್ಣತೆಗಳಾವುದನ್ನೂ ನೀಗಿಸುವ ಕೆಲಸಕ್ಕೆ ನಾನು ಕೈ ಹಾಕಲಿಲ್ಲ. ಬದಲಾಗಿ, ಅದು ಹೆಚ್ಚು ಪ್ರಖರವಾಗಿ ಕಾಣುವಂತೆ ಮಾಡಿದೆ, ಅಂದರೆ ಅದರ ವಿನ್ಯಾಸ, ರಚನಾಬಂಧ ಇವುಗಳನ್ನು ಹೊರಕಾಣುವಂತಾಗಿಸಿದೆ. ಈ ರೀತಿ, ಆ ಮರದ ಪ್ರಮುಖ ಗಂಟೊಂದನ್ನು ಮುಖ್ಯ ಲಕ್ಷಣವನ್ನಾಗಿ ಮಾಡಿದೆ.

3. ಆ ಮರದ ಹಲಗೆಯನ್ನು ನನ್ನ ಟಟಾಮಿ ಕೊಠಡಿಯ ಒಂದು ಮೂಲೆಯಲ್ಲಿರಿಸಿದೆ. ಅದರ ಮೇಲೆ ಹೂಗಳ ಗೊಂಚಲುಗಳಿರಿಸಿದ್ದ ಒಂದು ಹೂದಾನಿಯನ್ನಿಟ್ಟೆ; ಆ ಹೂಗಳನ್ನು ನಾನು ನನ್ನ ಮನೆಯ ಹತ್ತಿರದ ಬೆಟ್ಟದ ಮೇಲಿಂದ ಬಿಡಿಸಿ ತಂದಿದ್ದೆ.

ಆದುದರಿಂದ, ನನ್ನ ಈ ಪುಟ್ಟ 'ಮಿನ್‌ಗೆಯಿ' ಕೃತಿಯು 'ವಾಬಿ ಸಾಬಿ' ತತ್ವಗಳನ್ನು ಅನುಸ–ರಿಸಿದಂತಾಯ್ತು. ಸರಳತೆ (ಕನ್ಸೊ), ಸಹಜತೆ (ಶಿಜೆನ್), ವಿಷಮತ್ವ ಪ್ರಮಾಣ (ಫುಕ್ಸಿನ್‌ಸೆಯಿ), ಮತ್ತು ಜೈವಿಕ ರಚನಾಬಂಧ (ಯೂಕಿ ಟೆಕು ಸುಚಾ).

ಓಹ್, ಧ್ಯಾನಗೈದು ಬಹಳ ಸಮಯವಾಯ್ತು!

"ನಾನು ರೋಜಿಯುದ್ದಕೂ ಚಹಾ ಗೃಹಕೆ ನಡೆವೆ.
ಸಮಾರಂಭ ನನಗಾಗಿ ಕಾಯುವ ದ್ವಾರಕೆ
ನಾ ಹತ್ತಿರವಾಗುತ್ತಿರುವಂತೆ ಆ ದಾರಿ ಕಿರಿದಾಗುತ್ತದೆ.
ನಾ ಮುಂದೆ ನಡೆದಂತೆ, ನನ್ನೊಳಗೇನೊ ಒಂದು ಬದಲಾಗುತ್ತೆ.
ನಾನೀ ಜಗತ್ತಲೆ ಇರುವೆ, ಆದರೂ, ಅದೇ ಕಾಲಕೆ ಬಹುದೂರದ,
ಪರಂತು ನನ್ನ ಹೃದಯಕೆ ಬಲು ಹತ್ತಿರದ, ಜಾಗೆಯೊಂದಕೆ
ನಾ ಪಯಣಿಸಿದಂತೆ ಭಾವಿಸುವೆ
ಅಂತೂ ಕಡೆಗೆ ನಾ ಬಂದು ಸೇರಿ ಬೂಟು ಕಳಚಿದಾಗ
ಅನಿಸುತ್ತೆ, ರೋಜಿಯುದ್ದಕೂ ನಡಿಗೆ ಆರಂಭಿಸಿದ
ಆ ವ್ಯಕ್ತಿ ನಾನಲ್ಲವೇ ಅಲ್ಲ."

ರೋಜಿ:ಸಾಂಪ್ರದಾಯಿಕ ಜಪಾನೀ ಚಹಾ ಗೃಹವೊಂದಕ್ಕೆ ದಾರಿ ತೋರಿಸುವ ಮೆಟ್ಟಿಲು,
ಚಪ್ಪಡಿ ಕಲ್ಲು ಹಾಕಿ ಮಾಡಿದ ಒಂದು ಕಿರಿದಾದ ತೋಟದ ದಾರಿ.

ವಿಷಣ್ಣತೆಯ ಸೌಂದರ್ಯ

ನಾ ನೋಡುವ ಸಲುವಾಗಿ ನಿನ್ನಾತ್ಮವ ನನ್ನ ಅಂಗೈಯಲ್ಲಿರಿಸು,
ಸ್ಫಟಿಕದ ಒಂದು ಆಭರಣದಂತೆ. ಶಬ್ದಗಳಲ್ಲಿ ನಾನದರ ರೇಖಾಚಿತ್ರವ ಬರೆವೆ."
– ಯಸುನರಿ ಕವಬಟ.

ಸೌಂದರ್ಯ ಮತ್ತು ಜೀವನದ ಕ್ಷಣಭಂಗುರ ಸ್ವಭಾವ, ಈ ಎರಡೂ ಒಂದೆಡೆ ಸಂಧಿಸುವಾಗ ಆಗುವ ವಿಷಣ್ಣಭಾವದೊಳಗೆ ವಾಬಿ ಸಾಬಿ ಇರುತ್ತದೆ. ಶರತ್ಕಾಲದ ಛಾಯಾಚಿತ್ರವೊಂದರಲ್ಲಿ ಇದನ್ನು ನಾವು ಸಂವೇದಿಸಬಹುದಾಗಿದೆ; ಆ ಋತುಮಾನದಲ್ಲಿ ಮರಗಳನ್ನು ನಾವು ದಿಟ್ಟಿಸಿ ನೋಡುವುದೇ ಆದರೆ ಅವುಗಳ ಎಲ್ಲ ರೆಂಬೆಕೊಂಬೆಗಳೂ ಎಲೆಗಳುದುರಿ ಬಹುತೇಕ ಬೋಳಾಗಿರುತ್ತವೆ. ನಮ್ಮ ಆತ್ಮವನ್ನು ತುಂಬಿ ಹರಿಯುವಂತೆ ಮಾಡುವ ಯಾವುದಾದರೊಂದು ಅದ್ಭುತವಾದ ಅನುಭವವನ್ನು ನಾವು ಸಂವೇದಿಸಿದಾಗಲೂ ಕೂಡ, ಅದಕ್ಕೇ ಯಾವಾಗಲೂ ನಾವು ಅಂಟಿಕೊಂಡಿರಬೇಕೆಂದು ಅನ್ನಿಸಿ ಇದೇ ರೀತಿ ಆಗುತ್ತದೆ, ಆದರೆ ಇದು ಅಸಾಧ್ಯ.

ಒಂದಲ್ಲ ಒಂದು ಸಲ ಪ್ರತಿಯೊಬ್ಬರಿಗೂ ಇದು ಆಗಿಯೇ ಆಗಿರುತ್ತದೆ.

ದಕ್ಷಿಣ ಥೈಲ್ಯಾಂಡಿನಲ್ಲಿರುವ ಕೊಹ್‌ಟಾವೊ ಎಂಬ ದ್ವೀಪವೊಂದಕ್ಕೆ ನಾನು ಒಂದು ಸಂದರ್ಭದಲ್ಲಿ ಹೇಗೆ ಪ್ರವಾಸ ಮಾಡಿದೆ ಎಂಬುದನ್ನು ನೆನಪಿಸಿಕೊಳ್ಳುತ್ತೇನೆ. ಪಚ್ಚೆಸಮುದ್ರದ ದಡದಲ್ಲಿದ್ದ ಬಂಗ್ಲೆಯೊಂದರಲ್ಲಿ ಒಂದು ವಾರದ ವಿಶ್ರಾಂತಿ ಅನುಭವಿಸಿದ ನಂತರ, ಆ ದ್ವೀಪದ ಪ್ರಧಾನ ಭಾಗಕ್ಕೆ ಆ ಸಂಜೆ ದೋಣಿಯಲ್ಲಿ ಪಯಣಿಸಿದೆ; ಕಾರಣ, ಅಲ್ಲಿಂದ ನಾನು ಬ್ಯಾಂಕಾಕ್‌ಗೆ ವಾಪಸ್ಸಾಗುವ ರೈಲುಗಾಡಿಯು ಹೊರಡುವುದಿತ್ತು.

ಬಂದರನ್ನು ಸೇರುವ ಕೊಂಚ ಮೊದಲು, ಮೀನುಗಳನ್ನು ಹಿಡಿಯಲು ಬಳಸುವ ದೋಣಿಗಳಿಂದ ತುಂಬಿದ್ದ ಒಂದು ಪ್ರವೇಶದ್ವಾರದ ಅಂದರೆ ಖಾರಿಯ ಮೂಲಕ ನಾವು ಹಾಯ್ದು ಬರುವಾಗ, ನಾನು ದೋಣಿಯ ಅಟ್ಟದ ಮೇಲೆ ನಿಂತಿದ್ದೆ. ಆ ಸಾಂಪ್ರದಾಯಿಕ ದೋಣಿಗಳು ಹಾಗೂ ಸಮುದ್ರತೀರದಲ್ಲಿನ ಬೆಳಕಿನ ಮನೆಗಳು ಸೂರ್ಯಾಸ್ತದ ಬೆಳಕಿಗೆ ಧಗಧಗಿಸುವುದು, ಇವೆಲ್ಲ ನನ್ನನ್ನು ಮಂತ್ರಮುಗ್ಧಗೊಳಿಸಿದ್ದುವು. ಆ ಅಟ್ಟದ ಮೇಲೆಯೇ ರಾತ್ರಿ ಭೋಜನ ಮಾಡುವ ಕುಟುಂಬಗಳು, ದಿನಸಿ ಮತ್ತು ಕಾಳುಖಡಿಗಳ ಚೀಲಗಳನ್ನು ಹೊತ್ತು ಹೋಗುವ ಯುವಕರು ಅಥವಾ ಆಗಷ್ಟೇ ದುರಸ್ತಿಗೊಳಿಸಿದ ಮೀನು ಹಿಡಿವ ಬಲೆಗಳನ್ನು ಹೊತ್ತು ಹೋಗುವವರು ಮತ್ತು ನೀರಿನಲ್ಲಿ ಕಾಲುಗಳನ್ನು ಇಳಿಬಿಟ್ಟು ಕೂತ ಬಾಲರು ಇವರೆಲ್ಲರೂ ಕೂಡ ಇದ್ದರು.

ಅಂಚೆಕಾರ್ಡಿನ ಚಿತ್ರದಂತಹ ಅಲ್ಲಿನ ಹಳ್ಳಿಗಾಡುಗಳಂತೆ ತೋರುವ ದೃಶ್ಯ ನನಗೆ ಎದುರಾದುದರಿಂದಾಗಿ ಒಂದೆಡೆ ದುಃಖದ ಎಳೆ, ಮತ್ತೊಂದೆಡೆ ಉಲ್ಲಾಸದ ಎಳೆ ಇವೆರಡರಿಂದ ಮಿಶ್ರಿತವಾದ ಭಾವದಿಂದ ನಾನು ಭಾವಪರವಶನಾಗಿಬಿಟ್ಟೆ. ಆ ಯಾವ ಜಾಗದ ಹೆಸರನ್ನು ನಾನು ದೀರ್ಘಕಾಲ ನೆನಪಿನಲ್ಲಿ ಇರಿಸಿಕೊಳ್ಳಲಾರೆನೊ, ಆ ಸ್ಥಳಕ್ಕೆ ನಾನು ಯಾವತ್ತಿಗೂ ಹಿಂತಿರುಗಲಾರೆ ಎಂದು ನನ್ನ ಅಂತರಾತ್ಮದ ಆಳದಲ್ಲಿ ನಾನು ತಿಳಿದುಕೊಂಡಿದ್ದೆ ಕೂಡ. ಹಾಗೆಂದರೆ, ಯಾವ ಕಾಲಕ್ಕೆ ನಾನು ಯಾವುದನ್ನು ಇನ್ನೇನು ಕಳೆದುಕೊಂಡೇಬಿಟ್ಟೆ ಎನ್ನುವೆನೋ, ಅದೇ ಕಾಲಕ್ಕೆ, ಅದೇ ಅನುಭವವನು ಗಳಿಸುತ್ತಲಿದ್ದೆ, ಮತ್ತು ಅದೇ ನನ್ನ ವಿಷಣ್ಣತೆಗೆ ಕಾರಣವಾಗಿತ್ತು ಕೂಡ.

ಇದೇ ನೋಡಿ ವಿಶಿಷ್ಟವಾಗಿ ವಾಬಿ ಸಾಬಿಯ ಭಾವನೆ ಎಂದರೆ.

ಹಿಮ್ಮೆಟ್ಟುವ ಸಮುದ್ರದ ಜಾಡು

1216ರಲ್ಲಿ ಮರಣ ಹೊಂದಿದ ಜಪಾನಿನ ಕವಿ ಮತ್ತು ಸಂತನಾಗಿದ್ದ ಕಮೊ ನೊ ಚೋಮೆಯಿ ಈ ಹಿಂದೆ ತನ್ನ ಜೀವಿತಕಾಲದಲ್ಲಿ 'ವಬಿ'ಯ ಅರ್ಥವನ್ನು ಈ ಕೆಳಗಿನ ಪದಗುಚ್ಛಗಳಲ್ಲಿ ವಿವರಿಸಿದ:

"ವಬಿ ಎಂಬುದು ಎಂಥ ಭಾವನೆ ಎಂದರೆ ಮಾಗಿ ಕಾಲದ ಅಂದರೆ ಎಲೆ ಉದುರುವ ಕಾಲದ ಒಂದು ಮಧ್ಯಾಹ್ನ ಆಕಾಶ ನಮಗೆ ನೀಡುವಂತದ್ದು, ಆ ಬಣ್ಣ ನೀಡುವ ವಿಷಣ್ಣತೆಯ ಭಾವನೆಯು, ಸುತ್ತಮುತ್ತಲೆಲ್ಲದರ ಶಬ್ದವಡಗಿ ಮೌನವಾದುದರ ಭಾವನೆ. ಯಾವುದೋ ಕಾರಣಕ್ಕಾಗಿ ಮನಸ್ಸು ವಿವರಿಸಲಾಗದ ತಡೆಯಲಾಗದಷ್ಟು ಕಣ್ಣೀರು ಸುರಿಯಲಾರಂಭಿಸುವ ಆ ಕ್ಷಣಗಳು."

ಮೇಲೆ ನಾನು ಈಗಷ್ಟೇ ವರ್ಣಿಸಿದ ದೃಶ್ಯದ ರೀತಿಯೆ, ಬಹುಶಃ ಮನಸ್ಸು ಯಾವುದನ್ನು ವಿವರಿಸಲಾರದೆಂದರೆ ಜೀವನದ ಅಶಾಶ್ವತೆಯ ನಿಶ್ಚಿತತೆಯನ್ನು, ಅದು ಹೇಗೆಂದರೆ ಅನುಕ್ರಮವಾಗಿ ಅದು ನಮ್ಮ ಸ್ವಂತ ಜೀವನದ ಅಶಾಶ್ವತತೆಯನ್ನೂ ಒಳಗೊಳ್ಳುತ್ತದೆ. ನಾವೆಲ್ಲರೂ ಸಹ ಈ ಬಾಳಪಯಣದ ಹಕ್ಕಿಗಳೆಂದು ತಿಳಿದು ಸೌಂದರ್ಯದ ಮತ್ತು ಜೀವನದ ಈ ವಿಷಣ್ಣತೆಯ ಗ್ರಹಿಕೆಯನ್ನು ಅದು ನಮಗೆ ತರುತ್ತದೆ ಅನ್ನಿಸುತ್ತೆ.

ಇಂತಹ ಕ್ಷಣಗಳಲ್ಲಿ ನಾವಂದುಕೊಳ್ಳುತ್ತೇವೆ, ಗ್ರಹಿಕೆಯ ಮೂಲಕ ಮತ್ತು ನಮ್ಮ ವೈಯಕ್ತಿಕ ಅನುಭವಗಳ ಮುಖಾಂತರ ಬರುವ ಆ ಸಂತಸ ಅಥವಾ ಉಲ್ಲಾಸವು ಒಂದು ರೀತಿಯ ಸಾಲವಿದ್ದಂತೆ. ಅದು ನಾವಂದಕೊಂಡುದ್ದಕ್ಕಿಂತಲೂ ಬೇಗನೇ ನಮ್ಮಿಂದ ಕಸಿದುಕೊಳ್ಳಲಾಗುವ ಅದಾವುದೋ ಒಂದು ವಸ್ತು. ಅದು ಎಂದೆಂದಿಗೂ ಪೂರ ನಮ್ಮದಲ್ಲವೇ ಅಲ್ಲ ಮತ್ತು ಹಾಗಾಗಿಯೇ ಅದರ ಮೌಲ್ಯವೂ ಕೂಡ ಹೆಚ್ಚುತ್ತದೆ ಎಂದು ನಾವು ಅರಿತುಕೊಳ್ಳುತ್ತೇವೆ.

ಹಾಗಿದ್ದರೆ ಈ ಭಾವರೂಪದಲ್ಲಿ 'ವಾಬಿ'ಯ ಸಹ ಪ್ರಯಾಣಿಕನಾದ 'ಸಾಬಿ'ಯ ಕಥೆ ಏನು?

'ಸಾಬಿ' ಎಂಬ ಶಬ್ದವನ್ನು ಪುರಾತನ ಜಪಾನೀ ಕಾವ್ಯದ ನಿರಾಡಂಬರ ಅಥವಾ ಸರಳ ಸೌಂದರ್ಯವನ್ನು ವರ್ಣಿಸಲು ಉಪಯೋಗಿಸಲಾಗುತ್ತದೆ. ಅಂದರೆ 'ಹೈಕು' ಕಾವ್ಯ ಪ್ರಕಾರ. ಶರತ್ಕಾಲದಲ್ಲಿ ಉದುರಿದ ಎಲೆಗಳ ನಡುವೆ ಆಹಾರಕ್ಕಾಗಿ ಹುಡುಕುವ ಗುಬ್ಬಚ್ಚಿಯ ಚಿತ್ರವನ್ನು ಕುಂಚದ ಕೇವಲ ಮೂರೇಮೂರು ಗೆರೆಗಳಲ್ಲಿ ಹಿಡಿದಿಡುವ ಕಲೆ.

ಕಾಲಮಾನದಲ್ಲಿ ಇನ್ನೂ ಹಿಂದೆ ಸರಿಯುವುದಾದರೆ, ವಾಬಿ ಸಾಬಿಯ ಹುಮ್ಮಸ್ಸಿನ, ಆದರೆ ನವೀನ ರೀತಿಯ ಕಾವ್ಯವನ್ನು ಅಭ್ಯಾಸ ಮಾಡಿದ್ದ, ಎಂಟನೇ ಶತಮಾನಕ್ಕೂ ಹಿಂದೆ ಮನ್‌ಸೆಯಿ ಎಂಬ ಒಬ್ಬ ಬೌದ್ಧ ಭಿಕ್ಷು ಇದ್ದನು.

ಅವನ ಕೃತಿಗಳ ಪೈಕಿ ಉಳಿದಿರುವ ಚೂರುಪಾರುಗಳಲ್ಲಿ ಒಂದು ಈ ರೀತಿ ಹೇಳುತ್ತೆ:

"ಈ ಜಗತ್ತನ್ನು ಯಾವುದಕ್ಕೆ ಹೋಲಿಸಲಿ?

ಬೆಳ್ಳಂಬೆಳಿಗ್ಗೆಯೇ ನೀರಿಗಿಳಿದ

ದೋಣಿ ಉಳಿಸಿದ ಬಿಳಿಯ ಜಾಡಿಗಾ?"

ವಿಷಣ್ಣತೆ ಯಾವ ಪ್ರಯೋಜನಕ್ಕೆ?

ಒಂದು ಸಮಾಜದಲ್ಲಿ ಎಲ್ಲಿ ಒತ್ತಾಯಪೂರ್ವಕವಾಗಿ ನಿರಂತರವೂ ಸಂತಸದಿಂದಿದ್ದೇವೆಂದು ಕಾಣುತ್ತದೆಯೊ ಮತ್ತು ಎಲ್ಲಿ ಔಷಧಗಳ ಮೂಲಕ ವಿಷಣ್ಣತೆಯು ಉಸಿರಗಟ್ಟಿದೆಯೊ, ಅಂತಹ ಕಡೆ ನಮ್ಮನ್ನು ಸುತ್ತುವರಿದಿರುವ ವಾಸ್ತವತೆಯ ಗಾಢಜ್ಞಾನದ ಹೊರನೋಟವನ್ನು ನಮಗೆ ವಾಬಿ ಸಾಬಿಯು ಒದಗಿಸುತ್ತದೆ. ನಾವು ಈಗಷ್ಟೇ ನೋಡಿದಂತೆ, ಈ ವಾಸ್ತವತೆಯು ಅತ್ತ ಅಸದೃಶವಾದ ಸಂತೋಷದಾಯಕವಾದುದೂ ಅಲ್ಲ, ಇತ್ತ ಪೂರಾ ದುಃಖಕರವಾದುದೂ ಅಲ್ಲ. ಆದರೆ ಒಂದೇ ಸಲಕ್ಕೆ ಎರಡೂ ತರಹದ ಭಾವನೆಗಳನ್ನೂ ಅದು ಒಳಗೊಂಡಿರುತ್ತದೆ. ಅದರ ಸೌಂದರ್ಯ ಅಡಗಿರುವುದೇ ಅಲ್ಲಿ.

ಪ್ರತಿಯೊಂದು ಲುಕ್ಸಾನೂ ಸಹ ಒಂದು ಅಂತರ್ಗತ ಲಾಭವನ್ನು ಪಡೆದಿರುತ್ತದೆ: ಅದೆಂದರೆ, ನಾವು ಏನನ್ನು ತೊರೆದಿದ್ದೇವೆಯೋ ಅದಕ್ಕೆ ಹಿಂದಿಗಿಂತಲೂ ಹೆಚ್ಚು ಬೆಲೆ ಕೊಡುವುದು. ಒಬ್ಬ ವ್ಯಕ್ತಿ ಒಂದು ಕಠಿಣತರದ ಕಾಯಿಲೆಯಿಂದ ಗುಣಮುಖನಾಗುತ್ತಾರೆ. ಎಂದುಕೊಳ್ಳಿ-ಬಹುಶಃ ಅವರ ಶಕ್ತಿ ಕುಂದಿರಬಹುದು. ಆದರೆ ಅವರು ಜೀವನವನ್ನು ಇನ್ನೂ ಹೆಚ್ಚಾಗಿ ಮೆಚ್ಚುವ, ಶ್ಲಾಘಿಸುವ ಗುಣವನ್ನು ಗಳಿಸಿಕೊಳ್ಳುತ್ತಾರೆ. ಅದರಲ್ಲೂ ವಿಶೇಷವಾಗಿ, ಒಂದು ಪಕ್ಷ ಅವರು ಯಮನ ಮನೆಯ ಬಾಗಿಲನ್ನೇ ಬಡಿದು ಮರಳಿದ್ದರೆನ್ನಿ, ಆಗ ಅವರಿಗೆ ಈ ಜೀವನದ, ಈ ಬದುಕಿನ ಪ್ರತಿಯೊಂದು ಗಳಿಗೆಯ ಮಹತ್ವವೂ ಚೆನ್ನಾಗಿ ತಿಳಿಯುತ್ತದೆ ಮತ್ತು ಬಾಕಿ ಉಳಿದ ಅಥವಾ ಉಳಿಯಬಹುದಾದ ಬಾಳಿನ ಒಂದೊಂದು ಕ್ಷಣವನ್ನೂ ಅನುಭವಿಸಲು ಅವರು ಕಾತರರಾಗಿರುತ್ತಾರೆ.

ಒಂದು ಶವಸಂಸ್ಕಾರ ಕ್ರಿಯೆ ಮುಗಿಸಿ ಹೊರಡುವಾಗಲೂ ಸಹ ನಮಗೂ ಇದೇ ಆಗುತ್ತದೆ. ಈ ಬದುಕಿನ ಅಶಾಶ್ವತತೆಯ ನೆನಪು ನಮಗಾಗುತ್ತಿದ್ದಂತೆಯೆ, ನಾವು ಅದನ್ನು ಇನ್ನಷ್ಟು ಉತ್ತಮವಾದ, ಚೆನ್ನಾದ, ಘನವಾದ ರೀತಿಯಲ್ಲಿ ಬದುಕಬೇಕೆಂದು ನಿರ್ಧರಿಸುತ್ತೇವೆ. ಅದು ಹೇಗೆಂದರೆ, ಸುಖ ಸಂತೋಷಕ್ಕೆ ಸಂಬಂಧಿಸಿದ ಯಾವುದೇ ಒಂದನ್ನೂ ಕೂಡ ಈ ಪ್ರಪಂಚವನ್ನು ಬಿಡುವ ಮುನ್ನ ಅನುಭವಿಸದೇ ಇರದಿರುವಷ್ಟರ ಮಟ್ಟಿಗೆ.

ಅದು ವಿಷಣ್ಣತೆಯ ಹಲವು ಪ್ರಯೋಜನಗಳಲ್ಲಿ ಒಂದು. ವಿಷಯ-ವಸ್ತುಗಳ ಕ್ಷಣಿಕ ಸ್ವಭಾವದ ಕುರಿತು ನಮಗೆ ಅರಿವು ಅಥವಾ ಜಾಗೃತಿ ಬರುತ್ತಿದ್ದ ಹಾಗೆ, ಅವುಗಳ ಮೇಲೆ ಹೆಚ್ಚಿನ ಪ್ರಾಮುಖ್ಯತೆಯನ್ನು ಇಡುತ್ತೇವೆ. ಅದೇ ವೇಳೆಗೆ, ವಾಸ್ತವತೆಯ ಮೇಲೆ ಹೆಚ್ಚಿನ ಗಾಢಜ್ಞಾನದ ಹೊರನೋಟವನ್ನು ಅದು ನಮಗೆ ತರುತ್ತದೆ, ಜೊತೆಜೊತೆಗೆ ಅಂತಹದೇ ಪ್ರಭಾವ, ಕಲೆಯ ಮೇಲೂ ಉಂಟಾಗುತ್ತದೆ.

ಅವ್ಯಾಹತವಾಗಿ ಒಬ್ಬರನ್ನೊಬ್ಬರು ಪ್ರೀತಿಸುವ ದಂಪತಿಯ ಕುರಿತು ಒಂದು ಒಳ್ಳೆಯ ಕಾದಂಬರಿ ಬರೆಯುವುದು ಅಥವಾ ಒಂದು ಪರಿಪೂರ್ಣ ಕುಟುಂಬದ ಕುರಿತು ಒಂದು ಒಳ್ಳೆಯ ಕಾದಂಬರಿ ಬರೆಯುವುದು ಎಷ್ಟು ಕಠಿಣವೋ, ಅದೇ ರೀತಿ ಪೂರ್ಣ ನವಿರಾದ ವಿಷಣ್ಣತೆಯಿಂದ ಕೂಡಿದ ಸಂಗೀತದ ತುಣುಕೊಂದು ಉತ್ಸಾಹಭರಿತ ಮಿಲಿಟರಿ (ಸೈನಿಕರ) ಶಿಸ್ತಿನ ನಡಿಗೆಗಿಂತಲೂ ಹೆಚ್ಚು ಗಾಢವಾದ ಪ್ರಜ್ಞೆ ತರಬಲ್ಲುದೆಂದು ನಾವು ಹೇಳಬಹುದು.

ವಾಸ್ತವವಾಗಿ, ತಮ್ಮ ಯಶಸ್ಸಿನ ಅವಕಾಶಗಳನ್ನು ಮಿತಿಗೊಳಿಸುವ ಸ್ವ-ವಿಮರ್ಶೆಯ ಕೊರತೆ ಮತ್ತು ಸ್ವ-ಅಭಿವೃದ್ಧಿಗಾಗಿ ಇಚ್ಛಿಸುವುದರ ಕೊರತೆ, ಇವುಗಳನ್ನು ತಮ್ಮ ಜೀವನದ ಜೊತೆ ಅತಿಯಾದ ತೃಪ್ತಿಯುಳ್ಳವರು ಅನುಭವಿಸುತ್ತಾರೆ ಎಂದು 'ಪರ್‌ಸ್ಪೆಕ್ಟಿವ್ಸ್ ಆನ್ ಸೈಕೊಲಾಜಿಕಲ್ ಸೈನ್ಸ್' ಎಂಬ (ಎರಡನೇ ಸಂಪುಟದ 4ನೇ ಸಂಚಿಕೆ, 01.12.2007) ಜರ್ನಲ್‌ನಲ್ಲಿ ಪ್ರಕಟವಾಗಿರುವ ಒಂದು ಅಧ್ಯಯನ ತೋರಿಸುತ್ತದೆ.

ಈ ಅಧ್ಯಯನಕ್ಕಾಗಿ ನಡೆಸಲಾದ ಒಂದು ಸಮೀಕ್ಷೆಯಲ್ಲಿ ಕಂಡುಬಂದಂತೆ, ಯಾರು ತಮ್ಮ ಸಂತಸದ ಮಟ್ಟವನ್ನು ಒಟ್ಟು 10ರಲ್ಲಿ 8 ರಷ್ಟೆಂದು ಅಂದಾಜು ಮಾಡಿದ್ದರೊ ಅವರು, ಯಾರು ಅದನ್ನು ಒಟ್ಟು 10 ರಲ್ಲಿ 9 ರಷ್ಟೆಂದು ಅಂದಾಜು ಮಾಡಿಕೊಂಡಿದ್ದರೊ (ಅಂದರೆ ಬಹಳ ಸಂತಸ) ಅವರಿಗಿಂತ, ಅಥವಾ ಅಷ್ಟೇಕೆ, ಅದನ್ನು 10ಕ್ಕೆ ಪೂರಾ 10 ರಷ್ಟೆಂದು ಅಂದಾಜು ಮಾಡಿಕೊಂಡಿದ್ದರೊ (ಅಂದರೆ ಅತೀವ ಸಂತಸ) ಅವರಿಗಿಂತ ಹೆಚ್ಚು ಯಶಸ್ವಿಯಾಗಿ ಹೊರಹೊಮ್ಮಿದ್ದರು.

ಇದರ ಅಂತಿಮ ಫಲಿತಾಂಶ ಅಥವಾ ಪರಿಣಾಮವೆಂದರೆ, ಅತಿಯಾದ ಉನ್ನತಮಟ್ಟದ ಸಂತೃಪ್ತಿಯು ನಮ್ಮ ವಾಸ್ತವತೆಯ ದೃಷ್ಟಿಯನ್ನು ಮಸುಕು ಮಾಡಬಲ್ಲುದು ಮತ್ತು ನಮ್ಮ ಸ್ವ-ಸಹಾಯ ಸಾಧನಗಳು ಉಪಯೋಗದ ಕೊರತೆಯಿಂದಾಗಿ ತುಕ್ಕು (ಜಂಗು) ಹಿಡಿಯಲ್ಲುವು. ಒಂದು ಪಕ್ಷ ಎಲ್ಲವೂ ಈಗಾಗಲೇ ಭರ್ಜರಿಯದಾಗಿದ್ದು ಅಥವಾ ಅತ್ಯುತ್ತಮವಾದುದ್ದೇ ಆಗಿದ್ದರೆ, ಅದನ್ನು ಮತ್ತಷ್ಟು ಉತ್ತಮಪಡಿಸುವ ಕುರಿತು ಪ್ರಯತ್ನ ಮಾಡುವ ಜರೂರಾದರೂ ಎಲ್ಲಿದೆ?

ಗುಸ್ತಾವೆ ಫ್ಲಾಬರ್ಟ್ ಎಂಬ ಫ್ರೆಂಚ್ ಕಾದಂಬರಿಕಾರ ಇನ್ನೂ ಮುಂದೆ ಹೋಗುತ್ತಾನೆ, ಆತ ಎಲ್ಲಿಯವರೆಗೆ ಮುಂದುವರಿಯುತ್ತಾನೆಂದರೆ, "ಒಬ್ಬನಲ್ಲಿ ಸಂತಸ ಸದಾ ಬೇರೂರಿರುವುದೇ ಆದರೆ, ಅವನು ಪರಮಾತಿಪರಮ ಹೆಡ್ಡನೂ ಆಗಿರಲೇಬೇಕು", ಎನ್ನುವನು.

ಮೇಲಿನ ವಾಕ್ಸರಣಿಯು ನೋಡಲು ಸಹಜವಾಗಿ ಉದ್ರೇಕಕಾರಿಯಾಗಿ ಕಂಡರೂ, ಒಂದು ಪೂರ್ಣ ಮಾನವಚೈತನ್ಯವು-ಅದು ಸಂಕೀರ್ಣವಾದುದೂ ಹೌದು-ನಿಶ್ಚಯವಾಗಿಯೂ ಹರ್ಷ ಮತ್ತು ವಿಷಾದ ಎರಡನ್ನೂ ಅಪ್ಪಿಕೊಳ್ಳುವ ಅಗತ್ಯವಿದೆ.

ಜೀವನವನ್ನು ಶ್ಲಾಘಿಸುವುದನ್ನು ಕಲಿಸುವುದರ ಜೊತೆಗೆ ಹೊರನೋಟಕ್ಕೆ ಅಗತ್ಯ ಗಹನತೆಯನ್ನು-ಮತ್ತು ವಿವೇಕವನ್ನೂ-ಕೊಡುವ ವಾಬಿ ಸಾಬಿ ವಿಷಣ್ಣತೆಯು ನಮ್ಮ ವೈಯಕ್ತಿಕ ಬದುಕಿಗೆ ಇತರ ಸೌಲಭ್ಯಗಳನ್ನು ಇರಿಸಿಕೊಂಡಿದೆ.

- "ಅದು ಸ್ವ-ಜ್ಞಾನಕ್ಕೆ ಅಥವಾ ಅರಿವಿಗೆ ಮಾರ್ಗ", ಏಕೆಂದರೆ ವಿಷಾದವು ನಮ್ಮಂತರಾಳವನ್ನು ನಾವೇ ನೋಡಿಕೊಳ್ಳಲು ಅವಕಾಶ ಮಾಡಿಕೊಡುವ ಒಂದು ಕನ್ನಡಿ, ಕಾರಣ, ಸಾಮಾನ್ಯವಾಗಿ ಅವು ನಮ್ಮ ನಿಲುಕಿಗಿಂತ ಬಹಳ ಆಚೆ ಇರುತ್ತವೆ.

  ವಿಷಣ್ಣತೆಭರಿತ ವಾಬಿಸಾಬಿಯ ಪುನರಾವಲೋಕನವು ಜಗತ್ತನ್ನು ಬಹಳ ದೊಡ್ಡದಾಗಿ ಅರ್ಥೈಸುವತ್ತ ನಮ್ಮನ್ನು ಕೊಂಡೊಯ್ಯುವುದು ಮಾತ್ರವಲ್ಲದೆ, ನಮ್ಮದೇ ಆತ್ಮದ ಕು-

ರಿತ ಚಿಂತನೆ ಅಥವಾ ಧ್ಯಾನ ಮಾಡಲೂ ನಮಗೆ ಅವಕಾಶವೀಯುತ್ತದೆ–ನಾವು ಏನನ್ನು ಗಮನಿಸುತ್ತೇವೋ ಅದರದೇ ಒಂದು ಆಲೋಚನೆ–ಅದೂ ಇನ್ನೂ ಹೆಚ್ಚಿನ ಸ್ಪಷ್ಟತೆಯೊಂದಿಗೆ.

- "ಅದು ಇತರರ ಜತೆ ನಮ್ಮ ಅನುಭೂತಿ ಶಕ್ತಿಯನ್ನು ಹೆಚ್ಚಿಸುತ್ತದೆ." ಹಾಗೇ ಸರಿದು ಹೋಗುವ ಮತ್ತು ಬದಲಾಗುವ ಸ್ವಭಾವದ ಬದುಕಿನ ಕುರಿತು, ಅಂದರೆ ಸಂತಸ ಮತ್ತು ನೋವು ಅಥವಾ ಯಾತನೆಯ ಅರಿವು ಮೂಡಿಸಿಕೊಳ್ಳುವುದು, ಸಂಕಷ್ಟದಲ್ಲಿರುವವರನ್ನು ಚೆನ್ನಾಗಿ ಅರ್ಥಮಾಡಿಕೊಂಡು ಅವರಿಗೆ ಸಹಾಯ ಮಾಡಲು ಅವಕಾಶ ಮಾಡಿಕೊಡುತ್ತದೆ. ಅಂತೆಯೇ ಅತಿಯಾದ ಭಾವೋದ್ರೇಕ ಮತ್ತು ಅರಿವಿನಿಂದ ಸಂಭ್ರಮದ ಕ್ಷಣಗಳನ್ನೂ ಹಂಚಿಕೊಳ್ಳುವುದಕ್ಕೆ ಅವಕಾಶ ಮಾಡಿಕೊಡುತ್ತದೆ.
- "ಅದು ನಮ್ಮನ್ನು ಹೆಚ್ಚು ಕಲಾತ್ಮಕವಾಗಿಸುತ್ತದೆ." ವಾಸ್ತವತೆಯ ವಾಬಿಸಾಬಿ ಮುಖದ ಆಳಕ್ಕಿಳಿದರೆ ಅದು ನಮಗೆ ಹೊಸ ಹೊಸ ಮನೋಗತಗಳನ್ನು ತರುತ್ತದೆ. ನಮ್ಮ ಸೂಕ್ಷ್ಮತೆಯ ವ್ಯಾಪ್ತಿಯನ್ನು ಹಿಗ್ಗಲಿಸುತ್ತದೆ ಮತ್ತು ಸೌಂದರ್ಯ ಸೃಜಿಸಲು ಬೇಕಾಗುವ ಇಚ್ಛೆಗೆ ನೀರೆರೆದು ಪೋಷಿಸುತ್ತದೆ. ಜೀವನವನ್ನೇ ಒಂದು ಕಲಾಕೃತಿಯನ್ನಾಗಿ ಪರಿವರ್ತಿಸುವಷ್ಟು ಹಾರೈಸುವಷ್ಟರ ಮಟ್ಟಿಗೆ ಅದು ನಮ್ಮನ್ನು ಹೆಚ್ಚು ಅತ್ಯಾಧುನಿಕರನ್ನಾಗಿಯೂ ಮಾಡುತ್ತದೆ, ಏಕೆಂದರೆ ನಮಗೆ ಗೊತ್ತು ಅದು ಎಷ್ಟು ನಶ್ವರ ಎಂದು.

ಪಶ್ಚಿಮದಲ್ಲಿ ವಾಬಿ ಸಾಬಿ

ವಾಬಿ ಸಾಬಿ ತತ್ತ್ವ ಬದುಕನ್ನು ಮತ್ತು ಸೌಂದರ್ಯವನ್ನು ಅರ್ಥೈಸುವ ಜಪಾನೀ ಮಾರ್ಗವನ್ನು ಅಡಕಗೊಳಿಸುತ್ತದೆ. ಆದರೆ ಹಲವು ಸ್ಥಳಗಳಲ್ಲಿ ನಾವು ಒಂದು ತೆರನ ಹೋಲಿಕೆಯುಳ್ಳ ಅಥವಾ ಸದೃಶವಾದ ಪ್ರವೇಶ ಮಾರ್ಗವನ್ನು ಕಾಣಬಲ್ಲೆವು. ಇಬ್ಬರು ಪಾಶ್ಚಿಮಾತ್ಯ ಕವಿಗಳ ಉದಾಹರಣೆಗಳು ತಕ್ಷಣವೇ ಮನಸ್ಸಿಗೆ ಬರುತ್ತವೆ. ಒಂದು ಪೋರ್ಚುಗಿಸನದು ಮತ್ತೊಂದು ಜರ್ಮನನದು.

ಇಪ್ಪತ್ತನೇ ಶತನಮಾನದ ಆರಂಭಕಾಲದ ಒಬ್ಬ ಬಹುಭಾಷಾ ಪಂಡಿತ, ತತ್ತ್ವಶಾಸ್ತ್ರಜ್ಞ ಮತ್ತು ಕವಿಯೂ ಆಗಿದ್ದ ಫರ್ನಾಂಡೊ ಪೆಸ್ಸೂಅ. ಅವನು ತನ್ನ ವಿಚಾರಗಳು, ಭಾವನೆಗಳು ಮತ್ತು ಭಾವೋದ್ರೇಕಗಳನ್ನು ನಾಲ್ಕು ವಿವಿಧ ಆತ್ಮಮಿತ್ರರ ಅಥವಾ ಪ್ರಾಣಮಿತ್ರರ (ಒಂದೇ ರೀತಿಯ ಅಕ್ಷರದ ಪದಗಳು ಆದರೆ ಬೇರೆಯದೇ ರೀತಿಯ ಉಚ್ಚಾರಣೆ ಮತ್ತು ಅರ್ಥದ ಆಂಗ್ಲ ಪದ ჯಜಣಜಡಿ–ಠಟಿಥಿಟಗೂ ಕೂಡ ಹೀಗೆನ್ನುತ್ತಾರೆ), ಅಂದರೆ ತಾನು, ರಿಕಾರ್ಡೊ ರೆಯಿಸ್, ಆಲ್ಬರ್ಟೊ ಕೇಯಿರೊ ಮತ್ತು ಅಲ್‌ವಾರೊ ಡ ಕ್ಯಾಂಪೊಸ್ ಎಂಬ ಈ ನಾಲ್ವರ ಮೂಲಕ ಅಭಿವ್ಯಕ್ತಿಸಿದ. ಅವರೆಲ್ಲರೂ ಸಹಿ ಮಾಡಿದ ಪದ್ಯದ ಹೆಸರು: 'ಟಬಕರಿಯ'.

"ನಾನು ಶೂನ್ಯ.
ಯಾವತ್ತಿಗೂ ನಾನೇನೂ ಅಲ್ಲ.
ನಾನು ಏನಾಗಲೂ ಆಸೆಪಡಲಾರೆ.
ಅದಕ್ಕೂ ಮಿಗಿಲಾಗಿ, ಜಗತ್ತಿನೆಲ್ಲ ಕನಸುಗಳನು
ನನ್ನಲ್ಲೇ ಇರಿಸಿಕೊಂಡಿಹೆ."

ನಾವು ಇಲ್ಲಿ ಝೆನ್ ಬೌದ್ಧಧರ್ಮದ ಶೂನ್ಯತೆ (ಭಾವ, ಬುದ್ಧಿ ಮತ್ತು ವಿಷಯ ಈ ಎಲ್ಲದರ ಶೂನ್ಯತೆ) ಅಥವಾ ಖಾಲಿತನವನ್ನು ಕಾಣುತ್ತೇವೆ. ಅಂದರೆ, ಅದು ಎಲ್ಲಾ ಸಾಧ್ಯತೆಗಳನ್ನು ಒಳಗೊಂಡ ಒಂದು ಖಾಲಿ ಕ್ಯಾನ್ವಾಸ್ (ಚಿತ್ರಪಟಕ್ಕೆ ಬಳಸುವ ಒರಟು ಬಟ್ಟೆ, ವಸ್ತ್ರ), ತಾನು ಮರಣ ಹೊಂದುವ ಕೊಂಚ ಮೊದಲು ಹರ್ಮನ್ನ್ ಹೆಸ್ಸ್‌ನು ಬದುಕಿನ ನಶ್ವರತೆಯ ಗುಣ ಕುರಿತು ಒಂದು ಸುಂದರ ಪದ್ಯ ಬರೆದಿದ್ದಾನೆ. ಜರ್ಮನಿಯ ಈ ನೊಬೆಲ್ ಪಾರಿತೋಷಕ ವಿಜೇತ ಕವಿ, ಪೌರ್ವಾತ್ಯ ಮತ್ತು ಜಪಾನೀ ಕಲಾರಸಾಭಿಜ್ಞತೆಯ ಕುರಿತಂತೆ, ಝೆನ್ ಮತ್ತು ಕಾವ್ಯಗಳು ಹಾಗೂ ಅದರ ಸಾಂಪ್ರದಾಯಿಕ ಕವಿಗಳ ಕುರಿತಂತೆಯೂ ಸಹ ಬಹಳ ದೀರ್ಘಕಾಲದ ಮೋಹಕತೆ ಮತ್ತು ಆಕರ್ಷಣೆ ಹೊಂದಿದ್ದನು.

ತನ್ನ 'ಕ್ರೀಕಿಂಗ್ ಆಫ್ ಅ ಬ್ರೋಕನ್ ಬ್ರಾಂಚ್' ಅಂದರೆ 'ಕಿಂಯ್‌ಗುಡುವ ಒಂದು ಮುರಿದ ಕೊಂಬೆ' ಎಂಬ ಪದ್ಯದಲ್ಲಿ ಬದುಕಿನ ಅಲ್ಪಕಾಲಿಕತೆ ಮತ್ತು ಕ್ಷಣಭಂಗುರತೆಯ ಶಕ್ತಿಶಾಲಿಯಾದ ನಗ್ನಚಿತ್ರಗಳನ್ನು ಅಥವಾ ಪ್ರತಿಮೆಗಳನ್ನು ಮೇಲೆಬ್ಬಿಸಿದ್ದಾನೆ, ಆದರೆ ಅದೇ ಕಾಲಕ್ಕೆ ನಶಿಸಿಹೋಗುವುದರ ವಿರುದ್ಧ ಅದು ಒಡ್ಡುವ ವೀರೋಚಿತ ಪ್ರತಿರೋಧವನ್ನೂ ಸಹ ಚಿತ್ರಿಸಿದ್ದಾನೆ:

ಸಿಬುರೆದ್ದು ಮುರಿದ ಕೊಂಬೆ

ವರ್ಷಾನುವರ್ಷ ನೇತಾಡುತ್ತಿದೆ,

ಎಲೆಗಳಿಲ್ಲದೆ, ತೊಗಟೆಯಿಲ್ಲದೆ,

ಉಜ್ಜಿ, ಉಜ್ಜಿ, ಹಳದಿವರ್ಣಕೆ ತಿರುಗಿ

ದೀರ್ಘಬಾಳಿಗಾಗಿ ಬಹಳ ಬಳಲಿದೆ ಸಾವಿಗಾಗಿ,

ಅದರ ಕರ್ಕಶ ದನಿಯು ಶುಷ್ಕವಾಗಿ,

ಗಾಳಿಗೆ ಹಾಡುತಿಹುದು.

ಅದರ ಹಠಮಾರಿ ಹಾಡು ಕಠೋರವಾಗಿ ಧ್ವನಿಸುತಿದೆ,

ಮೊಂಡುತನದ್ದಾಗಿ ಕೇಳಿಸುತಿದೆ, ಗುಪ್ತವಾಗಿ ಬೆದರಿಸಿದಂತೆಯೂ ಸಹ,

ಅಂತಿದ್ದೂ ಮತ್ತೊಂದು ಬೇಸಿಗೆ,

ಇನ್ನೂ ಒಂದು ಚಳಿಗಾಲ.

ಇದೀಗ ಧ್ಯಾನಗೈಯ್ಯಲು ಸುಸಮಯ,
ಬನ್ನಿ ಧ್ಯಾನಕ್ಕಿಳಿಯೋಣ!

ಪರಿಪೂರ್ಣತೆಯೇ ನಿಮ್ಮ ಧ್ಯೇಯವಾದೊಡೆ,
ಅದು ನಿಮ್ಮ ಬದುಕಿನೆಲ್ಲ ತೋರ್ಕೆಗಳನೂ
ಬಣ್ಣಗೊಳಿಸುವುದು ಮತ್ತು ಕತ್ತಲೆ ಕವಿದ
ಬಿದಿರಿನರಣ್ಯದಲಿ ನೀ ಕುರುಡಾಗಿ ಕಳೆದುಹೋಗುವೆ.
ಅರಣ್ಯವ ನೀನು ಅದರೆಲ್ಲದರ
ವೈಭವದಿ ನೋಡಬೇಕೆಂದಾಶಿಸುವೆಯಾದೊಡೆ
ಅಪರಿಪೂರ್ಣತೆಯನೇ ನೀನು ಹಾರೈಸಬೇಕು.

ಅನಮ್ಯತೆಯಿಂದ ಸ್ವಯಂಪ್ರೇರಣೆಯತ್ತ

"ಆರಾಮವಾಗಿರು ಮತ್ತು ದಯಾಪರನಾಗಿರು,
ಆಗ ನೀನು ಬೇರೆ ಏನನ್ನೂ ಸಮರ್ಥಿಸುವ ಅಗತ್ಯವಿಲ್ಲ."
-ಜ್ಯಾಕ್ ಕೆರೊಯೂಕ್

ವಾಬಿಸಾಬಿಯ ಒಂದು ಅತಿಮುಖ್ಯ ಪಾಠವೆಂದರೆ ವಸ್ತು ಅಥವಾ ವಿಷಯಗಳು ಅವು ಹೇಗಿವೆಯೋ ಹಾಗೆಯೇ ಇವೆ ಹೊರತು, ಅವನ್ನು ನಾವು ಹೇಗಿರಬೇಕೆಂದು ಬಯಸುತ್ತೇವೋ ಹಾಗೆ ಅಲ್ಲವೇ ಅಲ್ಲ. ವಾಸ್ತವವಾಗಿ, ಹಾಗೆ ನೋಡಿದರೆ ಅವುಗಳು ಪರಿಶುದ್ಧವಾದ ರೀತಿಯಲ್ಲಿ ಅಸ್ತಿತ್ವದಲ್ಲಿರುವುದೇ ಇಲ್ಲ, ಬದಲಾಗಿ, ಅವುಗಳು ಸಂತತವಾಗಿ ಬದಲಾಗುತ್ತಲೇ ಇರುತ್ತವೆ.

ನಾವು ಈಗಾಗಲೇ ನೋಡಿದಂತೆ, ನಿಸ್ಸಂದೇಹವಾಗಿಯೂ ಮಾನವ ಯಾತನೆಯ ಮೂಲವೆಂದರೆ ಯಾವುದು ಸ್ವಭಾವತಃ ಕಾಯಂ ಅಲ್ಲವೊ ಅದನ್ನು ಶಾಶ್ವತವಾಗಿರಬೇಕೆಂದು ಬಯಸುವುದು ಎಂದು ಬುದ್ಧ ಗುರು ಎಚ್ಚರಿಕೆ ನೀಡಿದ್ದಾರೆ. ಕೆಲವು ಉದಾಹರಣೆಗಳು:

- ಹೊಚ್ಚ ಹೊಸ ಕಾರ್ ಅಥವಾ ಒಂದು ಮೋಟಾರ್ ವಾಹನ ಆದಷ್ಟು ಬೇಗನೆ ಮೊದಲ ಗೀಚುಗಳನ್ನು ಪಡೆಯುವುದು; ಸ್ವಲ್ಪಕಾಲಕ್ಕೆ, ಅಂದರೆ ಕಾಲಕ್ರಮೇಣ, ಅದು ಉಬ್ಬುತಗ್ಗುಗಳ ಪಡೆಯುವುದು ಮತ್ತು ಅಲ್ಲಲ್ಲಿ ಹರಿದು-ಮುರಿದು ಚೂರಾಗಲು ಅಥವಾ ಹಾಳಾಗಲು ಆರಂಭವಾಗುವುದು. ಅದನ್ನು ಸದಾ ಕಾಲವೂ ಹೊಸದರಂತೆಯೇ ಇರಿಸಿಕೊಳ್ಳಲು ಆಶಿಸುವುದಿದೆಯಲ್ಲ ಅದು ನಿನ್ನನ್ನೇ ನೀನು ಒಂದು ಅಸಂಬದ್ಧ ಕಠಿಣ ಪರೀಕ್ಷೆಯೊಳಕ್ಕೆ ಒಡ್ಡಿಕೊಂಡಂತೆ.

- ಬದುಕಿನ ವಿವಿಧ ಘಟ್ಟಗಳ ಜತೆಗೆ ಸ್ನೇಹವೂ ಕೂಡ ಬದಲಾಗುತ್ತದೆ. ಅದರಲ್ಲಿ ಉತ್ತುಂಗದ ಸ್ಥಾನಗಳೂ ಇರುತ್ತವೆ, ಅಂತೆಯೇ ಮಧ್ಯಮ ಮತ್ತು ಕನಿಷ್ಠತಮ ತೀವ್ರತೆಯ ಕ್ಷಣಗಳೂ ಇರುತ್ತವೆ; ದೂರದೂರವಿರುವುದು ಹಾಗೂ ದೀರ್ಘ ಮೌನ ಇವುಗಳೂ ಸಹ ನಮ್ಮ ತಿಳುವಳಿಕೆಯಲ್ಲಿ ಕಂದರಗಳನ್ನು ಉಂಟು ಮಾಡಬಲ್ಲುವು. ಈ ಪಯಣಕ್ಕೆ ನಮ್ಯತೆಯ ಅಗತ್ಯವಿದೆ.

- ನಮ್ಮ ಶರೀರದಂಥ ಶರೀರಕ್ಕೇ ವಯಸ್ಸಾಗಿ ಮುದಿಯಾಗಿ, ಮಾರ್ಪಾಡು ಹೊಂದುತ್ತದೆ, ಅದು ಎಂತೆಂದರೆ, ಮಿರಮಿರ ಹೊಳೆಯುವ ಕಬ್ಬಿಣವು ತನ್ನ ಕಾಂತಿಯನ್ನು ತುಕ್ಕಿನ ಜೊತೆ ಅದಲು-ಬದಲು ಮಾಡಿಕೊಳ್ಳುತ್ತದೆ, ಆ ತುಕ್ಕು ಎಂಬುದೂ ಕೂಡ ಕೆಲವೊಮ್ಮೆ ಅದಕ್ಕೆ ಬೇರೆಯದೇ ರೀತಿಯ ಸೌಂದರ್ಯ ನೀಡುತ್ತದೆ.

ಅಶಾಶ್ವತತೆ ಅಥವಾ ಅನಿತ್ಯತತೆಯು ರಾಜ್ಯಭಾರ ಮಾಡುವಲ್ಲಿ ನಿಷ್ಠುರ ಆಲೋಚನೆಗೆ ಅಥವಾ ಪರಿಪೂರ್ಣತೆಯ ಹುಡುಕಾಟಕ್ಕೇನಾದರೂ ಅರ್ಥವಿದೆಯೆ?

ನಾವೀಗ ಕಾಲಯಾನದಲ್ಲಿ ಎರಡೂವರೆ ಸಾವಿರ ವರ್ಷಗಳಷ್ಟು ಹಿಂದೆ ಪ್ರವಾಸ ಹೋಗೋಣ; ಅಂದರೆ, ಎಲ್ಲಿ ಪ್ರಾಚೀನ ಗ್ರೀಸ್ ದೇಶದ ಇಫೆಸಸ್ ಎಂಬ ನಗರದಲ್ಲಿ ತತ್ವಜ್ಞಾನಿಯೊಬ್ಬ ಅದಾಗಲೇ, ಏನೆಲ್ಲವೂ ಅಸ್ತಿತ್ವದಲ್ಲಿರುವುದೋ ಅದೆಲ್ಲದರ ಬದಲಾಗುವ ಗುಣಲಕ್ಷಣದ ಕುರಿತು ಪುನರಾವಲೋಕನ ಮಾಡುತ್ತಿದ್ದನೊ ಅಲ್ಲಿಗೆ. ಇದರ ಕುರಿತು ಅಂದರೆ ಈ ತತ್ತ್ವಶಾಸ್ತ್ರಜ್ಞನ ಕುರಿತು, ರ್ಝುನ್ ಬಗೆಗೆ ಮುಡಿಪಾಗಿರಿಸಿದ ಅಧ್ಯಾಯದಲ್ಲಿ ನಾವು ಸಂಕ್ಷಿಪ್ತವಾಗಿ ಪ್ರಸ್ತಾಪಿಸಿದ್ದೇವೆ ಕೂಡ.

ನಾವೀಗ ಅದರ ನಶ್ವರವಾದ ನೀರಿನ ಇನ್ನಷ್ಟು ಆಳಕ್ಕೆ ಇಳಿದು ಪರಿಶೋಧಿಸೋಣ.

ಬದಲಾವಣೆಯ ದ್ವಿಚಕ್ರ

ಸಾಕ್ರಟಿಸ್–ಪೂರ್ವ ತತ್ತ್ವಶಾಸ್ತ್ರದಂತೆಯೇ ಹೆರಾಕ್ಲಿಟಸನ ತತ್ತ್ವಶಾಸ್ತ್ರದ ಆಲೋಚನೆಯ ಕೆಲವೇ ತುಣುಕು ಅಥವಾ ಚೂರುಗಳು ಉಳಿದಿವೆ. ಅದೂ ಕೂಡ, ಅದರ ಹೆಚ್ಚಿನ ಭಾಗವು ಆತನ ಮರಣಾನಂತರ ಜನ ಆತ ಮಾತನಾಡುವುದನ್ನು ಆಲಿಸಿದ್ದರ ಕುರಿತ ಹೇಳಿಕೆಯ ಅಂದರೆ ಕೈಫಿಯತ್ತು ರೂಪದಲ್ಲಿ ಉಳಿದಿವೆ.

ಮೂವತ್ತಾರು ವರ್ಷಗಳಷ್ಟು ಸುದೀರ್ಘಕಾಲದ ಪರಿವ್ರಾಜಕ ಪರಂಪರೆಯನ್ನು ನಿರ್ದೇಶಿಸಿದ ಥಿಯೋಫ್ರೇಸ್ಟಸ್‌ನು ಆತನ ಕುರಿತು ಹೀಗೆ ಉದ್ಗಾರ ಎತ್ತಿದ್ದಾನೆ: 'ಆತನ ಸಂತತ ವಿಷಣ್ಣತೆಯಿಂದಾಗಿ ತನ್ನ ಕೆಲಸ ಕಾರ್ಯಗಳನ್ನು ಪೂರ್ಣಗೊಳಿಸುವಂತೆ ಅವನು ಎಂದೂ ನಿರ್ವಹಿಸಲಾಗಲಿಲ್ಲ'.

ಹಿಂದಿನಿಂದಲೂ ನಾವು ಕೇಳುತ್ತಿರುವ ಹಲವು ಸೂಕ್ತಿಗಳಲ್ಲಿ, ನಾವು ಆಗಾಗ ದೋಷಪೂರ್ಣವಾಗಿ ಉಲ್ಲೇಖಿಸುವುದೆಂದರೆ: ಅದೇ ನದಿಯನ್ನು ಒಬ್ಬನು ಎರಡು ಬಾರಿ ಪ್ರವೇಶಿಸಲಾರ ಎಂಬುದು. ವಾಸ್ತವವಾಗಿ, ಮೂಲದಲ್ಲಿ ರಕ್ಷಿಸಲ್ಪಟ್ಟಿರುವ ಆ ತುಣುಕು ಹೇಳುವುದು: "ಒಂದೇ ನದಿಯಲ್ಲಿ ನಾವು ಪ್ರವೇಶಿಸುತ್ತೇವೆ ಮತ್ತು ಪ್ರವೇಶಿಸುವುದಿಲ್ಲ, ಏಕೆಂದರೆ ನಾವು ಆ ವ್ಯಕ್ತಿಯೇ ಹೌದು ಮತ್ತು ಅಲ್ಲ." ಇದು ಒಂದು ರೀತಿಯ ಒಗಟಿನ ಮಾತು.

ಈ ಎರಡನೇ ಭಾಷಾಂತರವು ಮೊದಲನೆಯದಕ್ಕಿಂತಲೂ ಇನ್ನೂ ಮುಂದೆ ಹೋಗುತ್ತದೆ, ಏಕೆಂದರೆ ಅದಕ್ಕೆ ದ್ವಂದ್ವ ಅರ್ಥಗಳಿವೆ:

- ನದಿ – ಬದುಕು – ಸತತವಾಗಿ ಬದಲಾಗುತ್ತದೆ.
- ಅಂತೆಯೇ, ಆ ನೀರಲ್ಲಿ ಜಳಕ ಮಾಡುವವನು – ಎಲ್ಲ ಮಾನವರು – ನಿರಂತರ ಬದಲಾಗುತ್ತಿದ್ದನೆ.

ಈ ರೀತಿ ಪ್ರತಿಯೊಂದೂ ಸಂತತವಾಗಿ ಬದಲಾಗುತ್ತಿದ್ದರೆ, ಮತ್ತು ಮಾನವರೂ, ಅನುಕ್ರಮವಾಗಿ, ಬದಲಾವಣೆಗೆ ಪಕ್ಕಾದರೆ, ಶಾಶ್ವತತೆ ಎಂಬುದು ಒಂದು ಅಸಾಧ್ಯವಾದ ಕನಸು. ಈಗ ನಾವು ಮತ್ತೊಮ್ಮೆ 'ಪಂತ ರೇಯಿ' ಎಂಬ ಮನೋಗತಕ್ಕೆ ಅಂದರೆ "ಪ್ರತಿಯೊಂದೂ ಹರಿಯುತ್ತದೆ" ಎಂಬುದಕ್ಕೆ ಬರುತ್ತೇವೆ ಮತ್ತು ಅದು ಸ್ವಯಂ ನಮ್ಮನ್ನೂ ಸೇರಿಸಿಕೊಳ್ಳುತ್ತದೆ.

ಬದಲಾವಣೆಯೊಂದೇ ನಿಶ್ಚಿತವಾದದ್ದು ಎಂದು ನಾವು ಒಪ್ಪಿಕೊಳ್ಳುವುದಾದರೆ – ಈ ಪುಸ್ತಕದ ಮೊದಲ ಭಾಗದಲ್ಲಿ ನಾವು ಈಗಾಗಲೇ ನೋಡಿದಂತೆ ಬದುಕಿನ ಮೂರು ಕೀಲಿಕೈಗಳಲ್ಲಿ ಒಂದು– ಒಂದಕ್ಕೊಂದು ರಭಸವಾಗಿ ಸಂಘಟ್ಟಿಸಿಕೊಳ್ಳುವ ಸತತವಾಗಿ ಚಲಿಸುತ್ತಿರುವ ಈ ಎರಡು ಚಕ್ರಗಳ ಹೊರತಾಗಿ ನಾವು ಹೇಗೆ ತಾನೆ ಬದುಕುಳಿಯಬಲ್ಲೆವು?

ನೀರಿನಂತೆ ಇರು.

ಕೆಲವರಿರುತ್ತಾರೆ, ಅವರ ಬದುಕು ಒಂದು ರೀತಿ ಶಾಸ್ತ್ರೀಯ ಸಂಗೀತದ ಪ್ರಸ್ತಾರ ಸೂಚಿಯಿದ್ದಂತೆ. ಅದಕ್ಕೆ ಒಂದು ನಿರ್ದಿಷ್ಟ ರೀತಿಯ ವ್ಯಾಖ್ಯಾನದ ಅಗತ್ಯತೆ ಇದೆ. ಪೂರ್ವನಿಶ್ಚಿತ

ಲಯವನ್ನು ಅದು ಅನುಸರಿಸುತ್ತದೆ. ಅದೂ ಅಲ್ಲದೆ, ನಿಖರವಾದ ಕರಾರುವಾಕ್ಕಾದ ಸ್ವರಗಳ ಜೊತೆಗೆ. ಬೇರೆಯವೆಲ್ಲ ಒಂದು ತೆರನಾದ ಜಾಝ್ ಸಂಗೀತಗೋಷ್ಠಿಯಿದ್ದಂತೆ, ಅವರ ಸ್ಫೂರ್ತಿ ಅವರನ್ನು ಎಲ್ಲಿಗೆ ಒಯ್ಯುತ್ತದೋ ಅಲ್ಲಿಗೆ ಸುಮ್ಮನೆ ಹೋಗುತ್ತಿರುವುದು; ಯಾವ ಸಿದ್ಧತೆಯೂ ಇಲ್ಲದೆ ಹಾಡುತ್ತಿರುವುದು, ನುಡಿಸುತ್ತಿರುವುದು, ಅದು ಹೊರಪ್ರಪಂಚದಲ್ಲಿ ಮತ್ತು ತಮ್ಮೊಳಗೆ (ಈ ಜಾಝ್ ಸಂಗೀತಗಾರಲ್ಲಿ ಹೆಚ್ಚಿನವರು ಹಿಪ್ಪಿಗಳು ಅಥವಾ ಕರಿಯರು) ಆಗ ಏನು ಜರುಗುತ್ತಿದೆ ಎಂಬುದನ್ನು ಅವಲಂಬಿಸಿರುತ್ತದೆ.

ಈ ಎರಡನೇ ವರ್ಗದ ಮಂದಿ ಹೆರಾಕ್ಲಿಟಸ್ ವರ್ಣಿಸಿದ ಆ ನದಿಯ ನೀರನ್ನು ಅನುಭವಿಸುತ್ತಾರೆ, ಏಕೆಂದರೆ ಆ ಅವರೇ ಆಗ ನದಿಯಾಗಿರುತ್ತಾರೆ ಮತ್ತು ಪ್ರತಿಯೊಂದು ಕ್ಷಣವೂ ಅದರೊಂದಿಗೇ ಐಕ್ಯವಾಗಿರುತ್ತಾರೆ.

ಸಮರ ಕಲೆಗಳ ಚಲನಚಿತ್ರಗಳಲ್ಲಿ ನಟಿಸುತ್ತಿದ್ದ ಮಹಾನ್ ಪ್ರತಿಭೆಯಾಗಿದ್ದ, ಬ್ರೂಸ್‌ಲೀ 1971 ರಲ್ಲಿ ತಾನು ಮರಣವಪ್ಪುವ ಕೇವಲ ಕೆಲವೇ ಸಮಯ ಮೊದಲು ನೀಡಿದ ಅಂತಿಮ, ಆದರೆ ಕಾಲ್ಪನಿಕವೋ ಎಂಬಂಥ ಸಂದರ್ಶನದಲ್ಲಿ ನಮ್ಯತೆಯ ನಿರಪೇಕ್ಷ ಮೌಲ್ಯ ಕುರಿತು ಈ ಕೆಳಗಿನಂತೆ ಪುನರವಲೋಕನ ಮಾಡುತ್ತಾನೆ:

"ಯಾವುದೇ ಒಂದು ನಿರ್ದಿಷ್ಟ ರೂಪಕ್ಕೆ ಒಳಗಾಗಬೇಡ, ಅದನ್ನು ಮಾರ್ಪಾಡಿಸಿಕೊ ಮತ್ತು ನಿನ್ನ ಸ್ವಂತದ್ದನ್ನು ಕಟ್ಟಿಕೊ, ಮತ್ತು ಅದನ್ನು ಬೆಳೆಯಲು ಬಿಡು, ನೀನು ಮಾತ್ರ ಪಕ್ಕಾ ನೀರಿನಂತಿರು, ನಿನ್ನ ಮನಸ್ಸು ಬರಿದು ಮಾಡು, ನಿರಾಕಾರನಾಗು, ರೂಪರಹಿತನಾಗು–ಪಕ್ಕಾ ನೀರಿನಂತೆ. ಈಗ ಸ್ವಲ್ಪ ನೀರು ತೆಗೆದು ಒಂದು ಬಟ್ಟಲಲ್ಲಿ ಸುರಿ, ಅದು ಬಟ್ಟಲೇ ಆಗುತ್ತದೆ; ಅದನ್ನೇ ನೀನು ಒಂದು ಶೀಸೆಗೆ ಸುರಿ, ಅದು ಶೀಸೆಯೇ ಆಗುತ್ತದೆ; ಅದನ್ನೇ ನೀನು ಒಂದು ಚಹಾ ಪಾತ್ರೆಯಲ್ಲಿ ಹಾಕು, ಅದು ಚಹಾ ಪಾತ್ರೆಯೇ ಆಗುತ್ತದೆ. ಈಗ ನೀರು ಹರಿಯಬಲ್ಲುದು, ಅಥವಾ ಅದು ರಭಸದಿಂದಲೂ ಹರಿಯಬಲ್ಲುದು ಕೂಡ. ನನ್ನ ಗೆಳೆಯ, ನೀರಾಗು."

"ನೀರಿನಂತಿರು" ಎಂಬುದನ್ನು ವಾಬಿ ಸಾಬಿ ಬದುಕಿಗೆ ಅನ್ವಯಿಸಿದರೆ ಅದು ಧ್ವನಿಸುವುದೆಂದರೆ:

- ಯಾವುದನ್ನೂ ನಿಜವೆಂದು ನಂಬಿಕೊಳ್ಳದೆ, ಭಾವಿಸದೆ, ಪೂರ್ವಗ್ರಹಿತ ಕಲ್ಪನೆಗಳು, ಮನೋಗತಗಳನ್ನು ಮತ್ತು ಪೂರ್ವಗ್ರಹಗಳನ್ನು ಧ್ವಂಸ ಮಾಡುವುದು.
- ನಾವೇನಲ್ಲವೊ ಅವರಾಗಲು ಪ್ರಯತ್ನಿಸುವುದರ ಅಥವಾ ನಟಿಸುವುದರ, ಸೋಗು ಹಾಕುವುದರ ಅಗತ್ಯವಿಲ್ಲದೆ, ಪಾರದರ್ಶಕವಾಗಿರುವುದು.
- ನದಿಯೊಂದರ ಒಳಸೆಳೆತದಿಂದಾಗಿ ಅದರ ಜತೆಗೆ ಕೊಚ್ಚಿ ಹೋಗಲು ತನ್ನನ್ನು ತಾನು ಒಪ್ಪಿಕೊಳ್ಳುವ ಒಂದು ಎಲೆಯ ರೀತಿ, ತನ್ನ ಅಂತರ್ಬೋಧೆಯನ್ನು ಅನುಸರಿಸುವುದು.
- ತನ್ನ ಸ್ವ–ಸಾಮರ್ಥ್ಯದಲ್ಲಿ, ಪ್ರತಿಯೊಂದು ಕ್ಷಣದ ಸೌಂದರ್ಯದಲ್ಲಿ, ಬದುಕಿನ ವಿವೇಕದಲ್ಲಿ ನಂಬಿಕೆ ಇರಿಸುವುದು.
- ಎಷ್ಟೇ ಸಲ ಅವುಗಳು ಕಾಡುವಂತಹವು, ಪೀಡಿಸುವಂತಹವು ಆಗಿದ್ದರೂ ಕೂಡ ಜೀವನದಲ್ಲಿ ಬರುವ ಅವಘಡಗಳಿಗೆ ಭಯ ಬೀಳದಿರುವುದು; ಧ್ಯೇಯಗಳಿಗಿಂತ ಹೆಚ್ಚಾಗಿ ಅವುಗಳನ್ನು ಮುಟ್ಟುವ ಪ್ರಕ್ರಿಯೆಯನ್ನು ನೆಚ್ಚುವುದು.
- ನೀನು ಸಾಮಾನ್ಯವಾಗಿ ಮಾಡದಿರುವಂತಹ ಕೆಲಸ–ಕಾರ್ಯಗಳನ್ನು ಸಹ ಮಾಡಲು, ನಿನಗೆ ನೀನೇ ಸವಾಲು ಹಾಕಿಕೊಳ್ಳುವುದು.
- ನೀನೇನು ಮಾಡುತ್ತಿರುವೆಯೋ ಅದರ ಜೊತೆಗೇ ಐಕ್ಯಗೊಳಿಸುವಂತೆ ನಿನ್ನ ಅಹಂನ್ನು

ಕರಗಿಸುವುದು.

ಸುಂದರವಾದ ಅಲಂಕಾರಾಕ್ಷರ ಬರಹತಜ್ಞರು ಎನ್ಸೋ ವೃತ್ತವನ್ನು ರಚಿಸುವಾಗ, ತಮ್ಮ ಶರೀರವನ್ನು ತನಗೆ ತಾನೇ ಚಿತ್ರಿಸಿಕೊಳ್ಳುವ ಒಂದು ಹೊರ ಆಕಾರ ರೇಖೆಯೊಂದಿಗಿರಲು ಅವಕಾಶ ಮಾಡಿಕೊಟ್ಟು, ಒಂದು ನಿರಪೇಕ್ಷ ಅಂತಃಪ್ರವೃತ್ತ ನಿಲುವಿನಿಂದ ಆ ರೀತಿ ಮಾಡುತ್ತಾರೆ.

ಬದುಕಿನ ಜತೆಗೆ ಹರಿಯುವ ಮಹತ್ತಮ ವರ್ಣನಾತ್ಮಕ ಅಭಿವ್ಯಕ್ತಿಯೆಂದರೆ ಇದು.

ವಿವೇಕ ಅಥವಾ ಜಾಣ್ಮೆಗೆ ಇರುವ ಸತ್ಯದ ಮಾರ್ಗ

ಸತ್ಯಾನ್ವೇಷಣೆಗಾಗಿ ಒಬ್ಬ ಯಾತ್ರಿಕ ಹೇಗೆ ಅವಿರತವಾಗಿ ದಣಿವಿಲ್ಲದೆ 'ಶಿಕೊಕು' ವಿನ ಎಂಬತ್ತೆಂಟು ದೇಗುಲಗಳನ್ನು ದರ್ಶಿಸಿದ ಎಂಬುದನ್ನು ಒಂದು ಸಾಂಪ್ರದಾಯಿಕ ಕಥೆಯು ವಿವರವಾಗಿ ವರ್ಣಿಸುತ್ತದೆ. ಆತ ಈ ರೀತಿಯ ತನ್ನ ಯಾತ್ರೆಯ ಮಾರ್ಗದಲ್ಲಿ ಪ್ರತಿಯೊಂದು ಸಂನ್ಯಾಸಿ ಮಠದಲ್ಲೂ ಧ್ಯಾನಗೈಯುತ್ತಾ, ಯಥಾಶಕ್ತಿ ಕಾಣಿಕೆಗಳನ್ನು ನೀಡುತ್ತಾ ತನ್ನ ಚಪ್ಪಲಿಗಳನ್ನು ಸವೆಸಿದ ವರ್ಣನೆ ಇದೆ. ಹಾಗಿದ್ದೂ, ತನ್ನ ಒಟ್ಟು ಪ್ರವಾಸದ ಅವಧಿಯ ಅರ್ಧಭಾಗವನ್ನು ಕ್ರಮಿಸಿ ಮುಗಿಸಿದ್ದಾಗಲೂ ಸಹ, ಆತ ಇನ್ನೂ ತನ್ನ ಪ್ರಶ್ನೆಗೆ(ಸತ್ಯಾನ್ವೇಷಣೆ) ಉತ್ತರ ಕಂಡುಕೊಂಡಿರಲಿಲ್ಲ.

ಎಲ್ಲಿಯವರೆಗೆಂದರೆ, ಒಂದು ದಿನ ಇಳಿಹೊತ್ತಿನ ಹೊಂಬೆಳಕಿನಲ್ಲಿ ಒಂದು ಮರದ ಕೆಳಗೆ ಕುಳಿತ ವೃದ್ಧ ಭಿಕ್ಷುವೊಬ್ಬ ಮರಗಳ ಮಧ್ಯೆ ನುಸುಳಿ ಬರುತ್ತಿದ್ದ, ಸತತವಾಗಿ ಬದಲಾಗುತ್ತಿದ್ದ ಹರಿವ, ಹೊಳೆಯುವ ಬೆಳಕಿನ ಕಾಂತಿಯನ್ನು ಒಂದು ಕ್ಯಾನ್ವಾಸಿನ ಅಂದರೆ ಒರಟು ನಾರಿನ ಚಿತ್ರಪಟದ ಮೇಲೆ ಹಿಡಿದಿಡಲು ಪ್ರಯತ್ನಿಸುವುದನ್ನು ತಾನು ಕಾಣುವವರೆಗೂ.

ಆ ಶಿಕೊಕು ದ್ವೀಪದಲ್ಲಿ ಆ ಭಿಕ್ಷುವು ಒಬ್ಬ ಅತಿ ವಿವೇಕವಂತ ವ್ಯಕ್ತಿಯೆಂದು ವರ್ಣಿಸಲ್ಪಟ್ಟಿದ್ದನ್ನು ಆತ ಅದಾಗಲೇ ಕೇಳಿದ್ದ, ಅಂತಾಗಿ ತಾನು ಹುಡುಕಾಡುತ್ತಿರುವ ಪ್ರಶ್ನೆಗಳಿಗೆ ಆತನ ಬಳಿ ಉತ್ತರಗಳಿವೆ ಎಂದು ಇವನು ಭಾವಿಸಿದ.

ಮತ್ತಷ್ಟು ತಡಮಾಡದೆ, ಆತನ ಪಕ್ಕ ಹೋಗಿ ಕುಳಿತು, ಅವನನ್ನು ಕೇಳಿದ:

"ಗುರುವೇ, ನಾನು ಈ ಪಯಣ ಆರಂಭಿಸಿದಾಗಿನಿಂದಲೂ ನನ್ನನ್ನು ಪೀಡಿಸುತ್ತಿರುವ ಒಂದು ಪ್ರಶ್ನೆಗೆ ನಿಮ್ಮ ಉತ್ತರದ ಅಗತ್ಯವಿದೆ. ನಾನು 'ಸತ್ಯ'ವನ್ನು ಹೇಗೆ ಮುಟ್ಟಬಲ್ಲೆ ಅಥವಾ ತಲುಪಬಲ್ಲೆ?

ತನ್ನ ಕ್ಯಾನ್ವಾಸಿನ ಮೇಲೆ ಕಪ್ಪುಶಾಯಿಯಿಂದ ಅದ್ದಿದ ಕುಂಚದಿಂದ ಸಣ್ಣ ಗೆರೆಗಳನ್ನು ಎಳೆಯುತ್ತಾ, ಆ ಭಿಕ್ಷು ಅವನಿಗೆ ಹೇಳಿದರು: "ನಿಜವಾಗಿಯೂ ಸತ್ಯವನ್ನೇ ಅರಸುತ್ತಿದ್ದರೆ, ಬೇರೆ ಏನನ್ನಾದರೂ ಮಾಡುವ ಮುನ್ನ, ನೀನು ಮಾಡಲೇಬೇಕಾದುದು ಬೇರೊಂದಿದೆ."

ಈ ಉತ್ತರವು ಆ ಯಾತ್ರಿಕನ ಹುಮ್ಮಸ್ಸನ್ನು ಏರಿಸಿತು, ಆಗ ಅವನು ಇನ್ನೂ ಹೆಚ್ಚಿನ ಉತ್ಸಾಹದಿಂದ ಹೇಳಲಾರಂಭಿಸಿದ, "ತಿಳಿದಿರುವೆ! ನಾನು ಇನ್ನೂ ಹೆಚ್ಚು ಅಭ್ಯಾಸ ಮಾಡಬೇಕು ಅಲ್ಲವೆ? ಹೆಚ್ಚು ಕಾಲವನ್ನು ಧ್ಯಾನಕ್ಕೆ ಮೀಸಲಿಡಬೇಕು, ನನ್ನ ಯಾತ್ರೆಯ ಸಮಯದಲ್ಲಿ ಹೆಚ್ಚು ದೂರ ನಡೆಯಬೇಕು, ಉಪವಾಸವಿರಬೇಕು ಮತ್ತು ..."

ಆ ಭಿಕ್ಷು ಆಗ ಮೃದುವಾಗಿ ತಲೆ ಅಲ್ಲಾಡಿಸಿದರು, ಆಗ ಅವರ ಮುಖದಲ್ಲಿ ನಗೆ ಮೂಡಿತು. ಆ ಆತಂಕಿತ ಯಾಂತ್ರಿಕನು ಸ್ವಲ್ಪ ಸಮಾಧಾನಗೊಳ್ಳಲಿ ಎಂದು ಅವರು ಸ್ವಲ್ಪ ಕಾಲ ಕಾಯ್ದು, ನಂತರ ಕೊನೆಯದಾಗಿ ಹೇಳಿದರು:

"ಬೇರೆ ಎಲ್ಲದಕ್ಕಿಂತಲೂ, ನೀನು ಯವಾಗಲೂ ಅಗತ್ಯವಾಗಿ ಮಾಡಬೇಕಿರುವುದೆಂದರೆ, ನೀನೂ ತಪ್ಪಿರಬಹುದೆಂದು ಗುರುತಿಸಿ ಒಪ್ಪಿಕೊಳ್ಳುವುದು."

ಎಂದಿನಂತೆ ಈಗ ಮತ್ತೊಂದು ಧ್ಯಾನ, ಆದೀತೆ?

"ನಾ ಜನ್ಮ ತಳೆದಾಗಿಂದಲೂ
ಅದೇ ದೇಹ ಮತ್ತು ಅದೇ
ಮನಸ್ಸಿನೊಳಗೆ ಇರುವ
ಅದೇ ವ್ಯಕ್ತಿ ತಾನೆಂದು ನಾ ತಿಳಿದಿರುವೆ
ನನ್ನ ವಿಚಾರಗಳು ಕೂಡ ಸದಾ ನನ್ನ ಜತೆಗೆ
ಆದರೆ ಒಂದು ವೇಳೆ ನಾನೇನು ಯೋಚಿಸುವೆ
ಮತ್ತು ಭಾವಿಸುವೆ, ಅದು ನನ್ನ ಬದುಕಿನ
ಪ್ರತಿ ಗಳಿಗೆಯೂ ಹರಿವುದು...
ಹಾಗಿದ್ದೂ, ಆಗಲೂ ಅದು ನಾನೇನಾ?
ಹಾಗಲ್ಲದಿದ್ದರೆ, ಆಗ ನಾ ಯಾರು?"

ವಾಬಿ ಸಾಬಿ ಮತ್ತು ಸೃಜನಶೀಲತೆ

"ನಮ್ರತೆಯೆಂಬ ವಿಶಿಷ್ಟ ಗುಣವ ಕೃಷಿ ಮಾಡುವುದ ಕಲಿ.
ನಾವ್ಯಾರ್ಯಾರೂ ಪರಿಪೂರ್ಣರಲ್ಲ.
ನಾವೆಲ್ಲರೂ ತಪ್ಪುಗಳ ಮಾಡುತ್ತೇವೆ-
ನಮ್ಮ ವೈಯಕ್ತಿಕ ಬದುಕುಗಳಲ್ಲಿಯೂ,
ಅಂತೆಯೇ ನಮ್ಮ ಕಲಾತ್ಮಕ ಸೃಷ್ಟಿಗಳಲ್ಲೂ."
– ಕಟ್‌ಸುಶಿಕ ಹೊಕುಸೇಯಿ.

ಸೃಜನಶೀಲತೆ ಮತ್ತು ಅಪರಿಪೂರ್ಣತೆ, ಅಂದರೆ ಯಾವುದು ವಾಬಿ ಸಾಬಿ ತತ್ತ್ವದ ಹಲವು ಗುಣಲಕ್ಷಣಗಳಲ್ಲಿ ಒಂದು ಎನ್ನುತ್ತೇವೋ, ಈ ಎರಡರ ಮಧ್ಯೆ ಒಂದು ಬಹಳ ನಿಕಟ ಸಂಬಂಧವಿದೆ.

ಕಲಾಕಾರರು ತಮ್ಮ ಸ್ವಂತ ಜೀವನದಲ್ಲಿನ ಕುಂದುಕೊರತೆ ಅಥವಾ ನ್ಯೂನತೆಗಳನ್ನು ತಮ್ಮ ಕಲಾಕೃತಿಗಳ ಮೂಲಕ ಸರಿದೂಗಿಸಿಕೊಳ್ಳಲು ಪ್ರಯತ್ನಿಸುವರೆಂದು ಸದಾ ಹೇಳಲಾಗುತ್ತದೆ. ಅಂತಾಗಿ, ಕೆಲವು ಬಾರಿ, ಸೃಜನಾತ್ಮಕ ಕ್ರಿಯೆಯು ಸಾವು ಮತ್ತು ಅವನತಿ ಈ ಎರಡಕ್ಕೂ ಸವಾಲಾಗುತ್ತದೆ- ಅಂದರೆ ಅದು ಒಂದು ತೆರನ ಪುನರುತ್ಥಾನ.

ನಮಗೆ ಬಹುಮಟ್ಟಿಗೆ ತಿಳಿದಿರುವಂತೆ, ಫ್ರಾನ್ಜ್ ಕಾಫ್ಕಾನು ಇಪ್ಪತ್ತನೆಯ ಶತಮಾನದ ಬಹಳ ಪ್ರಸ್ತುತನಾದ ಪಾಶ್ಚಿಮಾತ್ಯ ಬರಹಗಾರ. ಅವನು ಆದರ್ಶಕ್ಕೆ ಬಹು ದೂರವಾದ ಬದುಕನ್ನು ಹೊಂದಿದ್ದ. ಆತ ತಾನು ನ್ಯಾಯಾಲಯದಂಗಣದಲ್ಲಿ ಗಳಿಸಿದ್ದ ಅನುಭವಗಳು ಮತ್ತು ಸನ್ನಿವೇಶಗಳನ್ನು 'ದ ಟ್ರಯಲ್', 'ದ ಕ್ಯಾಸ್‌ಲ್' ಮತ್ತು 'ಮೆಟಮಾರ್ಫೋಸಿಸ್'ನಂತಹ ಮಹಾನ್ ಕೃತಿಗಳನ್ನು ಬರೆಯಲು ಬಳಸಿಕೊಂಡಿದ್ದಾಗ್ಯೂ, ಆತ ತನ್ನ ತಂದೆಯ ಜೊತೆ ಕೂಡ ಬಹಳ ಯಾತನಾಮಯ ಸಂಬಂಧವನ್ನು ಹೊಂದಿದ್ದ. ಅಷ್ಟೇಕೆ, ಒಂದು ವಿಮಾ ಕಂಪನಿಯಲ್ಲಿ ಅಟಾರ್ನಿಯಾಗಿ ಕೆಲಸ ಮಾಡುತ್ತಿದ್ದುದ್ದಕ್ಕೂ ಸಹ ಆತ ಹೇಸಿಗೆ ಪಟ್ಟುಕೊಳ್ಳುತ್ತಿದ್ದ.

ಯುವ ಪೀಳಿಗೆಯ ನಡುವೆ ಹೆಚ್ಚು ಪ್ರಸಿದ್ಧಿಗೆ ಬಂದಿರುವ, ಮೆಟಮಾರ್ಫೊಸಿಸ್ ಎಂಬ ಕೃತಿಯಲ್ಲಿ, ಒಬ್ಬ ಕಿರಾಣಿ ಅಂಗಡಿಯ ಮಾಲೀಕ, ತಾನು ಮಲಗಿದ್ದು ಎಚ್ಚರಗೊಂಡಾಗ ಒಂದು ದೊಡ್ಡ ಜಿರಲೆ (ಹಾತೆ)ಯಾಗಿ ಪರಿವರ್ತಿತನಾಗಿ ಬಿಟ್ಟಿರುತ್ತಾನೆ. ಹಾಗಿದ್ದೂ, ತನ್ನ ಈಗಿನ ಹೊಸ ಪರಿಸ್ಥಿತಿಯ ಕುರಿತು ವಿಚಾರ ಮಾಡುವ ಬದಲು, ತನ್ನ ಸಂಸಾರಕ್ಕೆ ಬೆಂಬಲವಾಗಿರುವ ವೇತನ ನೀಡುವ ಕಛೇರಿಗೆ ಹಾಜರಾಗುವ ಪ್ರಯತ್ನದ ಬಗ್ಗೆ ತನ್ನೆಲ್ಲ ಶಕ್ತಿಯನ್ನೂ ಕೇಂದ್ರೀಕರಿಸುತ್ತಾನೆ.

ಜರ್ಮನ್ ಭಾಷೆ ಮಾತನಾಡುವ ಪ್ರಾಗ್ ನಗರದ ಈ ಲೇಖಕನು, ತನ್ನ ಕೆಲಸ ಮಾಡುವಾಗ ತಾನು ಏನೆಂದು ಭಾವಿಸುತ್ತಿರಬೇಕೆಂಬುದರ ಕುರಿತಂತೆ ಇದೊಂದು ಕ್ರೌರ್ಯಭ-

ರಿತ ಅನ್ಯೋಕ್ತಿ. ಆದಾಗ್ಯೂ ಅದರ ಶೂನ್ಯತೆಯನ್ನು ತುಂಬಲು ಕಾಫ್ಕಾನು ಉದ್ಧತವಾದ ಅಂದರೆ ದರ್ಪದ ಮಾರ್ಗವೊಂದನ್ನು ಕಂಡುಕೊಂಡಿದ್ದನು. ಪ್ರತಿನಿತ್ಯ ಕೆಲಸದಿಂದ ಮನೆಗೆ ಹಿಂತಿರುಗಿದ ಮೇಲೆ, ಆತ ಮೂರು ಅಥವಾ ನಾಲ್ಕು ಗಂಟೆಯಷ್ಟು ನಿದ್ದೆ ತೆಗೆಯುತ್ತಿದ್ದ, ಆ ನಂತರ ಇಡೀ ರಾತ್ರಿ ಬೆಳಗಿನ ಜಾವದ ತನಕ ಬರೆಯುತ್ತಿದ್ದ.

ಅದರ ಫಲವಾಗಿ, ಬದುಕು ಎಂದೆಂದಿಗೂ ಪೂರ್ಣಗೊಳ್ಳದ ಒಂದು ಎನ್ಸೋ ವೃತ್ತವಾಗಿದ್ದರೂ ಸಹ, ಆತ(ಕಾಫ್ಕಾ) ತಾನು ಪೂರ್ಣನಾದವನೆಂದು ಭಾವಿಸಲು ಶಕ್ತನಾದನು. ಅಂತಿಮವಾಗಿ ಸಾವು ಅವನ ಬಾಗಿಲು ಬಡಿದಾಗ, ಈ ಲೇಖಕ ತನ್ನೆಲ್ಲ ಹಸ್ತಪ್ರತಿಗಳನ್ನು ನಾಶಪಡಿಸಲು ತನ್ನ ಸ್ನೇಹಿತ ಮ್ಯಾಕ್ಸ್ ಬ್ರೋಡ್ ಎಂಬುವವನಿಗೆ ಜವಾಬ್ದಾರಿ ವಹಿಸಿದ್ದನು. ಆದ-ರೆ ಆ ಸ್ನೇಹಿತನ ಸದುದ್ದೇಶಪೂರಿತ ದ್ರೋಹದ ದೆಸೆಯಿಂದಾಗಿ, ಕಾಫ್ಕಾನ ಆ ಒಂದು ಅತೃಪ್ತ ವಾಸ್ತವತೆಯನ್ನು ಮುಗಿಸುವ ಅವನ ಇಚ್ಛೆಯು ಮಿಲಿಯಾಂತರ ಓದುಗರಿಗೆ ಬೆಳಕು ತೋರಿತು.

ಹೀಗಿದ್ದೂ, ಕಾಫ್ಕಾನು ತನ್ನ ಖಾಸಗಿ ಜೀವನದಲ್ಲಿ, ಒಬ್ಬ ಲೇಖಕನಾಗಿ–1910 ರಿಂದ 1923 ರ ಅವಧಿಯ ಅವನ ದಿನಚರಿಗಳಲ್ಲಿ ಕಾಣಿಸಿದಂತೆ–ಹೇಗೆ ಏಕಾಂತತೆಯನ್ನು ಅಥವಾ ಒಬ್ಬಂಟಿ-ತನವನ್ನು ಅನುಭವಿಸಿದ ಎಂದು ನೋಡಲು ಆಸಕ್ತಿದಾಯಕವಾಗಿದೆ:

"ಏಕಾಂಗಿಯಾಗಿರುವುದು ಎಂದರೆ ಎಂದೆಂದಿಗೂ ಸೋಲದ ಶಕ್ತಿಯನ್ನು ನಾನು ಹೊಂದಿರಬೇಕೆಂಬುದೇ ಆಗಿದೆ." ನನ್ನ ಅಂತರಂಗವು ಕರಗುತ್ತದೆ (ತತ್ಕಾಲೀನವಾಗಿ ಅದು ಕೇವಲ ಹೊರಮೈ ಅಥವಾ ತೋರ್ಮುಖವಾಗಿದ್ದರೂ ಕೂಡ) ಮತ್ತು ಅತಿ ಆಳದಲ್ಲಿ ಏನು ಹುದುಗಿದೆಯೊ ಅದನ್ನು ಬಿಡುಗಡೆಗೊಳಿಸಲು ಅದು ಸಿದ್ಧವಿರುತ್ತದೆ. ಯಾವಾಗ ಮುದ್ದಾಂ, ಅಥ-ವಾ ಉದ್ದೇಶ ಪೂರ್ವಕವಾಗಿ ಏಕಾಂಗಿಯಾಗಿರುತ್ತೇನೋ, ಆಗ ನನ್ನ ಅಂತರಂಗದಲ್ಲಿ ಕೊಂಚ ಅಣಿಯಾಗುವಿಕೆಯು ಅಥವಾ ಒಂದು ವ್ಯವಸ್ಥೆಯು ಜರುಗಲು ಆರಂಭವಾಗುತ್ತದೆ ಮತ್ತು ನಾನು ಅದಕ್ಕಿಂತ ಹೆಚ್ಚು ಏನನ್ನೂ ಆಶಿಸಲಾರೆ."

ಅಹಂ ಎಂಬುದು ಮಸುಕಾಗಿ ಹೋಗುವ ಈ ಅನುಭವವು ಆಳವಾದ ಧ್ಯಾನವನ್ನು ಹೋಲುತ್ತದೆ ಅಥವಾ ಅಷ್ಟೇಕೆ, ಹಿಂದೂಧರ್ಮದ ಅದ್ವೈತಕ್ಕೆ ಅದು ಅನುರೂಪವಾಗುತ್ತದೆ. ಆಗ ಅದರಲ್ಲಿ ಆಗುವ ಕ್ರಿಯೆ ಅಥವಾ ಪ್ರಕ್ರಿಯೆ ಎಂದರೆ ಅವೆರಡೂ ಕಾಣೆಯಾಗುವವರೆಗೂ; ಅಂ-ದರರ್ಥ ವ್ಯಕ್ತಿಯು (ವ್ಯಷ್ಟಿ) ವಿಶ್ವದ ಜತೆ (ಸಮಷ್ಟಿಯ ಜತೆ) ಐಕ್ಯವಾಗುತ್ತದೆ.

"ಎಲ್ಲವನ್ನೂ ಮರೆತುಬಿಡು, ಕಿಟಕಿಗಳನ್ನು ತೆರೆ. ಕೊಠಡಿಯನ್ನು ತೆರವುಗೊಳಿಸು. ಸ್ವಚ್ಛಂದ ಗಾಳಿ ಅದರ ಮೂಲಕ ಬೀಸುತ್ತದೆ. ನೀನು ಕೇವಲ ಅದರ ಖಾಲಿತನವನ್ನು ಮಾತ್ರ ಕಾಣುತ್ತೀಯ; ನೀನು ಎಲ್ಲ ಮೂಲೆಯಲ್ಲೂ ಹುಡುಕು ಮತ್ತು ನಿನ್ನನ್ನು ನೀನು ಕಾಣುವುದೇ ಇಲ್ಲ."

ಜೊತೆಗೂಡಿರುವುದರ ಅನುಭವ

ಜಪಾನಿನ ಹೊರಗಡೆ, ಮಹಾನ್ ಶೊಡೋ (ಜಪಾನೀಯರ ಬಣ್ಣಯುಕ್ತವಾದ ಸುಂದರಾಕ್ಷರ ಬರವಣಿಗೆ ಪದ್ಧತಿ) ಕಲಾಕಾರರಲ್ಲಿ ಒಬ್ಬರೆಂದು ಪ್ರಸಿದ್ಧರಾದ ಮತ್ತು ಜಪಾನೀ ಕಲೆಗಳ ಕುರಿತು ಹಲವು ಲೇಖನಗಳು ಮತ್ತು ಪುಸ್ತಕಗಳ ಕರ್ತೃವಾದ ಸೆನ್‌ಸೆಯಿ ಎಚ್.ಇ.ಡವೆ ಅವರು ತಮ್ಮ "ದ ಜಪಾನೀಸ್ ವೇ ಆಫ್ ದಿ ಆರ್ಟಿಸ್ಟ್" ಎಂಬ ಕೃತಿಯಲ್ಲಿ ಜಪಾನಿನ ಕಲೆಯನ್ನು ಕುರಿತಂತೆ, ಅದರಲ್ಲೂ ವಿಶೇಷವಾಗಿ, ವಾಬಿ ಸಾಬಿಯು ಹೇಗೆ ನಿರ್ವಚಿಸುತ್ತದೆ ಎಂಬುದರ ಕುರಿತು ಬಹಳ

ಚೆನ್ನಾಗಿ ಕೆಲವು ಸುಳುಹುಗಳನ್ನು ನೀಡುತ್ತಾರೆ.

"ಸೌಂದರ್ಯ ಎಂದರೆ ಬರೀ ವಿರೂಪತೆಗೆ ವಿರುದ್ಧವಾದದ್ದು ಎಂದು ಮಾತ್ರವಲ್ಲ, ಬದಲಾಗಿ, ಅದಕ್ಕಿಂತಲೂ ಹೆಚ್ಚಾಗಿ, ಸೌಂದರ್ಯ ನೆಲೆಸಿರುವುದು ಎಲ್ಲ ವೈರುಧ್ಯಗಳನ್ನು ಒಳಗೊಳ್ಳುವ ಮತ್ತು ಅದರಿಂದಲೂ ಆಚೆಗಿನ ಒಂದು ಸ್ಥಿತಿ; ಇಂತಾಗಿ ಸೌಂದರ್ಯವು ಸಹಜ-ತೆಯಲ್ಲಿ ಕಾಣಬರುತ್ತದೆ."

ಸಹಜತೆಯು ಪ್ರಕೃತಿಯಿಂದ ಪ್ರೇರೇಪಿತಗೊಂಡ ವಾಬಿ ಸಾಬಿ ತತ್ತ್ವಗಳಲ್ಲಿ ಒಂದು, ಅಲ್ಲಿ ಎಲ್ಲವೂ ಅಪೂರ್ಣ, ಅಪರಿಪೂರ್ಣ ಮತ್ತು ಕ್ಷಣಿಕವಾದುದು.

ಆದಾಗ್ಯೂ, ಈ ಹಿಂದೆ ನಾವು ನೋಡಿದಂತೆ, ತನ್ನ ಕಲೆಯನ್ನು ಅಭ್ಯಸಿಸುವಾಗ, ಆ ಸೃಷ್ಟಿಕಾರನು ಅದನ್ನು ಸಾಕಾರಗೊಳಿಸಿದ ಮತ್ತು ಪೂರೈಸಿದ ಭಾವ ತಾಳುತ್ತಾನೆ, ಏಕೆಂದರೆ, ಡವೆಯವರೇ ಸ್ವತಃ ಹೇಳುವಂತೆ, "ವರ್ತಮಾನವು ಸಮಯದಿಂದ ಹೊರಗಿದೆ."

ಇದು ಸೃಜನಾತ್ಮಕ ಕಲೆಯ ಅನುಗ್ರಹಗಳಲ್ಲಿ ಒಂದು. ಬಣ್ಣ ಹಚ್ಚುವ ಕುಂಚ ಒಂದು ಕ್ಯಾನ್ವಾಸನ್ನು ಅಂದರೆ ಚಿತ್ರಪಟದ ಒರಟು ಬಟ್ಟೆಯನ್ನು ಸ್ಪರ್ಶಿಸಿದಾಗ ಅಥವಾ ನಮ್ಮ ಕೈಬೆರಳುಗಳನ್ನು ಗಣಕಯಂತ್ರದ ಕೀಲಿಮಣೆಯ ಮೇಲಿರಿಸಿದಾಗ, ಭೂತಕಾಲವು ಕನಸೊಂದರ ಶೇಷಭಾಗವಾಗುತ್ತದೆ ಮತ್ತು ಭವಿಷ್ಯತ್‌ಕಾಲವು ಅಸಂಭವನೀಯವಾದ ಒಂದು ಓಯಸಿಸ್ ಅಥವಾ ಮರುಭೂಮಿಯ ನಡುವೆ ನೀರು-ನೆರಳು ಸಿಗುವ ಫಲವತ್ತಾದ ಭೂಭಾಗವಾಗಿ ಗ್ರಹಿಸಲ್ಪಡುತ್ತದೆ.

ಸೃಷ್ಟಿ ಅಥವಾ ಕಲ್ಪನಾಸೃಷ್ಟಿ ಎಂಬುದು ಯಾವಾಗಲೂ ಈಗ ಅಥವಾ ಈ ಗಳಿಗೆಯದು. ಏಕೆಂದರೆ, ಅದು ಸೃಜನಕಾರ ತಾನು ಯಾವುದನ್ನು ಸೃಜಿಸುತ್ತಿರುತ್ತಾನೋ ಅದರ ಜೊತೆಗೇ ಆತ ಐಕ್ಯವಾಗುವಂತಹ ಆ ಹರಿವಿನ ಒಂದು ಸ್ಥಿತಿಯಲ್ಲೇ ನಮ್ಮನ್ನು ಇರಿಸುತ್ತದೆ; ಅದು ಜೊತೆಗೂಡಿರುವಿಕೆಯ ಅಸಾಧಾರಣವಾದ ದಿವ್ಯದರ್ಶನದಂತಹ ಅನುಭವ. ಜಪಾನೀ ಕಲೆಗಳು ವ್ಯಕ್ತಿಯ ಮತ್ತು ಆತ ಅಥವಾ ಆಕೆ ಏನು ಮಾಡುತ್ತಿದ್ದಾನೆ/ಳೆ ಎಂಬುದರ ಸಂಯೋಗವನ್ನು ಹುಡುಕುತ್ತದೆ ಮತ್ತು ಅದು ಕೇವಲ ಸುಂದರಾಕ್ಷರ ಬರವಣಿಗೆಶಾಸ್ತ್ರ, ಜಲವರ್ಣ ಚಿತ್ರಕಲೆ ಅಥವಾ ಕಾವ್ಯ ಸೃಷ್ಟಿ ಈ ವಿಭಾಗಗಳಿಗೆ ಮಾತ್ರವೇ ಸೀಮಿತವಲ್ಲ.

ಡವೆಯವರು "ದ ಜಾಪನಿಸ್ ವೇ ಆಫ್ ದಿ ಆರ್ಟಿಸ್ಟ್" ಎಂಬ ತನ್ನ ಪುಸ್ತಕದಲ್ಲಿ ಗಮನಿಸಿದಂತೆ, "ಆ ಜಪಾನೀ ಕತ್ತಿವರಸೆಗಾರಿಕೆ ವಿದ್ಯೆಯಲ್ಲಿ ಮನಸ್ಸು, ಶರೀರ ಮತ್ತು ಕತ್ತಿ ಇವುಗಳ ಸಂಯೋಗದ ಕುರಿತು ಮಾತನಾಡುವುದು ಅಸಾಮಾನ್ಯವೇನಲ್ಲ."

ಮಿಶಿಮಾ ರ ಪಯಣ

1968ರ ಸಾಲಿನಲ್ಲಿ ಸಾಹಿತ್ಯಕ್ಕಾಗಿನ ನೊಬೆಲ್ ಪ್ರಶಸ್ತಿಯನ್ನು ಸ್ವಲ್ಪದರಲ್ಲೇ ಕವಬಟ ಎಂಬ-ರಿಗೆ ಕಳೆದುಕೊಂಡ ನನ್ನ ಸಹ-ದೇಶವಾಸಿಯಾದ ಯುಕಿಯೊ ಮಿಶಿಮಾರವರ ಕೃತಿಗಳು, ಕಲಾ ಸಾಮರ್ಥ್ಯವನ್ನು ಮತ್ತು ಬದುಕಿನ ರಸಗಟ್ಟಿಯಂಥ ಅನುಭವಗಳನ್ನು ಗತಕಾಲವೂ ಸೇರಿದಂತೆ ನಾವು ಏನು ಎಂಬುದನ್ನು ಜಾಡಿಸಿ ಹಾಕುವ ಸಾಧನವಾಗಿ ಮಾಡಿಕೊಳ್ಳುವುದನ್ನು ಹಿಡಿದಿಟ್ಟಿದೆ.

ತಾನು ಕೇವಲ ನಲವತ್ತೈದು ವರ್ಷ ವಯಸ್ಸಿನವನಿದ್ದಾಗ ಅಂದರೆ, 1970ರಲ್ಲಿ ತನ್ನ ಬಾಳನ್ನು ಸೆಪ್ಪುಕು ಎಂಬ ಧಾರ್ಮಿಕ ಆಚರಣೆಯನ್ನನುಸರಿಸಿ ಕೊನೆಗೊಳಿಸಿಕೊಂಡ ಈ ಲೇಖಕನ

(ಯೂಕಿಯೊ ಮಿಶಿಮಾ) 'ಫರ್‌ಬಿಡನ್ ಕಲರ್ಸ್' (ನಿಷೇಧಿತ ಬಣ್ಣಗಳು) ಎಂಬ ಕೃತಿಯ ತುಣುಕಿನಲ್ಲಿ ಈ ಕೆಳಗೆ ತಿಳಿಸಿರುವಂತೆ, ಯಾವ ಹರಿವಿನ ಸ್ಥಿತಿಯೊಳಗೆ 'ಕಾಲದ ಪರಿಧಿ'ಯಿಂದಾಚೆಗೆ ನಾವು ಒಂದು ಪಯಣದಲ್ಲಿದ್ದಂತೆ ಇದ್ದೇವೊ, ಅದು ನಮ್ಮನ್ನೇ ನಮ್ಮಿಂದಾಚೆಗೆ ಕರೆದೊಯ್ಯುತ್ತದೆ: "ಒಂದು ಪಯಣದಲ್ಲಿ ತೊಡಗಿಕೊಳ್ಳುವುದು ಎಂದರೆ ಅದು ಒಂದು ಕೌತುಕಮಯ ಭಾವನೆಯನ್ನು ಹುಟ್ಟುಹಾಕುತ್ತದೆ. ಆಗ ಒಬ್ಬ ವ್ಯಕ್ತಿ ತನ್ನನ್ನು ತಾನು ಮುಕ್ತಗೊಳಿಸಿಕೊಳ್ಳುವುದರಲ್ಲಿ ನಂಬುವುದೆಂದರೆ, ಕೇವಲ ಹಿಂದೆ ಬಿಟ್ಟು ಬಂದ ಜಾಗಗಳಿಂದ ಮಾತ್ರ ಮುಕ್ತನಾಗುವುದಷ್ಟೇ ಅಲ್ಲ, ಜೊತೆಗೆ ಹಿಂದೆ ಬಿಟ್ಟು ಬಂದ ಸಮಯದಿಂದಲೂ ಸಹ."

ನಿಸ್ಸಂದೇಹವಾಗಿಯೂ, ಕಲ್ಪನಾಸೃಷ್ಟಿಯು ನಮಗೆ ಈ ಪಯಣವನ್ನು ಕೊಡುಗೆಯಾಗಿ ನೀಡಿದೆ. ಹೇಗೆ ಭಾವಾವೇಶದ ಅನ್ವೇಷಕನೊಬ್ಬ ತಾನು ಎಲ್ಲಿಂದ ಬಂದೆನೆಂಬುದನ್ನೇ ಮರೆತು, ತನುಮನಗಳನ್ನು ತನ್ನ ಸಾಹಸದಲ್ಲಿ ಮಾತ್ರವೇ ತೊಡಗಿಸಿಕೊಳ್ಳುತ್ತಾನೋ ಅಂತೆಯೇ ಒಂದು ನೈಜ ಕಲಾಕಾರನೂ ಸಹ ಒಬ್ಬ ಪರಿವರ್ತನಾ ಸಾಧನವಾಗುತ್ತಾನೆ.

ನಾವೂ ಸಹ, ಸುಂದರ ವಸ್ತುಗಳ ವೀಕ್ಷಕರಾಗಿ–ಮತ್ತು ಕವಬಟ ಹೇಳುವಂತೆ, ದುಃಖಭರಿತವಾದುವೂ ಕೂಡ–ಕೆಲವು ಸಲ ಏನನ್ನೋ ಕಳೆದುಕೊಂಡ ಭಾವ ಅನುಭವಿಸುತ್ತೇವೆ. ಏಕೆಂದರೆ, ಪ್ರಕಾಶಿಸುವ ಪ್ರತಿಯೊಂದೂ ಕೂಡ, ಅದೇ ವೇಳೆಗೆ, ಕ್ಷೀಣಗೊಳ್ಳುತ್ತಲೂ ಹೋಗುತ್ತದೆ.

ತನ್ನ ಆತ್ಮಚರಿತ್ರೆಗೆ ಸಮನಾದ ಕೃತಿಯಾದ "ಕನ್‌ಫೆಷನ್ಸ್ ಆಫ್ ಅ ಮಾಸ್ಕ್" ಎಂಬುದರಲ್ಲಿ ಮಿಶಿಮಾ ಅವರು ಅದನ್ನು ಈ ರೀತಿ ವಿವರಿಸುತ್ತಾರೆ: "ಸೊನೋಕೋಳ ಅಧರಗಳು ಮಿನುಗಿದುವು ಮತ್ತವಳ ಕಂಗಳು ಹೊಳೆದುವು. ಅವಳ ಸೌಂದರ್ಯ ನನ್ನನ್ನು ಖಿನ್ನನಾಗಿಸಿತಲ್ಲದೆ ನಾನು ಷಂಡನೆಂಬ ಭಾವವನ್ನೂ ತರಿಸಿತು. ಕೇವಲ ಆ ಭಾವನೆಯೇ ಸೊನೋಕೊಳು ನನಗೆ ಇನ್ನೂ ಹೆಚ್ಚು ನಶ್ವರಳಂತೆ ಭಾಸವಾದಳು."

ಆ ಮಾಂತ್ರಿಕ ಹೊಸ್ತಿಲನ್ನು ಹಾಯುವುದು.

ಜೊಸೆಫ್ ಕ್ಯಾಂಪ್‌ಬೆಲ್‌ನ ಬಹು ಸಾಂಕೇತಿಕ ಅಥವಾ ದ್ಯೋತಕ ಕೃತಿಯಾದ "ದ ಹೀರೊ ವಿದ್ ಅ ಥೌಸಂಡ್ ಫೇಸಸ್" ಎಂಬುದರಲ್ಲಿ ಕಲೆ ಮತ್ತು ಪಯಣಗಳು–ಬಾಹ್ಯವಾಗಲಿ ಅಥವಾ ಆಂತರಿಕವಾಗಲಿ–ಅಹಂನ್ನು ಕರಗಿಸುವ ಒಂದು ಮಾರ್ಗವಾಗಿ ಮುನ್ನೆಲೆಯಲ್ಲಿ ಬರುತ್ತದೆ.

ಮಹಾನ್ ವೀರತ್ವದ ಲಕ್ಷಣಗಳುಳ್ಳ ಸಾಹಸಭರಿತ ಕತೆಗಳಲ್ಲಿಯೂ, ಅಷ್ಟೇ ಏಕೆ, ಸಂಪರ್ಕವೇ ಇಲ್ಲದ ಹಲವು ಸಂಸ್ಕೃತಿಗಳಲ್ಲಿಯೂ ಸಹ, ಸರ್ವೇಸಾಮಾನ್ಯವಾದ ಸಿದ್ಧ ಮಾದರಿಯೊಂದು ಇದ್ದೇ ಇರುತ್ತದೆ ಎಂಬ ತನ್ನ ಈ ನವ್ಯಪರಿಕಲ್ಪನೆಯನ್ನು ಅಮೆರಿಕಾದ ಈ ಪೌರಾಣಿಕ ಕಥೆಗಾರ 1949ರಲ್ಲಿ ಪ್ರಕಟಿಸಿದ. 'ದಿ ಒಡಿಸ್ಸಿ'ಯಿಂದ ಹಿಡಿದು 'ಸ್ಟಾರ್ ವಾರ್ಸ್' ಎಂಬ ಕಲ್ಪನಾಕೃತಿಗಳವರೆಗೂ ಇದು ಅನ್ವಯಿಸುತ್ತದೆ. ಹಾಗಿದ್ದರೂ ಕೂಡ, ಬೇರೆ ಲೇಖಕರು, ಇದೇ "ಕಥಾಹಂದರ"ವನ್ನು ಮೋಸೆಸ್, ಬುದ್ಧ ಮತ್ತು ಕ್ರಿಸ್ತ ಮೊದಲಾದವರ ಜೀವನ ಚರಿತ್ರೆಗಳಲ್ಲಿನ ಪಾತ್ರಗಳಲ್ಲಿಯೂ ಕಾಣಬಹುದೆಂದು ತಮ್ಮ ಟಿಪ್ಪಣಿ ಸೇರಿಸಿದ್ದಾರೆ.

ಕ್ಯಾಂಪ್‌ಬೆಲ್ಲನದೇ ನುಡಿಗಳಲ್ಲಿ ಹೇಳುವುದಾದರೆ: "ಒಬ್ಬ ವೀರ ಸಾಮಾನ್ಯ ದಿನದ ಜಗತ್ತಿನಿಂದ ಸಾಹಸಮಯ ಜಗತ್ತಿಗೆ ಜಿಗಿಯುತ್ತಾನೆ. ಅದು ಅತಿಮಾನವ ಅದ್ಭುತಗಳ ಕ್ಷೇತ್ರ: ಕಲ್ಪಿತ ಶಕ್ತಿಗಳು ಅಲ್ಲಿ ಎದುರಾಗುತ್ತವೆ ಮತ್ತು ಅಲ್ಲಿ ನಿರ್ಣಾಯಕ ಜಯಗಳ ಸಾಧನೆಯಾಗುತ್ತದೆ. ಈ ರಹಸ್ಯಭರಿತ ಸಾಹಸಯಾತ್ರೆಗಳಿಂದ ತನ್ನ ಸಹಸಂಗಾತಿಗಳಿಗೆ ಬೇಡಿದ ವರ ನೀಡುವ ಶಕ್ತಿಯೊಂದಿಗೆ ಆ ವೀರ ಹಿಂದಿರುಗುತ್ತಾನೆ."

ಈ ದೀರ್ಘ ಪಯಣದ ಹದಿನೇಳು ಸಾಮಾನ್ಯ ಹಂತಗಳ ನಡುವೆ, ಮೊದಲ ಕೆಲವು ಹಂತಗಳು ಹೇಗೆ ಆಗಷ್ಟೇ ಆರಂಭಿಸುತ್ತಿರುವ ಕಲಾಕಾರನೊಬ್ಬನನ್ನು ಪ್ರಭಾವಿಸಬಲ್ಲವೋ, ಅದೇ ರೀತಿ, ಆ ವೀರನ ಮೇಲೆಯೂ ಪರಿಣಾಮ ಬೀರಬಲ್ಲುವು ಎಂಬುದನ್ನು ಅರಿಯುವುದು ಆಸಕ್ತಿಕರವಾಗಿದೆ:

1. ಸಾಹಸದ ಕರೆ: ಯಾವುದಾದರೊಂದು ಹೊಸದರ ಬಗ್ಗೆ ಕೇಳಿದಾಗ, ಆ ವೀರನಿಗೆ ತನಗೆ ಗೊತ್ತಿರುವ ಈ ಜಗತ್ತು ಮತ್ತು ಇಲ್ಲಿನ ಸಹಜಸ್ಥಿತಿಯನ್ನು ಆ ಸಾಹಸಪೂರ್ಣವಾದ ಕರೆಗಾಗಿ ತೊರೆದು ಬಿಡಬೇಕೆಂಬ ಭಾವ ತುಡಿಯುತ್ತದೆ. ಅಂತೆಯೇ ಕಲಾಕಾರನೂ ಸಹ ತನ್ನೊಳಗೆ ಯಾವುದೋ ಒಂದು ಹೊಸದು ಕೊತಕೊತನೆ ಕುದಿದೇಳುವ ಭಾವನೆ, ಕಲೆಯಾಗಿ ಸಾಹಸಗೊಳ್ಳಲು ಬೇಡುತ್ತಿರುವ, ತುಡಿಯುತ್ತಿರುವ ಒಂದು ಸೃಜನಾತ್ಮಕ ಶಕ್ತಿ ಇರುವ ಭಾವನೆಯನ್ನು ತಾಳುತ್ತಾನೆ.

2. ಅಂತಹ ಕರೆಯ ನಿರಾಕರಣೆ : ಆ ವೀರನು ತನ್ನ ಹಿತವಲಯವನ್ನು ತೊರೆಯಲು ಹಿಂದೆಗೆಯುತ್ತಾನೆ, ಪ್ರಾಯಃ, ಏಕೆಂದರೆ ತನ್ನನ್ನು ನಂಬಿದವರ, ಪ್ರೀತಿಪಾತ್ರರ ಕುರಿತ ಕರ್ತವ್ಯ ಪ್ರಜ್ಞೆ ಇರಬಹುದು ಅಥವಾ ಆ ಹೊಸ ಸಾಹಸವು ಕೆಲವರಲ್ಲಿ ದಿಗಿಲು ತರಲೂ ಬಹುದು. ಅದೇ ರೀತಿ ಕಲಾಕಾರರೂ ಸಹ ತಮ್ಮ ಆರಂಭಿಕ ಹಂತಗಳಲ್ಲಿ ತಮ್ಮ ಕೃತಿಗಳ ಕುರಿತು ಕೆಲಸ ಆರಂಭಿಸಲು ಸಮರ್ಥರಿದ್ದೇವೆಂದು ತನ್ನನ್ನು ತಾನೇ ನಂಬಲು ಆತ/ಆಕೆ ನಿರಾಕರಿಸುವರು. ಅವರು ತಮ್ಮ ಭಯ, ಆತಂಕ ಮತ್ತು ನಂಬಿಕೆಗಳ ವಿರುದ್ಧ ತಾವೇ ಸೆಣಸಬೇಕಾಗುತ್ತದೆ. ಎಲ್ಲಿಯತನಕ ಎಂದರೆ ಒಮ್ಮೆ ತನ್ನ ಕೆಲಸ ಆರಂಭಿಸುವ ತನಕವೂ.

3. ಸಲಹೆಗಾರರ ಅಥವಾ ಅತಿಮಾನುಷರ ಸಹಾಯ: ತನಗಿಂತ ಹೆಚ್ಚಿನ ಜ್ಞಾನ ಹೊಂದಿರುವಂತಹ ತನಗೆ ಗೊತ್ತಿರುವವರೊಬ್ಬರು, ಅಥವಾ ಒಬ್ಬ ಮಾಂತ್ರಿಕ (ಕುಶಲ) ಸಹಾಯಕನಾದರೂ ಆದೀತು. ಆ ವೀರ ಅಥವಾ ಸಾಹಸಿಗನನ್ನು ತನ್ನ ಸಾಹಸವನ್ನಾರಂಭಿಸಲು ಅವನು ಮನವರಿಕೆ ಮಾಡಬಲ್ಲ ಮತ್ತು ಅಗತ್ಯವಾದ ಆರಂಭಿಕ ನಿರ್ದೇಶಗಳನ್ನು ನೀಡುವನು ಕೂಡ. ಅಂತೆಯೇ ಕಲಾಕಾರನೂ ಕೂಡ ಒಬ್ಬ ಗುರುವಿನ ಅಂದರೆ ಮಾರ್ಗದರ್ಶಕನ ಬೆಂಬಲ ಪಡೆಯುತ್ತಾನೆ ಅಥವಾ ದೈವೀ ಪ್ರೇರಣೆಯ ಆ ಒಂದು ಮಿಂಚು ಅಥವಾ ಮಿನುಗನ್ನು ಪಡೆಯುತ್ತಾನೆ. ಅವರಿಗೆ ಸೃಜನಾತ್ಮಕ ಸಾಹಸವನ್ನು ಆರಂಭಿಸದೆ ನಿರ್ವಾಹವಿಲ್ಲ ಅಥವಾ ಬೇರೆ ಆಯ್ಕೆಯಿಲ್ಲ.

ಈ ವೀರ ಪಯಣದ ನಾಲ್ಕನೇ ಹಂತದಲ್ಲಿ, ಅಂದರೆ ಹೊಸ್ತಿಲ ದಾಟುವ/ಹಾಯುವ ಕ್ರಿಯೆಯಲ್ಲಿ, ಆ ಧೀರ ಸಾಹಸಿಗ ಅಥವಾ ಕಲಾಕಾರ ತಮ್ಮನ್ನು ತಾವು ಆಗಲೇ ಆ ಸಾಹಸದಲ್ಲಿ ದಬ್ಬಿಕೊಂಡು ಬಿಟ್ಟಿದ್ದಾರೆ. ಹಾಗೆ ಮಾಡುವಾಗ ತಮಗೆ ಗೊತ್ತಿದ್ದ ಜಗತ್ತನ್ನು ತೊರೆದು, ಅಲ್ಲಿಯ ನಿಯಮಗಳು, ಕಟ್ಟುಕಟ್ಟಳೆಗಳಾವುದರ ಮತ್ತು ಅದರಿಂದಾಗುವ ಪರಿಣಾಮಗಳಾವುದರ ತಿಳುವಳಿಕೆಯೇ ಇಲ್ಲದ ಹೊಸ ಜಗತ್ತೊಂದನ್ನು ಪ್ರವೇಶಿಸಿದ್ದಾರೆ ಕೂಡ. ಆಂ, ಈಗ ಬಂತು ನೋಡಿ ಕಳಶ ಪ್ರಾಯವಾದ ಆ ಕ್ಷಣ, ಅಂದರೆ ಅದರ ಐದನೆಯ ಘಟ್ಟ, 'ತಿಮಿಂಗಿಲ'ದ ಉದರ; ಇದರೊಳಗೆ ನಡೆವುದಿದೆ ನೋಡಿ ವಿಲೀನತೆ ಮತ್ತು ಪುನರ್ಜನ್ಮ. ಈ ಕುರಿತು ಕ್ಯಾಂಪ್‌ಬೆಲ್ ಹೇಳುತ್ತಾನೆ:

"ಮಾಂತ್ರಿಕ ಹೊಸ್ತಿಲನ್ನು ಹಾಯುವುದು ಎಂಬ ಪರಿಕಲ್ಪನೆಯನ್ನು ಪುನರ್ಜನ್ಮದ ಗೋಳದೊಳಕ್ಕೆ ಒಯ್ಯುವ ತಿಮಿಂಗಿಲದ ಉದರದ ವಿಶ್ವವ್ಯಾಪಿ ಗರ್ಭದ ಚಿತ್ರದಲ್ಲಿ

ಸಂಕೇತಿಸಲಾಗಿದೆ. ಆ ಧೀರ ನಾಯಕ ಅಥವಾ ಸಾಹಸಿಗ(...) ಆ ಗೊತ್ತಿಲ್ಲದ್ದರ ಒಳಗೆ ನುಂಗಲ್ಪಡುವನು ಮತ್ತು ಮರಣವಪ್ಪಿದಂತೆ ತೋರುತ್ತಾನೆ. (...) ಕಾಣುವ ಜಗತ್ತಿನ ಕಟ್ಟುಪಾಡುಗಳಿಂದಾಚೆಗೆ, ಅಂದರೆ ಹೊರ –ಮುಖವಾಗಿ ಹೋಗುವುದರ ಬದಲಾಗಿ, ಮತ್ತೆ ಹುಟ್ಟಿ ಬರಲು, ಆ ಧೀರನು ಒಳಮುಖನಾಗಿ ಹೋಗುತ್ತಾನೆ (...) ದೇಗುಲದ ಒಳಾವರಣ, ತಿಮಿಂಗಿಲದ ಉದರ, ಮತ್ತು ಆಚೆಗಿರುವ ಸಗ್ಗದ ಪ್ರದೇಶ, ಜಗತ್ತಿನ ಕಟ್ಟುಪಾಡುಗಳ ಮೇಲೆ ಮತ್ತು ಕೆಳಗೆ, ಹೀಗೆ ಈ ಎಲ್ಲವೂ ಒಂದೇ ಆಗಿರುತ್ತವೆ. ಈ ಕಾರಣದಿಂದಾಗಿಯೇ ದೇಗುಲಗಳ ಬಳಿಸಾರುವ ಮಾರ್ಗಗಳನ್ನು ಮತ್ತು ಪ್ರವೇಶದ್ವಾರಗಳನ್ನು ಬೃಹದಾಕಾರದ ಮಾನವ ಅಥವಾ ಪ್ರಾಣಿ ಮುಖದಾಕಾರದ ವಿಕಟಾಕೃತಿಗಳಿಂದ ಅಕ್ಕಪಕ್ಕದಲ್ಲಿರಿಸಿ ರಕ್ಷಣೆ ಮಾಡಿರುತ್ತಾರೆ: ಡ್ರ್ಯಾಗನ್‌ಗಳು, ಸಿಂಹಗಳು, ಕತ್ತಿಗಳನ್ನು ಹೊರಗೆಳೆದು ನಿಂತ ಸೈತಾನ ವಧಾಕಾರರು, ಮುನಿದ ಮುಖದ ಕುಬ್ಜರು, ರೆಕ್ಕೆಗಳುಳ್ಳ ಹೋರಿಗಳು. ಹೀಗೆ ಭಕ್ತನು ದೇಗುಲದೊಳಕ್ಕೆ ಪ್ರವೇಶಿಸುವ ಗಳಿಗೆಯಲ್ಲಿ ಒಂದು ತೆರನ ರೂಪಾಂತರ ಕ್ರಿಯೆಗೆ ಒಳಗಾಗುತ್ತಾನೆ. ಒಮ್ಮೆ ದೇಗುಲದೊಳಗೆ ಹೋದನೆಂದರೆ, ಅವನು 'ಕಾಲ'ದ ವಿಷಯದಲ್ಲಿ ಸತ್ತನೆಂದೇ ಹೇಳಬಹುದು ಮತ್ತು ಜಗದ ಗರ್ಭಕ್ಕೆ, ಜಗದ ನಾಭಿಗೆ, ಮತ್ತು ಇಹಲೋಕದ ಸ್ವರ್ಗಕ್ಕೆ ಜಾರಿದನೆಂದೇ ಅರ್ಥ."

ಒಂದು ವಾಬಿ ಸಾಬಿ ದಿನಚರಿ

ನಿಮ್ಮ ಸೃಜನಾತ್ಮಕತೆಯನ್ನು ಬಿಡುಗಡೆಗೊಳಿಸಿ ಅದು ಹೊಸ್ತಿಲನ್ನು ಹಾಯ್ದುಹೋಗಲು "ದ ಹೀರೋ ವಿದ್ ಅ ಥೌಸಂಡ್ ಫೇಸಸ್" ಎಂಬ ಒಂದು ಮಹಾನ್ ಕೃತಿಯನ್ನೇ ಬರೆಯಬೇಕಾದ ಅಗತ್ಯವಿಲ್ಲ. ಅತಿ ಸರಳ ಮಾರ್ಗಗಳಿಂದಲೂ ಕೂಡ ನಿಮ್ಮ ಸೃಜನಾತ್ಮಕ ಚೈತನ್ಯವನ್ನು ಬಿಡುಗಡೆಗೊಳಿಸುವುದರ ಮೂಲಕವೂ ತಿಮಿಂಗಿಲದ ಉದರವನ್ನು ನೀವು ಹೊಗಬಹುದು.

ಪ್ರತಿದಿನ ನೀವು ಏನೇನು ವಾಬಿ ಸಾಬಿಯ ಅನುಭವಗಳನ್ನು ಹೊಂದಿದ್ದೀರೋ ಅದರ ಒಂದು ಪಟ್ಟಿ ಮಾಡಿರಿ. ಒಂದು ವೇಳೆ ನೀವು ಈಗಾಗಲೇ ಒಂದು ದಿನಚರಿ ಟಿಪ್ಪಣಿ ಪುಸ್ತಕ ಇರಿಸಿದ್ದರೆ, ಅದರಲ್ಲೇ ಇದನ್ನೂ ಮುಂದುವರಿಸಿರಿ. ಪ್ರತಿದಿನದ ಕೊನೆಗೆ ಹಾಗೇ ಒಂದು ಸಣ್ಣ ವಿಭಾಗವನ್ನು ಅದಕ್ಕೆ ಸೇರಿಸಿ, ಈ ಪುಸ್ತಕದ ಆರಂಭದಲ್ಲಿ ನಾವು ನೋಡಿದ ವಾಬಿ ಸಾಬಿಯ ಮೂರು ಆಯಾಮಗಳ ಮುಖಾಂತರ ನಿಮ್ಮ ದಿನವನ್ನು ವಿಶ್ಲೇಷಿಸಿರಿ.

– ತತ್ತ್ವಶಾಸ್ತ್ರದ ಆಯಾಮ :

- ನಿಮ್ಮ ದಿನದ ಕುರಿತು ವಾಬಿ ಸಾಬಿ ವಿಷಯದ್ದೆ ಹೆಚ್ಚಾಗಿ ಏನಿತ್ತು?
- ಮತ್ತು ವಾಬಿ ಸಾಬಿ ಕುರಿತಂತೆ ಅತಿಕಡಿಮೆಯದು ಏನಿತ್ತು?

– ಕಲೆಯ ಆಯಾಮ :

- ದಿನವೊಂದರ ಅವಧಿಯಲ್ಲಿ ನೀವು ಯಾವ ವಾಬಿ ಸಾಬಿ ವಸ್ತುಗಳು, ಕಟ್ಟಡಗಳು, ಸಂಗೀತ ಅಥವಾ ಇತರ ವಿವರಗಳನ್ನು ಎಡತಾಕಿದ್ದಿರಿ?
- ಅವು ನಿಮ್ಮಲ್ಲಿ ಏನು/ಹೇಗೆ ಭಾವ ಉಂಟು ಮಾಡಿದ್ದುವು?

– ಅಭ್ಯಾಸದ ಆಯಾಮ :

- ವಾಬಿ ಸಾಬಿ ತತ್ತ್ವದಂತೆ ನೀವು ಬದುಕಿದ್ದಿರಾ?
- ನೀವು ಏನೂ ಮಾಡದೆ ಕಾಲ ಕಳೆದಿರಾ ಅಥವಾ ಆತುರಗಾರಿಕೆಯೇ ನಿಮ್ಮನ್ನು ಆಳಲು

ಅವಕಾಶ ಮಾಡಿಕೊಟ್ಟಿರಾ?

- ಯಾವುದಾದರೂ ಸಂಗತಿ ಅಥವಾ ಘಟನೆಗೆ ನೀವು ವಿಶೇಷತಃ ಭಾವನಾತ್ಮಕವಾಗಿ ಪ್ರತಿಕ್ರಿಯಿಸಿದಿರಾ?
- ವಿಷಯ ಮುಗಿಸುವ ಮುಂಚೆ, ಒಂದು ಹೈಕು ಪದ್ಯ ಬರೆದು ದಿನಚರಿಯನ್ನು ಮುಚ್ಚಿಡಿ.

ಅಭ್ಯಾಸ : ಒಂದು ಹೈಕು ಪದ್ಯ ಬರೆಯುವುದು ಹೇಗೆ.

1. ಅದು ಸರಳವಾಗಿರಬೇಕು, ಬಣ್ಣದ ಕುಂಚದ ರೀತಿಯ ಕೇವಲ ಮೂರೇ ಮೂರು ಸಾಲುಗಳೊಂದಿಗೆ.
2. ಅದು ಬಹಳ ವಿರಳವಾಗಿ ಕ್ರಿಯಾಪದಗಳನ್ನು ಹೊಂದಿರುತ್ತದೆ (ಕೆಲವು ಸಮಯ ಒಂದೂ ಇರುವುದಿಲ್ಲ.)
3. ಒಂದು ಛಾಯಾಚಿತ್ರದಂತೆ, ಹೈಕು ಪದ್ಯವು ಒಂದು ಕ್ಷಣವನ್ನು ಸೆರೆಹಿಡಿಯಬೇಕು.
4. ಪ್ರಕೃತಿ ಅಥವಾ ಪಟ್ಟಣದ ಪರಿಸರ ಅದರಲ್ಲಿರಬೇಕು.
5. ವರ್ಷದ ಯಾವ ಕಾಲಮಾನಕ್ಕೆ ಸೇರಿದೆ ಎಂಬುದರ ಉಲ್ಲೇಖ ಇದ್ದರೆ ಒಳ್ಳೆಯದು.
6. ಕಲಾಕಾರನ ಭಾವನೆಗಳು ಹೈಕುವಿನ ಪಠ್ಯವನ್ನು ತುಂಬುವಂತಿರಬೇಕು.

ಒಂದು ಕ್ಷಣಕಾಲ ನಿಮ್ಮ ಕಣ್ಣುಗಳನ್ನು ಮುಚ್ಚಿಕೊಳ್ಳಿ. ನಿಮಗೆ ಆ ದಿನದ ಅವಧಿಯಲ್ಲಿ ಸಂಭವಿಸಿದ ಅಥವಾ ನೋಡಿದ ಒಂದು ಒಳ್ಳೆಯ ಘಟನೆಯನ್ನು ಮನಃಪಟಲದ ಮೇಲೆ ಚಿತ್ರಿಸಿಕೊಳ್ಳಿ. ನಿಮ್ಮ ಕಣ್ತೆರೆಯಿರಿ ಮತ್ತು ನೀವು ಚಿತ್ರಿಸಿಕೊಂಡಿದ್ದನ್ನು ಯಾವ ವಿಶ್ಲೇಷಣೆಯೂ ಇಲ್ಲದೆ ಅಥವಾ ನಿಮ್ಮ ತಲೆಯೊಳಗೆ ಅದನ್ನು ಬದಲಾಯಿಸಿಕೊಳ್ಳದೆ, ಹೇಗಿದೆಯೊ ಹಾಗೇ ಸುಮ್ಮನೆ ಬರೆಯಿರಿ.

ನನ್ನ ಸ್ವಂತ ದಿನಚರಿಯಿಂದ ಹೈಕು ಉದಾಹರಣೆಗಳು:

ವಸಂತಕಾಲದ ನೀಲಿ,
ಯೊಯೊಗಿಯತ್ತ ನಾ ನಡೆವೆ,
'ರಮೆನ್'ನ ಸುವಾಸನೆ

*

ವ್ಯವಹಾರಸ್ಥರೆ,
ಚುರುಕಾಗಿ ನಡೆಯಿರಿ,
ಮೂಲೆಯಲ್ಲಿ ಭಿಕ್ಷುವಿದ್ದಾನೆ

*

ವಸ್ತು ಸಂಗ್ರಹಾಲಯಕ್ಕೆ ಬೆಕ್ಕಿನ ಭೇಟಿ,
ವಾಪಸ್ ತನ್ನ ಹಕ್ಕೆಗೆ,
ಪರ್ರ್ ಪರ್ರ್.

*

ಮೊಗಸಾಲೆಯಲಿ ಹಿಮದ ಹಲ್ಲೆ ರಾಶಿಯಾಗುತ್ತಿದೆ,
ಬಾಕ್‌ನ ಸಂಗೀತ ನುಡಿಯುತಿದೆ,
ಯಾರೋ ಕರೆಗಂಟೆ ಬಾರಿಸುತಿಹರು

*

ಬೇರಾವುದೊ ವಿಶ್ವದ ಕಂಗಳು,
ಸಕುರದ ಒಂದು ದಳ,
ಗಾಳಿ ಅದನು ಬಿಚ್ಚಿ ಹಾಕಿದೆ.

*

ನಿಶ್ಯಬ್ದ
ಪಿಯಾನೊ ಸ್ವರಗಳಿಂದ ಗಾಳಿಯು ತುಂಬಿದೆ
ನಿಶ್ಯಬ್ದ

*

ಕಾಫಿಯ ಪರಿಮಳ,
ಒಂದು ಕಾದಂಬರಿಯ ಓದು,
ಕಥೆಯ ಅಂತ್ಯ

*

ಸೂರ್ಯ ತಾರಸಿಯ ಬೆಚ್ಚಗಾಗಿಸಿದ,
ಟಮ ಒಂದು ಸಣ್ಣ ನಿದ್ದೆ ತೆಗೆದ,
ಕ್ಷಣದಲ್ಲಿ ಒಂದು ಮೋಡ ಸೂರ್ಯನ ಮರೆ ಮಾಡಿತು.

III

ಜೀವನ ಮಾರ್ಗವಾಗಿ ವಾಬಿ ಸಾಬಿ

ಬಹಳ ಸಮಯ ಆಯ್ತಲ್ಲ ಧ್ಯಾನ ಮಾಡದೆ,
ಬನ್ನಿ ಈಗೊಮ್ಮೆ ಧ್ಯಾನಕ್ಕಿಳಿಯೋಣ

ನಾ ಬರೆಯುತ್ತ ಮೈಮರೆತಿರಲು,
ಮೇಪ್ಲ್ ವೃಕ್ಷವು ಶರತ್ಕಾಲವನು
ಕಾವಿ ಬಣ್ಣದ ರಂಗಿನ ಜತೆ ಬೆರೆಸುತ್ತೆ,
ಜಿಂಕೆಯು ತನ್ನ ಗೀಳನು ಆಕಾಶದಿ ಚಿತ್ರಿಸಲು
ಮೇಲೆ ನೋಡುತಿದೆ
ಮುಸ್ಸಂಜೆಯ ಮೇಘಗಳು ಹುಲ್ಲುಗಾವಲಲಿ ನೆರಳುಗಳ ಚಾಚುತ
ನಮ್ಮ ಗಮನಿಸುತ್ತ
ತಂಗಾಳಿಯಲಿ ಕೊಚ್ಚಿ ಹೋಗುತಿವೆ.

ಶ್ರೇಷ್ಠತೆಗೆ ದಾರಿಯಾಗಿ ಅಪರಿಪೂರ್ಣತೆ

"ಯಥಾನುಸಾರ ಸ್ವಲ್ಪ ಮಟ್ಟಿನ ವೈಚಿತ್ರ್ಯವಿಲ್ಲದೆ
ಶ್ರೇಷ್ಠ ಸೌಂದರ್ಯ ಎಂಬುದು ಇಲ್ಲವೇ ಇಲ್ಲ."
– ಫ್ರಾನ್ಸಿಸ್ ಬೇಕನ್

ಭಾರತಕ್ಕೆ ಕಳೆದ ಸಲ ಭೇಟಿ ನೀಡಿದ್ದಾಗ, ಸಂಗೀತ ಎಂಬ ಒಬ್ಬ ಹೆಣ್ಣು ಮಗಳನ್ನು ನಾನು ಸಂಧಿಸಿದ್ದೆ. ಆಕೆ ಉತ್ತರ ಕೊಲ್ಕೋಟಾದ ಹಲವಾರು ಶಾಲೆಗಳ ನಿರ್ದೇಶಕಿ. ಪ್ರತಿ ವರ್ಷವೂ ಶಾಲೆಯ ಪ್ರಾರಂಭದ ದಿನ ಹೊಸದಾಗಿ ಭರ್ತಿಯಾದ ವಿದ್ಯಾರ್ಥಿಗಳಿಗೆ ಈ ಕೆಳಗಿನ ಕಥೆಯನ್ನು ಹೇಳಲಾಗುತ್ತದೆ ಎಂದು ಆಕೆ ನನಗೆ ವಿವರಿಸಿದರು:

ಜೈಪುರದ ಉತ್ತರಭಾಗದಲ್ಲಿ ವಾಸಿಸುವ ರೈತನೊಬ್ಬ ಪ್ರತಿದಿನವೂ ತನ್ನ ಜಮೀನಿಗೆ ತುಂಬಾ ಹತ್ತಿರವಿರುವ ಚಿಲುಮೆಯೊಂದರಿಂದ ನೀರು ತರಲು ಹೋಗುತ್ತಾನೆ. ನೀರು ಹೊರಲು ಅನುಕೂಲವಾಗುವಂತೆ ಆತ ತನ್ನ ಕತ್ತಿನ ಮೇಲೆ ಉದ್ದವಾದ ಒಂದು ಮರದ ಗಳವನ್ನು ಇರಿಸಿಕೊಳ್ಳುತ್ತಾನೆ. ಆ ಗಳದ ಎರಡೂ ತುದಿಗಳಲ್ಲಿ ಒಂದೊಂದು ಬಕೆಟ್‌ನ್ನು ಇಳಿಬಿಡುತ್ತಾನೆ (ನಮ್ಮಲ್ಲಿ ಇದನ್ನು ಅಡ್ಡೆ ಎನ್ನುತ್ತಾರೆ). ಆ ಚಿಲುಮೆಯಿಂದ ಎರಡೂ ಬಕೆಟ್‌ಗಳಲ್ಲಿಯೂ ನೀರು ತುಂಬಿಸಿ ತನ್ನ ಮನೆಗೆ ವಾಪಸ್ಸಾದ ನಂತರ, ಆತನಿಗೆ ಅರಿವಾಗುತ್ತದೆ, ಆ ಎರಡರಲ್ಲಿ ಒಂದು ಬಕೆಟ್‌ನಲ್ಲಿ ನೀರು ಅರ್ಧ ಖಾಲಿಯಾಗಿದೆ ಎಂದು. ಆಗ ಆ ಬಕೆಟ್‌ನಲ್ಲಿ ಸೀಳು, ಬಿರುಕುಗಳಿರುವುದು ಅವನಿಗೆ ಎದ್ದು ಕಾಣುತ್ತೆ. ಹಾಗಿದ್ದೂ ಆ ರೈತ ಅದೇ ಒಡಕು ಬಕೆಟ್‌ನ್ನೇ ವರ್ಷಗಟ್ಟಲೆ ಉಪಯೋಗಿಸಲು ನಿಶ್ಚಯಿಸುತ್ತಾನೆ.

ಯಾವಾಗಲೂ ತನ್ನಲ್ಲಿ ಪೂರಾ ನೀರು ತುಂಬಿಸಿ ತರುತ್ತಿದ್ದ ಬಕೆಟ್ ತನ್ನ ಸಾಧನೆಯ ಬಗ್ಗೆ ಬಹಳ ಅಭಿಮಾನದಿಂದಿರುತ್ತದೆ. ಅದರಲ್ಲಿರುವ ದೋಷಗಳಿಂದಾಗಿ, ರೈತನಿಗೆ ಆ ಇನ್ನೊಂದು ಬಕೆಟ್ ನೀಡುತ್ತಿರುವ ಸಮಸ್ಯೆ ಕುರಿತು ಈ ಚೆನ್ನಾಗಿರುವ ಬಕೆಟ್ ಪ್ರತಿದಿನವೂ ಅದನ್ನು ನಿಂದಿಸುತ್ತಿರುತ್ತದೆ:

"ನೀನು ನೀರು ತುಂಬಿಸಿಕೊಂಡು ಮರಳಿ ಬರುವಾಗ ಯಾವಾಗಲೂ ನೀರು ಚೆಲ್ಲುತ್ತಲೇ ಇರುತ್ತೀಯಾ" ಎಂದಿತು ದೋಷರಹಿತ ಬಕೆಟ್. ಮುಂದುವರಿದು, "ನೀನು ಯಾವಾಗಲೂ ನಾನು ಮಾಡುವುದರ ಅರ್ಧ ಕೆಲಸ ಮಾಡ್ತಿಯಾ, ನೀನು ನಿಷ್ಪ್ರಯೋಜಕ", ಎಂದು ಮತ್ತಷ್ಟು ಮೂದಲಿಸಿತು.

"ನನ್ನನ್ನು ನಿಜಕ್ಕೂ ಕ್ಷಮಿಸು... ನನಗಿರುವ ಈ ಬಿರುಕಿನಿಂದಾಗಿ ನೀರು ಸುರಿದು ಹೋಗುತ್ತೆ, ಅದಕ್ಕಾಗಿ ನನಗೆ ನಾಚಿಕೆಯಾಗುತ್ತೆ ಕೂಡ," ಎಂದು ದೋಷಪೂರ್ಣ ಬಕೆಟ್ ಅಪರಾಧಿ ಧ್ವನಿಯಲ್ಲಿ

ಇನ್ನೊಂದನ್ನು ಕೇಳಿಕೊಂಡಿತು ಅಂದರೆ ಆ ದೋಷರಹಿತ ಬಕೆಟನ್ನು.

ತನ್ನ ದೋಷದಿಂದಾಗಿ ನಾಚಿಕೊಂಡ ಆ ಬಕೆಟ್ ಸತತ ಅರ್ಧ ನೀರನ್ನು ಚೆಲ್ಲಿ ಬಿಡುತ್ತಿದ್ದ ಕಾರಣಕ್ಕಾಗಿ ಖಿನ್ನತೆಗೊಳಗಾಗಿ ದಿನದಿಂದ ದಿನಕ್ಕೆ ಮಾತು ಕಡಿಮೆ ಮಾಡಿ ಕೊನೆಗೆ ಮೌನಕ್ಕೆ ಶರಣಾಯಿತು.

ಒಂದು ದಿನ ಆ ರೈತನು ಆ ಎರಡೂ ಬಕೆಟ್‌ಗಳ ಇದೇ ರೀತಿಯ ಸಂಭಾಷಣೆಯನ್ನು ಆಲಿಸಿದ. ಆಗ ಅವನು ದೋಷಪೂರ್ಣ ಬಕೆಟ್‌ನತ್ತ ತಿರುಗಿ ಹೀಗೆ ನುಡಿಯುತ್ತಾನೆ:

"ನಾವು ದಿನವೂ ಹೋಗಿರುವ ದಾರಿಯ ನಿನ್ನ ಪಕ್ಕದಲ್ಲಿ ಉದ್ದಕ್ಕೂ ಸುಂದರ ಹೂಗಳು ಅರಳಿರುವುದನ್ನು ನೀನು ಗಮನಿಸಿದ್ದೀಯಾ, ಅಂತೆಯೇ, ಆ ಇನ್ನೊಂದು ಪಕ್ಕದಲ್ಲಿ ಬರೀ ಮಣ್ಣು ಕಲ್ಲುಗಳಿರುವುದನ್ನು ನೀನು ನೋಡಿಲ್ಲವೆ?"

ಆಗ ಆ ಪರಿಪೂರ್ಣ ಬಕೆಟ್ ಮೂಕನಾಗಿ, ಆ ಇನ್ನೊಂದು ಅಪರಿಪೂರ್ಣ ಬಕೆಟ್‌ನತ್ತ ಅಸೂಯೆಯಿಂದ ನೋಡಿತು.

"ಆ ದಾರಿಯಲ್ಲಿ ನಿನ್ನ ಪಾರ್ಶ್ವದತ್ತ ನಾನು ಹೂವಿನ ಬೀಜಗಳನ್ನು ಚೆಲ್ಲಿದ್ದೆ ಮತ್ತು ನೀನು ಅದಕ್ಕೆ ತಕ್ಕಂತೆ, ನಾವು ಮನೆಗೆ ಜತೆಯಾಗಿ ವಾಪಸ್ಸಾಗುವಾಗ ಪ್ರತಿದಿನವೂ ನೀರೆರೆದೆ," ಹೀಗೆ ರೈತ ಹೇಳುತ್ತಾ ಹೋದ, "ಕಳೆದ ಕೆಲವು ವರ್ಷಗಳಿಂದ ನಾನು ಅದರಲ್ಲಿ ಹಲವಾರು ಹೂಗಳನ್ನು ಬಿಡಿಸಿ ತಂದು ನನ್ನ ಮನೆಯನ್ನು ಅಲಂಕರಿಸಿದ್ದೇನೆ. ನೀನಿಲ್ಲದಿದ್ದಿದ್ದರೆ, ನಾನು ಇಂತಹ ಸೌಂದರ್ಯ ಒಂದರಿಂದ ಯಾವ ಕಾರಣಕ್ಕೂ ಸುತ್ತುವರಿಯುತ್ತಲೇ ಇರಲಿಲ್ಲ."

ಒಳ್ಳೆಯದರ ಶತ್ರು

ಆ ಮುರುಕು ಬಕೆಟನ ಜತೆಗೆ ನಾವೆಲ್ಲರೂ ಗುರುತಿಸಿಕೊಳ್ಳಬಲ್ಲೆವು. ಬಹಳಷ್ಟು ಸಲ ನಾವು ನಮ್ಮ ಗಮನವನ್ನೆಲ್ಲ ದೋಷಗಳ ಮೇಲೆ, ಹಾಗೂ ಅಷ್ಟೇನೂ ಸರಿಯಲ್ಲದ ಮತ್ತು ಅವು ಹೇಗಿರಬೇಕೆಂದು ಬಯಸುತ್ತೇವೋ ಹಾಗಿರದ ವಿಷಯಗಳ ಮೇಲೆಯೇ ಕೇಂದ್ರೀಕರಿಸುತ್ತೇವೆ.

ಆದಾಗ್ಯೂ, ವಾಲ್ಟೇರ್ ಮಹಾಶಯ ಹೇಳಿದಂತೆ, ಪರಿಪೂರ್ಣ ಎಂಬುದು ಒಳ್ಳೆಯದರ ಶತ್ರು. ನಾವು ಕೇವಲ ನಮ್ಮ ದೋಷಗಳನ್ನೇ ನೋಡುತ್ತಾ ಕುಳಿತರೆ, ನಮ್ಮಲ್ಲೇ ನಾವು ವಿಶ್ವಾಸ ಕಳೆದುಕೊಳ್ಳುತ್ತೇವೆ. ಅಷ್ಟೇ ಅಲ್ಲ, ಆ ಮುರುಕಲು ಬಕೆಟ್‌ನಂತೆ ಸದಾ ಕೊರಗುತ್ತ ದುಃಖಭರಿತ ಬದುಕನ್ನು ನಡೆಸುತ್ತೇವೆ ಅಷ್ಟೆ.

ಆದಾಗ್ಯೂ, ಆಧುನಿಕ ಜೀವನದ ಬೇಡಿಕೆಗಳೇನಿವೆಯೊ, ಅವು ನಮ್ಮನ್ನು ಆ ಪರಿಪೂರ್ಣ, ಸಂಪೂರ್ಣ ಅಥವಾ ದೋಷರಹಿತ ಬಕೆಟ್‌ನಂತೆ ಇರಲು ಪ್ರಯತ್ನಿಸುವಂತೆ ಮುನ್ನೂಕುತ್ತವೆ. ಅಂತರ್ಜಾಲದ ಪುಸ್ತಕಗಳು, ಗುರುಗಳು ಇತ್ಯಾದಿಗಳ ..... ಉಪದೇಶವನ್ನನುಸರಿಸಿ, ನಾವು ಸತತವಾಗಿ ಯಶಸ್ಸು ಸಾಧಿಸಲು, ಅಂತೆಯೇ ಹಣ ಗಳಿಸಲು ಮತ್ತು ಸಾಮಾಜಿಕ ಜಾಲತಾಣಗಳಲ್ಲಿ ಜನಪ್ರಿಯರಾಗಲು ಸಾಧ್ಯವಾಗುವಂತೆ ಅಭಿವೃದ್ಧಿ ಹೊಂದಲೇ ಬೇಕಾಗುತ್ತದೆ.

ಜೊತೆಗೆ ಅಪಾಯವಿರುವುದೂ ಅಲ್ಲೇ. ನಾವು ನಮ್ಮ ಬದುಕನ್ನು ಪರಿಪೂರ್ಣ ಮಾಡಿಕೊಳ್ಳುವ ಗೀಳಿಗೆ ಅಥವಾ ವ್ಯಸನಕ್ಕೆ ಬಿದ್ದರೆ, ನಾವು ಪೂರ್ಣ ನೀರುತುಂಬಿದ ಆ ದೋಷರಹಿತ ಬಕೆಟ್‌ನಂತಾಗುತ್ತೇವೆ, ಅದೂ ನಾವು ಅದೃಷ್ಟಶಾಲಿಗಳಾದರೆ ಮಾತ್ರ. ಆದರೆ ಆಗ ನಾವು ಸೊಕ್ಕಿನವರೂ, ಹೃದಯಹೀನರೂ ಆಗಿ ಬದುಕಿನಲ್ಲಿ ನಿಜವಾಗಿಯೂ ಮುಖ್ಯವಾದುದನ್ನು

ಕಲಿಯಲು ಅವಕಾಶವನ್ನೇ ಉಳಿಸಿಕೊಳ್ಳುವುದಿಲ್ಲ.

ಆ ರೈತನಂತೆ ನಾವೂ ಕೂಡ ಜೀವನವನ್ನು ಹೇಗೆ ನೋಡಬೇಕೆಂಬುದರಲ್ಲಿ ವಿವೇಕವನ್ನು ಕಂಡುಕೊಳ್ಳಬೇಕು.

ನಾವು ಪ್ರತಿಯೊಂದು ಲುಕ್ಸಾನಿನಲ್ಲಿಯೂ ಹೇಗೆ ಏನಾದರೊಂದು ಅನುಭವವನ್ನು ಗಳಿಸಿಕೊಳ್ಳುತ್ತೇವೆಯೋ, ಅಂತೆಯೇ ಆ ಬಕೆಟ್‌ನಲ್ಲಿನ ಬಿರುಕಿನಂತೆ, ಪ್ರತಿಯೊಂದು ದೋಷವೂ ಅದೇ ಕಾಲಕ್ಕೆ ಒಂದು ಸದ್ಗುಣವೂ ಆಗಿರುತ್ತದೆ.

ನಿಮ್ಮ ಕಣ್ಣುಗಳನ್ನು ಮುಚ್ಚಿಕೊಂಡು ನಿಮ್ಮ ಅಂತರಂಗವನ್ನು ನೀವೇ ಅನ್ವೇಷಿಸಲು ಈಗ ನಾನು ಸೂಚಿಸುತ್ತೇನೆ. ಯಾವಾಗ ಯಾವುದೋ ಒಂದು ನೀವು ಯೋಜಿಸಿಕೊಂಡಂತೆ ಆಗಲಿಲ್ಲವೊ ಆಗ ನಿಮ್ಮ ಜೀವನದ ವಿವಿಧ ಘಟ್ಟಗಳನ್ನು ನಿಮ್ಮ ನೆನಪಿನಂಗಳದಲ್ಲಿ ಒಮ್ಮೆ ನೋಡಿಕೊಳ್ಳಿ. ಆದರೆ ಆಗ ಯಾವುದೋ ಅನಿರೀಕ್ಷಿತವಾದದ್ದೊಂದು ಜರುಗುತ್ತದೆ ಅಥವಾ ಅವಕಾಶಗಳು ಉದ್ಭವಿಸುತ್ತವೆ, ಅಥವಾ ನೀವು ಯಾವ ಕಾರಣಕ್ಕೂ ಕಲಿಯದೇ ಇರುತ್ತಿದ್ದ ಅದಾವುದೋ ಮೌಲ್ಯಯುತವಾದುದ್ದೊಂದನ್ನು ಕಲಿಯುವಿರಿ.

ನಿಮ್ಮ ಬದುಕನ್ನು ಯಶಸ್ಸುಗಳತ್ತ ಕೊಂಡೊಯ್ದ ಹಾದಿಯ ಕುರಿತು ವಿಚಾರ ಮಾಡಿರಿ. ಅದು ಸಾದಾ ಚಪ್ಪಟೆಯ ಸುಗಮ ಮತ್ತು ಪರಿಪೂರ್ಣ ಮಾರ್ಗವಾಗಿತ್ತೇ ಅಥವಾ ಅದರಲ್ಲಿ ಬರೀ ಹಳ್ಳಕೊಳ್ಳ ಗುಂಡಿಗಳೇ ಇದ್ದುವೆ? ಅದು ಬೆಟ್ಟ ಗುಡ್ಡದ ದುರ್ಗಮ ಹಾದಿಯಾಗಿತ್ತೇ ಅಥವಾ ಬಳಸು ದಾರಿಯಾಗಿತ್ತೆ?

ಬದುಕಿನಲ್ಲಿ ಉತ್ತಮವಾದುವುಗಳು ಯಾವಿವೆಯೊ ಅವೆಲ್ಲ ಯಾವತ್ತೂ ಕೂಡ ಪರಿಪೂರ್ಣತೆಯಿಂದ ಕೂಡಿರುವುದೇ ಇಲ್ಲ.

ಪರಿಪೂರ್ಣತೆಯನ್ನು ಅರಸುವತ್ತ ಕೇಂದ್ರೀಕೃತವಾದ ಒಂದು ಬದುಕು	**ವಾಬಿ ಸಾಬಿ ಅನುಸಾರ ಇರುವ ಒಂದು ಬದುಕು**
ನೀನು ಯಾವ ಯೋಜನೆಯನ್ನೂ ಎಂದಿಗೂ ಪೂರೈಸುವುದಿಲ್ಲ, ಏಕೆಂದರೆ ಇನ್ನೂ ಸಣ್ಣಪುಟ್ಟ ಅಭಿವೃದ್ಧಿ ಮಾಡಲು ಏನೋ ಬಾಕಿಯಿದೆ ಎಂದು ಯಾವಾಗಲೂ ಹುಡುಕುತ್ತಿರುತ್ತೀಯಾ.	ಒಂದು ಕೆಲಸವನ್ನು ಪೂರೈಸಲು ಸೂಕ್ತ ಸಮಯ ಯಾವುದು ಎಂದು ನೀನು ಕಲಿಯುತ್ತೀಯಾ. ಬಹುಶಃ ಅದು ನೀನು ಶೇ.80 ಅಥವಾ ಶೇ.90 ಭಾಗ ಸಾಧಿಸಿದಾಗ ಇರಬಹುದಾ? ನಮ್ಮ ಯೋಜನೆಗಳ ಅಪ-ರಿಪೂರ್ಣತೆಯೇ ಅಂತೆಯೇ ಬದುಕಿನದೂ ಕೂಡ ಅವುಗಳನ್ನು ರುಚಿಕಟ್ಟಾಗಿಸುತ್ತದೆ.
ನಿನಗೆ ನೀನೇ ಇತರರೊಡನೆ ಹೋಲಿಸಿಕೊಳ್ಳುವ ಗೀಳು ಹಿಡಿಸಿಕೊಳ್ಳುತ್ತೀಯೆ. ನಿನಗೆ ನೀನೇ ಸತತವಾಗಿ ಹತಾಶ ಸ್ಥಿತಿಯಲ್ಲಿ ಕಂಡುಕೊಳ್ಳುತ್ತೀಯಾ, ಏಕೆಂದರೆ, ಒಂದು ವೇಳೆ ಅಭಿವೃದ್ಧಿ ಹೊಂದಿದರೂ, ನಿನಗಿಂತ ಉತ್ತಮವಾದ ಬೇರೊಬ್ಬನನ್ನು ಯಾವಾಗಲೂ ಕಂಡೇ ಕಾಣುತ್ತೀಯಾ.	ಈ ಜಗತ್ತಿಗೆ ಅಥವಾ ಕೆಲ ನಿರ್ದಿಷ್ಟ ಜನರಿಗೆ ನೀನು ಎಂದಿಗೂ ಸಮನಲ್ಲವೇ ಅಲ್ಲ ಎಂಬ ಭಾವ ತಾಳುತ್ತೀಯೆ.

ನಿನಗಿಂತ ಹೆಚ್ಚು ಯಶಸ್ವಿಯಾದವರು, ಹೆಚ್ಚು ಸುಂದರವಾದವರು ಅಥ-ವಾ ಅದೃಷ್ಟಶಾಲಿಗಳಾದವರು ಯಾವಾಗಲೂ ಇದ್ದೇ ಇರುತ್ತಾರೆಂದು ನೀನು ಒಪ್ಪಿಕೊಳ್ಳುತ್ತೀಯ. ಇದು ನಿನ್ನನ್ನು ಹತಾಶಭಾವದವನಾಗಿಯೋ ಅಥವಾ ನಿಷ್ಪ್ರಯೋಜಕನಾಗಿಯೋ ಮಾಡುವ ಬದಲು ನಿನಗೆ ಪ್ರೇರಣೆಯ ಮೂಲವಾಗುತ್ತದೆ.	ಈ ಜಗತ್ತು ಅಥವಾ ಇತರೆ ಜನರು ನಿನ್ನಿಂದ ಏನನ್ನಾದರೂ ನಿರೀಕ್ಷಿಸುತ್ತಾರೆ ಎಂಬುದನ್ನು ಕುರಿತು ಯೋಚಿಸುವುದನ್ನೇ ನಿಲ್ಲಿಸುತ್ತೀಯೆ.
ಪರಿಪೂರ್ಣತೆಯ ಗೀಳಿಗೆ ಅಂಟಿ-ಕೊಂಡು, ನೀನು ಇತರೆ ಜನರ ಪ್ರತಿಭೆಯತ್ತಲೇ ದೃಷ್ಟಿ ನೆಟ್ಟಿರುತ್ತೀಯ.	ನಿನ್ನನ್ನೇ ನೀನು ಪ್ರೀತಿಸಲು ಕಲಿಯುತ್ತೀಯೆ ಮತ್ತು 'ನೀನು' ಎಂಬ ಆ ಸೌಂದರ್ಯ ಮತ್ತು ಆ ಅದ್ಭುತವನ್ನು ಮೆಚ್ಚುವುದನ್ನೂ ಕಲಿಯುವೆ.
ನಿನ್ನ ತನು ಮತ್ತು ಮನ ಈ ಎರಡೂ ಸತತವಾದ ಒಂದು ಒತ್ತಡ ಸ್ಥಿತಿಯಲ್ಲೇ ಇರುತ್ತವೆ, ಏಕೆಂದರೆ ನೀನು ಯಾವಾಗಲೂ ಬೇರೆ ಏನೋ ಒಂದನ್ನು ಮಾಡಲು, ಅಭಿವೃದ್ಧಿ ಪಡಿಸಲು ಬಾಕಿಯಿದೆ ಎಂಬ ಭಾವದಲ್ಲೇ ಇರುತ್ತೀಯ.	ಇರುವ ಸಂದರ್ಭ, ಸನ್ನಿವೇಶಗಳಿಗನುಸಾರವಾಗಿ ನೀನು ಎಷ್ಟು ಮತ್ತು ಏನು ಉತ್ತಮವಾದುದನ್ನು ಮಾಡಬಹುದಿತ್ತೋ ಅದನ್ನು ಮಾಡಿದ್ದೀಯ. ಈಗ ಇದು ನಿನ್ನ ತನು ಮತ್ತು ಮನವನ್ನು ಸಡಿಲವಿರಿಸಿ ಸಂಭ್ರಮಿಸುವ ಸಮಯ.
"ಛೇ, ನಾನು ಇದೊಂದನ್ನು ಮಾತ್ರ ಮಾಡಿದ್ದರೆ, ಅದೊಂದನ್ನು ಮಾಡಿದ್ದಿದ್ದರೆ, ಪ್ರತಿಯೊಂದೂ ಬಹಳ ಉತ್ತಮವಾಗಿ ಮೂಡುತ್ತಿತ್ತು", "ಒಂದು ವೇಳೆ ಸ್ವಲ್ಪ ಹೆಚ್ಚು ನನ್ನ ನಾನೇ ಪ್ರತಿಪಾದಿಸಿಕೊಂಡಿದ್ದಿದ್ದರೆ, ಈ ತಾಪತ್ರಯ/ ಜಂಜಾಟದಲ್ಲಿ ಸಿಕ್ಕಿಹಾಕಿಕೊಳ್ಳುತ್ತಲೇ ಇರಲಿಲ್ಲ", "ಛೇ, ಒಂದು ವೇಳೆ ಇನ್ನೂ ಒಂದು ಚೂರು ಚೆನ್ನಾಗಿ ಸಂಧಾನ ಮಾಡಿದ್ದೇ ಆಗಿದ್ದರೆ....", "ನಾನು ಈ ತೀರ್ಮಾನವನ್ನು ಕೈಗೊಳ್ಳದಿದ್ದಿದ್ದರೆ ಅಥವಾ ಆ ತೀರ್ಮಾನವನ್ನು..." ಎಂಬ ವಿಚಾರಗಳಿಂದ ನಿಮ್ಮನ್ನೇ ನೀವು ಶಿಕ್ಷಿಸುತ್ತೀರ.	ಹಲವಾರು ವಿಷಯಗಳು ಎಷ್ಟೋ ಸಲ ಅನಿವಾರ್ಯವಾಗಿ ನಾವಂದುಕೊಂಡಂತೆ ಸುಖಾಂತವಾಗಿಯೇ ಕೊನೆಗೊಳ್ಳುವುದಿಲ್ಲ. ವಿಜ್ಞಾನದಂತೆಯೇ ಬದುಕಿನಲ್ಲೂ ನಾವು ತಪ್ಪು ಸರಿಗಳ ನಾನಾ ವಿಧದ ಪ್ರಯತ್ನಗಳ ಮೂಲಕವೇ ಪ್ರಗತಿ ಸಾಧಿಸಬೇಕು.

ಒಂದು ಉದ್ದನೆಯ ರಸ್ತೆ

ಎರಡು ಸಾವಿರ ವರ್ಷಗಳಷ್ಟು ಹಿಂದೆಯೇ ಮಾರ್ಕಸ್ ಆರೆಲಿಯಸ್‌ನು ನಮಗೆ ನೆನಪಿಸಿದ್ದೆಂದರೆ, "ವಿಶ್ವವೇ ಬದಲಾವಣೆ; ನಮ್ಮ ವಿಚಾರಗಳು ಏನನ್ನು ಮಾಡುತ್ತವೆಯೋ ಅದೇ ನಮ್ಮ ಬದುಕು." ಮತ್ತು ಈ ಬದಲಾವಣೆಯನ್ನು ಸಾಧಿಸಲು ಅಂತಹ ನೂಕುನುಗ್ಗಲು, ಗಡಿಬಿಡಿ ಏನೂ ಇಲ್ಲ.

ಜೀವನದ ವಾಬಿ ಸಾಬಿ ಮನೋಭಾವ ಮತ್ತು ಅದರ ವ್ಯತ್ಯಯಗಳ ಅಥವಾ, ಸಮಸ್ಯೆಗಳ ಒಂದು ಪ್ರಶಂಸಾರ್ಹ ಉದಾಹರಣೆಯೆಂದರೆ ಕಟ್‌ಸುಶಿಕ ಹೊಕುಸಯಿ. ಈತ ಎಡೋ ಕಾಲಮಾನಕ್ಕೆ ಸೇರಿದ ಒಬ್ಬ ಮುದ್ರಣಕಾರ ಮತ್ತು ಜಪಾನೀ ವರ್ಣಚಿತ್ರಕಾರ ಹಾಗೂ "ತೇಲುವ ಜಗತ್ತಿನ ಚಿತ್ರಗಳು" ಎಂಬ ಪಂಥಕ್ಕೆ ಸೇರಿದವನು. ಅವನ ಬದುಕೆಂಬುದು ಒಂದು ಅಸ್ಮಿತೆಯಿಂದ ಮತ್ತೊಂದು ಅಸ್ಮಿತೆಗೆ ನೆಗೆವ ಎಂದೆಂದೂ ಮುಗಿಯದ ಸಮುದ್ರಯಾನವಾಗಿತ್ತು.

ವಾಸ್ತವದಲ್ಲಿ, ತನ್ನ ಕಲಾಕಾರ ಜೀವನದಲ್ಲಿ ಆತ ಹಲವಾರು ಯಥೇಷ್ಟ ಗೂಢನಾಮಗಳನ್ನು, ಅಂದರೆ ಸೊರಿ, ಕಕೊ, ಮಂಜಿ, ಟೇಯಿಟೊ ಮತ್ತು ಇನ್ನೂ ಹೆಚ್ಚು ಹೆಸರುಗಳನ್ನು ಬಳಸಿದ್ದನು.

"ಕನಗಾವದ ಆಚೆಗಿನ ಮಹಾನ್ ಅಲೆ" (ದ ಗ್ರೇಟ್ ವೇವ್ ಆಫ್ ಕನಗಾವ) ಎಂದು ಪ್ರಪಂಚದಾದ್ಯಂತ ಹೆಸರುವಾಸಿಯಾಗಿದ್ದ ಈತನ ಪುಸ್ತಕಗಳ ಸರಣಿಯ ಮೊದಲ ಕೃತಿ "ಥರ್ಟಿ ಸಿಕ್ಸ್ ವ್ಯೂಸ್ ಆಫ್ ಮೌಂಟ್ ಫ್ಯುಜಿ" ಎಂಬುದರಲ್ಲಿ ಆತನು ತನ್ನ ಕಲೆ ಮತ್ತು ಬದುಕನ್ನು ಕುರಿತು ಹೊಂದಿದ್ದ ದೃಷ್ಟಿಕೋನವು ವಾಬಿ ಸಾಬಿಯದಕ್ಕಿಂತ ಹೆಚ್ಚೇನಾಗಿರಲಿಲ್ಲ.

"ನನ್ನ ಆರನೆಯ ವಯಸ್ಸಿನಲ್ಲಿ ಯಾವಾಗ ನನಗೆ ಚಿತ್ರಕಲೆಯ ಬಗ್ಗೆ ಅರಿವು ಮೂಡಿತೊ ಆಗಿನಿಂದಲೂ ನಾನು ಅದರ ಬಗ್ಗೆ ಅಕ್ಕರೆ ಬೆಳೆಸಿಕೊಂಡಿದ್ದೇನೆ. ಐವತ್ತು ವಯಸ್ಸಿನವನಿದ್ದಾಗ ನಾನು ವಿಚಾರ ಮಾಡಿದಂತೆ ಅಥವಾ ನನಗೆ ತಕ್ಕಮಟ್ಟಿಗೆ ಸರಿಯೆನಿಸಿದ ಕೆಲವು ಚಿತ್ರಗಳನ್ನು ರಚಿಸಿದೆ. ನನಗೆ ಎಪ್ಪತ್ತು ವರ್ಷಗಳಾಗುವ ಮುನ್ನ ಮೌಲ್ಯಯುತವಾದುದೇನನ್ನೂ ನಿಜವಾಗಿಯೂ ಮಾಡಲೇ ಇಲ್ಲ. ಎಪ್ಪತ್ಮೂರನೇ ವಯೋಮಾನದಲ್ಲಿ, ಅಂತೂ ಕೊನೆಗೂ ಪ್ರಕೃತಿಯ ಎಲ್ಲ ಮುಖಗಳನ್ನೂ ತೋರ್ಕೆಗಳನ್ನೂ ಹಿಡಿದಿಟ್ಟೆ-ಅಂದರೆ ಹಕ್ಕಿಗಳು, ಮೀನುಗಳು, ಪ್ರಾಣಿಗಳು, ಕ್ರಿಮಿಕೀಟಗಳು, ಮರಗಿಡಗಳು, ಹುಲ್ಲಿನ ದಳಗಳು, ಹೀಗೆ ಎಲ್ಲ ಎಂದರೆ ಎಲ್ಲ. ಎಂಬತ್ತು ಮುಟ್ಟಿದೆನೆಂದರೆ ಆಗ ಇನ್ನೂ ಹೆಚ್ಚು ಅಭಿವೃದ್ಧಿ ಹೊಂದುವವನಿದ್ದೇನಲ್ಲದೆ, ತೊಂಬತ್ತರಲ್ಲಂತೂ ಕಲೆಯ ರಹಸ್ಯಗಳೆಲ್ಲದರಲ್ಲಿ ನಿಜಕ್ಕೂ ಪರಿಣತಿ ಗಳಿಸುವೆ. ನೂರು ವರ್ಷಗಳನ್ನು ಮುಟ್ಟಿದೆನಾದರೆ, ನನ್ನ ಕಲಾಕೃತಿಯು ನಿಜವಾಗಿಯೂ ಭವ್ಯ ಅಥವಾ ಅತ್ಯುತ್ಕೃಷ್ಟವಾಗುತ್ತೆ, ಮತ್ತು ನೂರಾಹತ್ತು ವರ್ಷಗಳ ಆಸುಪಾಸು ಪೂರೈಸಿದೆನೆಂದರೆ ನನ್ನ ಅಂತಿಮ ಗುರಿ ಸಾಧಿಸಿದಂತೆಯೆ ಸರಿ. ಆಗ ನಾನು ಎಳೆಯುವ ಪ್ರತಿ ಗೆರೆ ಮತ್ತು ಇಡುವ ಪ್ರತಿ ಚುಕ್ಕೆಯೂ ಜೀವದಿಂದ ತುಂಬಿರುತ್ತದೆ."

ಆತನಲ್ಲಿದ್ದ ಈ ಆರಂಭಿಗರ ಮನೋಸ್ಥಿತಿಯು ಕೊನೆಯತನಕವೂ ಉಳಿದಿತ್ತು. ಹೊಕುಸಯಿಯು ತಾನು ಯಾವುದೋ ಒಂದು ಮಟ್ಟ ಮುಟ್ಟಿದ್ದಾಗಿ ಎಂದೂ ಭಾವಿಸಿರಲಿಲ್ಲ. ಆದರೆ ಆತ ಒಬ್ಬ ಕಲಾಕಾರನಾಗಿ ಮತ್ತು ಒಬ್ಬ ಮನುಷ್ಯನಾಗಿ, 'ಕಾರ್ಯವು ಪ್ರಗತಿಯಲ್ಲಿದೆ' ಎಂಬ ಮನೋಸ್ಥಿತಿಯಲ್ಲಿದ್ದಂತೆಯೇ ಇದ್ದ. ಅದು ಹೇಗೆಂದರೆ, ತನ್ನದೇ ಮಹಾನ್ ಅಲೆಯಂತೆ, ಅತ್ತ ಅದರ ಆರಂಭವೂ ಅಲ್ಲ, ಇತ್ತ ಅದರ ಕೊನೆಯೂ ಅಲ್ಲ.

ಓ, ಬಂದೇ ಬಿಟ್ಟಿತೆ ಧ್ಯಾನದ ಸಮಯ!

ಜಪಾನೀ ಜನಪ್ರಿಯ ಗಾದೆ ಹೇಳುತ್ತೆ,
"ಒಂದು ಹೆಜ್ಜೆಯ ಆಚೆಗಿದೆ ಕಗ್ಗತ್ತಲು",
ಮಾನವರಾದ ನಮ್ಮನೆಲ್ಲ ಜೋಡಿಸುವ ಮಹಾನ್ ಸತ್ಯವನಿದು ಒಳಗೊಂಡಿದೆ.
ಭವಿಷ್ಯಕ್ಕಿಂತ ವರ್ತಮಾನವ ನಾವು ಬಯಸುವೆವು, ಕಾರಣ
ಈಗ ಈ ಕ್ಷಣದಲ್ಲಿ ಇಲ್ಲಿ ಎಲ್ಲವೂ ನಿಯಂತ್ರಣದಲ್ಲಿದೆ ಎಂಬ
ಹುಸಿ ಪ್ರಜ್ಞೆ ನಮಗಿದೆ.
ಭವಿಷ್ಯ ನಮ್ಮಲ್ಲಿ ಭಯ ಮತ್ತು ಅನಿಶ್ಚಿತತೆ ಹುಟ್ಟಿಸುತ್ತೆ,
ಏಕೆಂದರೆ, ಅದ್ಹೇಗಿರುತ್ತದೆಂದು ನಮಗೆ ತಿಳಿದಿಲ್ಲ;
ಅದು ನಮ್ಮ ನಿಯಂತ್ರಣದಿಂದಾಚೆಗಿದೆ.
ಆದರೆ ಆ ಭವಿಷ್ಯವೇ ಎಲ್ಲೋ ಒಂದೆಡೆ, ವರ್ತಮಾನವಾಗುತ್ತೆ.
ಇಂತಾಗಿ ವಾಸ್ತವದಿ, ವರ್ತಮಾನ ಹಾಗೂ ಭವಿಷ್ಯ ಎರಡೂ
ನಮ್ಮ ನಿಯಂತ್ರಣದಿಂದಾಚೆಗಿವೆ
ಅಲ್ಲದೆ ಅದು ಹಾಗಿರುವುದೇ ಸೊಗಸು ಮತ್ತು ರೋಮಾಂಚಕಾರಿ.

ವಾಬಿ ಸಾಬಿ ಮತ್ತು ಪುಟಿದೇಳುವಿಕೆ

"ನೀವು ಅವುಗಳನ್ನು ಒಂದು ಕಥೆಯಾಗಿ
ಹೇಳುವುದಾದರೆ ಎಲ್ಲ ದುಃಖಗಳನ್ನೂ
ಭರಿಸಬಹುದು."
–ಬೊರಿಸ್ ಸಿರುಲ್‌ನಿಕ್

ಒಂದು ಸಲ ಒಬ್ಬ ಪಿಯಾನೊ ಕಲಿವ ವಿದ್ಯಾರ್ಥಿ ನನ್ನನ್ನು ಕೇಳಿದ: ಈ ದಿನಗಳಲ್ಲಿ ಒಂದು ಟ್ಯಾಬ್ಲೆಟ್ (ಲ್ಯಾಪ್‌ಟಾಪ್ ಮತ್ತು ಸ್ಮಾರ್ಟ್‌ಫೋನ್ ಈ ಎರಡರ ನಡುವಿನ ಅಳತೆಯದು) ಅಥ-'ವಾ ಸ್ಮಾರ್ಟ್‌ಫೋನ್ ಇವುಗಳೇ ನನಗಿಂತಲೂ ಸ್ವಯಂಚಾಲಿತವಾಗಿ ಚೆನ್ನಾಗಿ ನುಡಿಸುವಾಗ ಈ ಪಿಯಾನೋವನ್ನು ನುಡಿಸಬೇಕೇಕೆ?"

ಆ ನಂತರ ಆತ ನನಗೆ ಅನೇಕ ಆನ್ವಯಿಕಗಳನ್ನು ಮೊಬೈಲ್‌ನಲ್ಲೇ ತೋರಿದನಲ್ಲದೆ ಸ್ವರ ಪ್ರಸ್ತಾರಗಳನ್ನು ಪ್ರಯೋಗಿಸಿ ಸಂಗೀತ ಹೊರಡಿಸುವುದನ್ನೂ ಮನವರಿಕೆ ಮಾಡಿದ. ಆಗ ನಾನು ಅವನಿಗೆ ವಿವರಿಸಿದೆ:

"ನಿನ್ನ ಸೆಲ್‌ಫೋನ್ ಆ ಡೆಬುಸ್ಸಿಯ ಸ್ವರ ಪ್ರಸ್ತಾರವನ್ನು ಯಾವಾಗಲೂ ಅದೇ ರೀತಿ ಅಂದರೆ ಒಂದೇ ರೀತಿಯಲ್ಲೇ ನುಡಿಸುತ್ತದೆ. ಬದಲಿಯಾಗಿ, ನೀನು ಸ್ವಂತವಾಗಿ ಪಿಯಾನೊ ನುಡಿಸುವಾಗ ಆಯಾಯ ಗಳಿಗೆಯ ನಿನ್ನ ಭಾವನೆಗಳು ಮತ್ತು ದೋಷಗಳ ಕಾರಣದಿಂದಾಗಿ, ಆ ಸ್ವರಪ್ರಸ್ತಾರವನ್ನು ಯಾವ ಕಾರಣಕ್ಕೂ ಯಾವುದೇ ಎರಡು ಸಲ ಒಂದೇ ರೀತಿಯಾಗಿ ಖಂಡಿತ ನುಡಿಸಲಾರೆ. ಬಹಳ ಹರ್ಷವಾಗಿದ್ದ ದಿನ ಅಂದರೆ ಯಾರದೋ ಪ್ರೀತಿಯಲ್ಲಿ ನೀನು ಬಿದ್ದ ದಿನ ನುಡಿಸಿದ ರೀತಿಯಲ್ಲಿಯೇ, ನಿನ್ನ ಒಬ್ಬ ಸಂಬಂಧಿಕನೊಬ್ಬ ಸತ್ತು ಚಿಂತಾಕ್ರಾಂತನಾದ ದಿನ ಖಂಡಿತ ನುಡಿಸಲಾರೆ. ಸಂಗೀತವೆಂದರೆ ಅದು ಕೇವಲ ಸ್ವರ ಪ್ರಸ್ತಾರ ಹಾಕಿ ನುಡಿಸುವುದಷ್ಟೆ ಅಲ್ಲ – ನೀನೂ ಕೂಡ ಆ ಸಂಗೀತದ ಒಂದು ಭಾಗವೇ ಆಗಿರುತ್ತೀಯೆ. ಆ ಅನುಭವದಲ್ಲಿ ಕಲೆ ನಿನ್ನನ್ನೂ ಒಳಗೊಂಡಿರುತ್ತದೆ. ನಿನ್ನ ಮಾನವೀಯ ಅಪರಿಪೂರ್ಣತೆಗಳೂ ಆ ಕೃತಿಯ ಭಾಗಗಳೇ ಆಗಿರುತ್ತವೆ ಗೊತ್ತಾ!"

ವಾಸ್ತವವಾಗಿ, ಆ ವಿದ್ಯಾರ್ಥಿ ನಿರ್ಗಮಿಸಿದ ನಂತರ ನಾನು ಯೋಚಿಸಿದೆ, ಕಲೆಯ ಧರ್ಮ ಇರುವುದು ಕೇವಲ ಯಾವುದೋ ಒಂದನ್ನು ಪರಿಪೂರ್ಣವಾಗಿ ಸೃಷ್ಟಿಸುವುದಷ್ಟೇ ಅಲ್ಲ; ಪ್ರಕೃತಿಯ ಆಂತರಿಕ ಸಾಮರಸ್ಯವನ್ನು ಅನಾವರಣಗೊಳಿಸುವುದೂ ಕೂಡ ಅದರ ಧ್ಯೇಯ ಅಥವಾ ಉದ್ದಿಷ್ಟ ಕಾರ್ಯವಾಗಿರುತ್ತದೆ ಎಂದು.

ಕೊಡಾ (Coda) : ಅಂತ್ಯದ ಸೌಂದರ್ಯ

ನಿಮ್ಮ ವರ್ತಮಾನ ಹಾಗು ಭವಿಷ್ಯ ಬದುಕನ್ನು ಭೂತಕಾಲದ ಪೆಟ್ಟು ಅಥವಾ ನೋವುಗಳು ಯಾವ ನಿರ್ಬಂಧಕ್ಕೂ ಒಳಪಡಿಸದೆ, ಬದುಕಿನ ಪ್ರವಾಹಗಳನ್ನು ಪ್ರಯಾಣಯೋಗ್ಯಗೊಳಿಸುವ ಕಲೆಯೇ ಪುಟಿದೇಳುವಿಕೆ ಅಥವಾ ಆಘಾತಗಳನ್ನು ಎದುರಿಸುವ ಶಕ್ತಿ. ನಾವೆಲ್ಲರೂ ಬದುಕಿನ ಏಳು– ಬೀಳುಗಳನ್ನು ಅನುಭವಿಸಿ ನರಳಿರುವವರೇ, ಆದರೆ ನಮ್ಮಲ್ಲಿ ಆ ಪುಟಿದೇಳುವಿಕೆಯ ಗುಣವೊಂದಿದ್ದರೆ, ನಾವು ಎಂತಹ ವಿಪತ್ತನ್ನೂ ಜಯಿಸುವ ಸಾಧನಗಳನ್ನು ಹೊಂದಿಯೇ ಹೊಂದುತ್ತೇವೆ.

ಅದೇ ವಿಷಯ ಕುರಿತಂತೆ, ಒಂದೆರಡು ವರ್ಷಗಳ ಹಿಂದೆ ಒಂದು ಸಾಕ್ಷ್ಯಚಿತ್ರ ತೆರೆಕಂಡಿತ್ತು, ಅದನ್ನು ನೋಡಿ ಮನಕರಗದವರೇ ಇಲ್ಲವೆನ್ನಲಡ್ಡಿಯಿಲ್ಲ. ನಾನೀಗ ಉಲ್ಲೇಖಿಸುತ್ತಿರುವ ವಿಷಯ ನನ್ನ ಸಹದೇಸಿಗನಾದ ರೈಯ್ಯುಚಿ ಸಕಮೊಟೋ ಎಂಬುವವರ ಕುರಿತ 'ಕೊಡಾ' ಎಂಬ ಈ ಸಾಕ್ಷ್ಯ ಚಿತ್ರದಲ್ಲಿ, ಚಕಿತಗೊಳ್ಳುವಷ್ಟು ಪ್ರಾಮಾಣಿಕವಾಗಿ ದೈನಂದಿನ ಜೀವನದ ನರಕಯಾತನೆಗಳನ್ನು ತೋರಿಸುವ ಸಲುವಾಗಿ ತನ್ನ ಬಾಳಯಾತ್ರೆಯ ಉದ್ದಕ್ಕೂ ಆತ ನಮ್ಮನ್ನು ಕರೆದೊಯ್ಯುತ್ತಾನೆ.

ಸಂಗೀತವನ್ನು ಅಭ್ಯಸಿಸಿದ್ದ ಯಾರಿಗಾದರೂ ತಿಳಿದೇ ಇರುತ್ತದೆ 'ಕೊಡಾ' ಎಂಬುದು ಸಂಗೀತ ಮಾದರಿಯೊಂದರ ಕೊನೆಯ ತುಣುಕೆಂದು ಅದರಲ್ಲಿ ಉತ್ತಮವಾದಂತಹ ಸಣ್ಣ ಸಣ್ಣ ಉದ್ಧೃತ ಭಾಗಗಳು ಪದೇ ಪದೇ ಪುನರಾವರ್ತನೆಯಾಗುತ್ತವೆ. ತನಗೆ ಗಂಟಲಿನ ಅರ್ಬುದ ರೋಗ ವಿದೆಯೆಂದು ಪತ್ತೆಯಾದ ಮೇಲೆ, ಆ ಸಾಕ್ಷ್ಯಚಿತ್ರದಲ್ಲಿ ಸಕಮೊಟೋ ತದ್ರೂಪು ಅದನ್ನೇ ಮಾಡುವುದು, ಅಂದರೆ, ಆ ಸಂಗೀತದ ತುಣುಕಿನ ಪುನರಾವರ್ತನೆ. ಬಹಳ ಧೈರ್ಯವಾಗಿ ಮತ್ತು ನಿಷ್ಕಾಪಟ್ಯವಾಗಿ ಡಾಕ್ಟರುಗಳ ಜತೆಗಿನ ಭೇಟಿಗಳನ್ನು ನಮಗೆ ತೋರಿಸುತ್ತಲೇ ಸಂಗೀತ ಸಂಂ–ಯೋಜಕನೂ ಆದ ಆ ನಟ ತನ್ನ ಬದುಕನ್ನು ಪುನರವಲೋಕಿಸುತ್ತಾನೆ. ಅದರಲ್ಲಿ ಪ್ರತಿನಿತ್ಯ ತಾನು ಸೇವಿಸುವ ಮಾತ್ರೆಗಳ ಮಿಶ್ರಣ ಮತ್ತು ತನ್ನನ್ನು ಕಷ್ಟಗಳ ಮತ್ತು ಅನಿಶ್ಚಿತತೆಯೊಳಕ್ಕೆ ಮುಳುಗಿಸುತ್ತಿರುವ ಈ ಮಾರಣಾಂತಿಕ ಕಾಯಿಲೆ ಈ ಎರಡನ್ನೂ ಬಿಂಬಿಸುತ್ತಾನೆ.

ಅದು ಒಂದು ವಿಷಣ್ಣತೆಯ ಹಾಗೂ ಸ್ವಲ್ಪ ಮಟ್ಟಿಗೆ ಗೋಳುಕರೆವ, ಮಂಕುಕವಿದ ಸಾಕ್ಷ್ಯಚಿತ್ರ. ಜಪಾನಿನ ಹಳೆಯ ಕಾಲದ ಚಲನಚಿತ್ರಗಳ ರೀತಿಯ ಸಾಂಪ್ರದಾಯಿಕವಾದ ನಿಧಾನಗತಿಯಲ್ಲಿ ಸಾಕ್ಷ್ಯಚಿತ್ರ ಬೆಳೆಯುತ್ತಾ ಹೋಗುತ್ತದೆ, ದೈನಂದಿನ ಬದುಕಿನ ಸೂಕ್ಷ್ಮ ವ್ಯತ್ಯಾಸಗಳಿಗೆ ಮತ್ತು ವಿವರಗಳಿಗೆ ಅತಿ ಹೆಚ್ಚಿನ ಮಹತ್ವಪೂರ್ಣ ಗಮನ ನೀಡುತ್ತದೆ.

ನೆನಪಿನಲ್ಲಿಡುವುದು ಮತ್ತು ಪಾರಾಗಿ ಉಳಿಯುವುದು ಈ ಅವಳಿ–ಜವಳಿ ಕಸರತ್ತುಗಳಷ್ಟೇ ಅಷ್ಟೇ ಅಲ್ಲದೆ, ನಮ್ಮನ್ನು ದೈನಂದಿನ 'ವಾಬಿ ಸಾಬಿ' ಕಸರತ್ತಿನಲ್ಲಿಯೂ ಕೂಡ ನೇರವಾಗಿ ಮುಳುಗಿಸಿಬಿಡುವ ಮೂರನೆಯ ಕಥನವೂ ಒಂದಿದೆ. ಆತನ ಕಲಾತ್ಮಕ ಮುಖವೊಂದೇ ಅಲ್ಲದೆ, ಸಕಮೊಟೋ ಒಬ್ಬ ಹೆಸರಾಂತ ಶಾಂತಿ ಮತ್ತು ಪರಿಸರವಾದಿ ಕಾರ್ಯಕರ್ತನೂ ಹೌದು. ಫುಕುಶಿಮಾ ವಿಪತ್ತಿನ ನಂತರ, ಅಸಾಧಾರಣವೂ ಮಹತ್ವಪೂರ್ಣವೂ ಆದ ಒಂದು ತೀರಾ ಖಾಸಗಿ ಸದುದ್ದೇಶಕ್ಕಾಗಿ ತನ್ನನ್ನು ತಾನೇ ಹೇಗೆ ಸಮರ್ಪಿಸಿಕೊಳ್ಳುತ್ತಾನೆ ಎಂಬುದನ್ನು ಈ ಸಾಕ್ಷ್ಯಚಿತ್ರ ಎತ್ತಿ ತೋರಿಸುತ್ತದೆ.

ಸುನಾಮಿ ಹೊಡೆತಕ್ಕೆ ಸಿಕ್ಕಿ ಸಾಗರದೊಳಗೆ ಮುಳುಗಿ ಹೋಗಿದ್ದ ಒಂದು ಪಿಯಾನೊವನ್ನು ರಕ್ಷಿಸಿದ ನಂತರ, ಸಕಮೊಟೋ ಅದನ್ನು ಪೂರ್ವ ಸ್ಥಿತಿಗೆ ತರಲು ತನ್ನ ಕೈಯಾರ ಪ್ರಯತ್ನಿಸುತ್ತಾನೆ– ಇಂತಹ ಸೂಕ್ಷ್ಮವಾದ ಒಂದು ವಾದ್ಯೋಪಕರಣವನ್ನು ಸರಿಪಡಿಸುವುದು ನಿಜಕ್ಕೂ ಬಹಳ

ಅಸಾಧ್ಯವಾದ ಕೆಲಸವೇ ಸರಿ. 'ಯಮಹ' ಕಂಪನಿಯ ಆ ಭವ್ಯ ಪಿಯಾನೊವನ್ನು ಮತ್ತೆ ಅದೇ ರಾಗದಲ್ಲಿ ನುಡಿಸುವುದು ಅಸಾಧ್ಯವೆಂದು ಆತನಿಗೂ ಗೊತ್ತು, ಆದರೂ ಸಹ ಎಷ್ಟು ಉತ್ತಮವಾಗಿ ಅದನ್ನು ಮರುಕಟ್ಟೋಣ ಮಾಡಲು ಅಂದರೆ ಶ್ರುತಿಸಲು ಸಾಧ್ಯವೊ ಅಷ್ಟೂ ಚೆನ್ನಾಗಿ ಮಾಡಲು ಪ್ರಯತ್ನಿಸುತ್ತಾನೆ.

ತಾನು ಸ್ತಿಮಿತಕ್ಕೆ ಬರಲು ಹೆಣಗುತ್ತಿರುವಾಗಲೆ ಹಾಗೂ ಜಗತ್ತಿನ ಭವಿಷ್ಯವನ್ನು ಕುರಿತು ಅಚ್ಚರಿಗೊಳ್ಳುತ್ತಿರುವಾಗಲೇ, ಆ ಸಾಕ್ಷ್ಯಚಿತ್ರದ ಕೊನೆಗೆ ಪಿಯಾನೋದ ಕೀಲಿಕೈಗಳಿಂದ ಕಡಲಾಳದ ಯಾವುದೋ ಜಂತುವೊಂದು ರೋದಿಸುವಂತೆ ನಾದ ಹೊಮ್ಮಿಸುವಂತಹ ಸಂಗೀತ ಸಂಪುಟವೊಂದನ್ನು ಧ್ವನಿಮುದ್ರಿಸುವುದರೊಂದಿಗೆ ಅದನ್ನು ಅಂತ್ಯಗೊಳಿಸುತ್ತಾನೆ.

ತಾನು ಎಷ್ಟು ಕಾಲ ಬದುಕಿರುತ್ತೇನೆಂದು ಸಕಮೊಟೋಗೆ ಗೊತ್ತೂ ಇಲ್ಲ, ಅಲ್ಲದೆ ತನ್ನ 'ಕೊಡಾ' ಸಹ ಎಷ್ಟು ಕಾಲ ಇರುತ್ತದೆಂದೂ ತಿಳಿದಿಲ್ಲ. ಆದರೆ, ಈ ನಡುವೆ ಮುರುಕಲು ಪಿಯಾನೋವನ್ನು ಉಳಿಸುವುದೇ ಜಗತ್ತಿಗೆ ಸೌಂದರ್ಯವನ್ನು ಹೊತ್ತು ತರುವ ಅವನ ರೀತಿ ಅಥವಾ ಕ್ರಮ. ವಾಬಿ ಸಾಬಿಯ ಸಾರಸತ್ವ ಅಥವಾ ತಿರುಳಿನಂತೆಯೆ ಅಪರಿಪೂರ್ಣ ಸೌಂದರ್ಯವು ಕೂಡ, ಆದರೆ ಅದು ಹೇಗೇ ಇದ್ದರೂ ಅದೇ ನಮಗೆ ಭರವಸೆ ನೀಡುವಂತಹದು. ಅವನ ಸಂದೇಶವೆಂದರೆ ಎಲ್ಲವೂ ಕಳೆದು ಹೋಗಿಲ್ಲ; ಯಾವುದು ಮುರಿದು ಹೋಗಿದೆಯೊ ಅದನ್ನು ಮರಳಿ ಜೋಡಿಸಬಹುದು ಮತ್ತು ಎಲ್ಲಿ ನೋವಿತ್ತೋ, ಅಲ್ಲಿ ಪ್ರೀತಿ ಮತ್ತು ಸೌಂದರ್ಯವನ್ನು ಸೃಜಿಸಬಹುದು.

ಯಾವುದು ಮುರಿದಿದೆಯೋ ಅದರಲ್ಲಿ ಜೀವವಿದೆ

ಸಕಮೊಟೋ ರಕ್ಷಿಸಿದ ಆ ಪಿಯಾನೊ ಯಾವತ್ತಿಗೂ ಅಪರಿಪೂರ್ಣವೇ. ಹಾಗೂ ಆ ಕಲಾಕಾರ ಅದನ್ನು ಮರಳಿ ಅದರ ಪೂರ್ವಸ್ಥಿತಿಗೆ ತರುವ ಕನಸನ್ನು ಸಾಕಾರಗೊಳಿಸಿಕೊಳ್ಳಲು ಎಂದಿಗೂ ಸಾಧ್ಯವಿಲ್ಲ. ಏಕೆಂದರೆ ಅದಕ್ಕಾಗಿರುವ ಹಾನಿಯ ವಿಶಾಲ ಹರವು ಮತ್ತು ಅವನಿಗಿರುವ ಪರಿಮಿತ ಅವಧಿಯದಾದ ಅವನದೇ ಬದುಕು, ಆದರೆ ಹಾಗಿದ್ದೂ ಕೂಡ, ಸೌಂದರ್ಯವು ಆತನ ಪ್ರೇರೇಪಣೆಯ ಎದೆಬಡಿತವಾಗಿ ಉಳಿದೇ ಉಳಿಯುತ್ತದೆ.

ಒಬ್ಬ ಸಂಗೀತಗಾರನಿಂದ ಇನ್ನೊಬ್ಬನಿಗೆ: ಆ ದೃಷ್ಟಿಯ ಕುರಿತಂತೆ ವಿಶೇಷವಾಗಿ ಅನಾವರಣವಾಗುವಂತಹ ಒಂದು ಪ್ರಸಂಗವನ್ನು ಇಟ್‌ಜ್ಹಕ್‌ಪರ್ಲ್‌ಮನ್‌ರ ಕುರಿತಂತೆ ಲೇಖಕ ಹಾಗೂ ವಾಗ್ಮಿಯೂ ಆದ ಅಲೆಕ್ಸ್ ರೊವಿರಾ ಅವರು ಹೀಗೆ ಹೇಳುತ್ತಾರೆ:

ಅದು ನಡೆದಿದ್ದು ಈ ಇಸ್ರೇಲಿ ವೈಯಲಿನ್‌ವಾದಕ ನ್ಯೂಯಾರ್ಕ್‌ನ ಲಿಂಕನ್ ಸೆಂಟರ್‌ನಲ್ಲಿ ತನ್ನ ಕಛೇರಿ ನೀಡುವಾಗ. ತನ್ನ ಬಾಲ್ಯದಲ್ಲಿ ಅವನಿಗೆ ಅಮರಿಕೊಂಡಿದ್ದ ಪೋಲಿಯೋ ವ್ಯಾಧಿಯ ನಂತರದ ಪರಿಣಾಮಗಳಿಂದಾಗಿ ಆಗಿನಿಂದಲೂ ಅವನ ಚಲನವಲನಗಳು ಕುಂಠಿತವಾಗಿದ್ದು, ಭೌತಿಕ ನ್ಯೂನತೆಗಳು ಪರ್ಲ್‌ಮನ್‌ಗೆ ಹೆಚ್ಚು ಮನಬಂದಂತೆ ಓಡಾಡಲು ಆತನಿಗೆ ಅವಕಾಶ ನೀಡುತ್ತಿರಲಿಲ್ಲ. ವೇದಿಕೆಗೆ ಹೆಜ್ಜೆ ಇಡಲೂ ಎಷ್ಟೋ ಸಲ ಆತ ತೊಂದರೆಪಡುತ್ತಿದ್ದ, ಆದರೆ ಆತ ವೇದಿಕೆಯ ಮೇಲೆಯೆ ಸರಿಯಾದ ರೀತಿ ಕುಳಿತು ವೈಯಲಿನ್ ನುಡಿಸಬೇಕಿತ್ತು.

ಕಛೇರಿ ನಡೆಯುವ ಆ ಸಂಜೆ ಆತನ ಅದ್ಭುತ ವೈಯಲಿನ್ ವಾದನ ಆಲಿಸಲು ಸಭಾಂಗಣ ಕಿಕ್ಕಿರಿದು ತುಂಬಿ ಕಾಯ್ದಿತ್ತು. ಮೆಟ್ಟಿಲೇರಿ ವೇದಿಕೆಗೆ ಪ್ರೇಕ್ಷಕರೆದುರು ಬಂದು, ಊರುಗೋಲುಗಳನ್ನು

ಕಂಕುಳುಗಳಿಂದ ತೆಗೆದು ಪಕ್ಕಕ್ಕಿರಿಸಿ, ಷರಾಯಿ ಪಟ್ಟಿಗಳನ್ನು ಅಂದರೆ ಕಾಲುಗಳು ಮತ್ತು ಸೊಂಟವನ್ನು ಬೆಂಬಲಿಸುವ ಪಟ್ಟಿಗಳನ್ನು ಸಡಿಲಗೊಳಿಸಿ ಇನ್ನೇನು ವೈಯಲಿನ್‌ನನ್ನು ತನ್ನ ಗಲ್ಲಕ್ಕೆ ತಾಗಿಸಿ ಕಛೇರಿಗೆ ಸಿದ್ಧನಾಗಬೇಕು; ಸಂಗೀತಮೇಳದ ನಿರ್ವಾಹಕ ಆರಂಭಿಸಲು ಸೂಚನೆ ನೀಡಬೇಕು ಎನ್ನುವಷ್ಟರಲ್ಲಿ ಘಟಿಸಿತು ನೋಡಿ ಒಂದು ದುರದೃಷ್ಟಕರ ಘಟನೆ– ನುಡಿಸಬೇಕಿದ್ದ ವೈಯಲಿನ್‌ನ ಒಂದು ತಂತಿಯೇ ತುಂಡಾಯಿತು.

ನೆರೆದಿದ್ದ ಪ್ರೇಕ್ಷಕವೃಂದ ತಂತಿ ಮುರಿದ ಆ ಕರ್ಕಶ ಶಬ್ದ ಕೇಳಿಸಿಕೊಂಡರು ಹಾಗೂ ಅದನ್ನು ಬದಲಾಯಿಸುವವರೆಗೂ ಕಛೇರಿ ಸ್ಥಗಿತವಾಗುತ್ತದೆಂದು ತಾವೇ ಊಹಿಸಿಕೊಂಡರು. ಆದಾಗ್ಯೂ, ಎಲ್ಲರೂ ಮಹದಚ್ಚರಿ ಪಡುವ ರೀತಿ, ಏನೂ ಆಗಿಯೇ ಇಲ್ಲವೇನೋ ಎಂಬಂತೆ ತಮ್ಮ ಎಂದಿನ ಉತ್ಸಾಹ ಮತ್ತು ಸಮರ್ಪಣಾಭಾವದಿಂದ ಪರ್ಲ್‌ಮನ್ ವೈಯಲಿನ್ ನುಡಿಸುತ್ತಾ ಹೋದರು.

ಕೇವಲ ಮೂರೇ ತಂತಿಗಳಲ್ಲಿ ಸಂಗೀತದ ತುಣುಕನ್ನು ನುಡಿಸಲು ಅನುವಾಗುವಂತೆ ಆ ಕ್ಷಣಕ್ಕೆ ಬೇಕಾಗುವ ಸೂಕ್ತ ಮಾರ್ಪಾಡು ಹಾಗೂ ಹೊಂದಾಣಿಕೆಗಳನ್ನು ಪರ್ಲ್ಮನ್ ಆಗಲೇ, ಅಲ್ಲೇ ಮಾಡಿಕೊಳ್ಳಬೇಕಾಯಿತು. ಏಕೆಂದರೆ ಅಸಾಧಾರಣ ಸೌಂದರ್ಯ ಮತ್ತು ಅಭಿವ್ಯಕ್ತಿಪೂರ್ಣ ಸಾರ್ವಜನಿಕ ಪ್ರದರ್ಶನವೊಂದನ್ನು ನಿರ್ವಹಿಸಲು ಅವರು ಆ ರೀತಿ ಮಾಡಲೇಬೇಕಿತ್ತು.

ಅವರು ತಮ್ಮ ಕಛೇರಿ ಮುಗಿಸಿದಾಗ, ಪ್ರೇಕ್ಷಕರೆಲ್ಲ ಸ್ಥಂಭೀಭೂತರಾದರಲ್ಲದೆ, ಎದ್ದು ನಿಂತು ಅವರ ಸಾಧನೆಯನ್ನು ಶ್ಲಾಘಿಸಿದರು, ಕಾರಣ ಅದರ ನಂಬಲಸಾಧ್ಯವಾದ ಸೌಂದರ್ಯ ಮತ್ತು ಪುಟಿದೇಳುವಿಕೆಯಿಂದಾಗಿ ಅವರೆಲ್ಲರ ಮನಕರಗಿತ್ತು. ಕೊನೆಯಲ್ಲಿ, ಇಡೀ ಸಭಾಂಗಣವೇ ಅಬ್ಬರದ ಜಯಘೋಷಗಳಿಂದ ತುಂಬಿ ತುಳುಕುತ್ತಿತ್ತು.

ತನ್ನ ಮುಖದಿಂದ ಹರಿಯುತ್ತಿದ್ದ ಬೆವರ ಹನಿಗಳನ್ನು ಕರವಸ್ತ್ರದಿಂದ ಒರೆಸಿಕೊಂಡ ಬಳಿಕ, ಪರ್ಲ್ಮನ್ ಕುರ್ಚಿಯಿಂದ ಕೃತಜ್ಞತಾಪೂರ್ವಕವಾಗಿ ಬಾಗಿ ಪ್ರೇಕ್ಷಕರಿಗೆ ನಮಸ್ಕರಿಸಿ ಪಿಟೀಲು ನುಡಿಸುವ ಕಮಾನನ್ನು ಮೇಲೆತ್ತಿ ಮಾತನಾಡಲಿಚ್ಛಿಸಿರುವೆ ಎಂದು ಸೂಚಿಸಿದರು ಎಂದು ಹೇಳಲಾಗುತ್ತದೆ. ಯಾವಾಗ ಮತ್ತೊಮ್ಮೆ ಸಭಾಂಗಣದಲ್ಲಿ ಮೌನ ಮನೆ ಮಾಡಿತೊ, ಆಗ ಆ ವೀರೋಚಿತ ಪಿಟೀಲುವಾದಕ ಹೇಳುತ್ತಾರೆ, "ನಿಮಗೆ ಗೊತ್ತೇ....? ಹಲವು ಸಮಯಗಳಿರುತ್ತವೆ, ಅವು ಹೇಗೆಂದರೆ, ಆಗ ಕಲಾಕಾರರ ಕೆಲಸವೆಂದರೆ, ತಮ್ಮ ಬಳಿ ಏನು ಮಾತ್ರ ಉಳಿದಿದೆಯೋ ಅಷ್ಟರಲ್ಲಿಯೇ ಎಷ್ಟು ಚೆನ್ನಾಗಿ ನಿರ್ವಹಿಸಬಲ್ಲೆವು ಎಂಬುದನ್ನು ತಿಳಿದಿರುವುದು."

ಅಲೆಕ್ಸ್ ರೊವಿರರು ಈ ಪ್ರಸಂಗ ಕುರಿತು ಈ ಕೆಳಗಿನಂತೆ ಪುನರವಲೋಕನ ಮಾಡುತ್ತಾರೆ:

"ಬಹುಶಃ ಬದುಕಲ್ಲಿ ಈ ಪ್ರಶ್ನೆಯನ್ನು ನಮ್ಮನ್ನು ನಾವೇ ಕೇಳಿಕೊಳ್ಳಲು ಆರಂಭಿಸಬೇಕು: ನಮ್ಮಲ್ಲಿ ಉಳಿದಿರುವಷ್ಟರಲ್ಲಿಯೆ, ನಮ್ಮಲ್ಲಿ ಏನಿದೆಯೋ ಅದರಲ್ಲಿ, ನಾವು ಏನು ಮಾಡಬಲ್ಲೆವು? ನಾವು ಯಾವಾಗಲೂ ಯಾವುದಾದರೂ ಒಂದರ ಕೊರತೆಯನ್ನು ಅನುಭವಿಸುತ್ತೇವೆ ಎಂಬುದನ್ನು ಪರಿಗಣಿಸಿಕೊಂಡರೆ, ಮತ್ತು ಉತ್ತಮಪಡಿಸಿಕೊಳ್ಳಲು ಯಾವಾಗಲೂ ಅವಕಾಶವಿದೆ ಎಂದು ತಿಳಿದರೆ, ಬದುಕಿನಲ್ಲಿ ಅನೇಕ ಸಲ ನಮ್ಮ ಪಿಟೀಲಿನಲ್ಲಿ ಒಂದು ತಂತಿಯನ್ನು ಕಳೆದುಕೊಂಡೂ ಪ್ರದರ್ಶನ ನೀಡಬೇಕಾಗುತ್ತದೆ ಎಂದು ಗಣಿಸಿದರೆ... ಆಂ, ಅಲ್ಲಿ, ಆಗ ಮಾತ್ರ, ನಮ್ಮ ಶಕ್ತಿ ಮೀರಿ ನಮ್ಮಲ್ಲಿರುವುದನ್ನೇ ಬಳಸಿಕೊಂಡು, ನಮ್ಮನ್ನು ನಾವೇ ಪೂರಾ ಅದಕ್ಕೆ ಸಮರ್ಪಿಸಿಕೊಂಡು ಮಾಡುವ ಈ ಸಾಮರ್ಥ್ಯದಲ್ಲೇ ಎಲ್ಲವೂ ಅಡಗಿದೆ, ಒಂದು ವೇಳೆ ನಾವು ಅಪೂರ್ಣರೂ ಮತ್ತು ಅಧೃಢಾಂಗರಾಗಿದ್ದರೂ ಕೂಡ, ಆಗ ಧೈರ್ಯ ಕಾಣಿಸಿಕೊಳ್ಳುತ್ತದೆ: ಆ ಧೈರ್ಯವೇ– ನಮ್ಮಲ್ಲಿ ಏನು ಉಳಿದಿದೆಯೋ ಅದರೊಂದಿಗೆ ನಾವು ಏನನ್ನು ಮಾಡಬಲ್ಲೆವು? ಎಂಬುದು."

ಕಿಂಟ್‌ಸುಗಿಯ ಪಾಠಗಳು

ಆ ಪ್ರಶ್ನೆಯನ್ನು ಪೂರ್ಣವಾಗಿ ಮಾನವ ಸೌಂದರ್ಯದಿಂದಲೇ ಕೂಡಿರುವ ಒಂದು ಜಪಾನೀ ಕಲೆಯ ಜತೆಗೆ ನಾವು ಉತ್ತರಿಸಬಹುದೆಂದು ಕಾಣುತ್ತದೆ – ಅದೇ 'ಕಿಂಟ್‌ಸುಗಿ', ಈ ಕಲೆಯಲ್ಲಿ ಮುರಿದ ಚೂರುಗಳನ್ನು ದುರಸ್ತಿ ಮಾಡಲು ಚಿನ್ನ ಸವರಿದ ಅರಗನ್ನು ಉಪಯೋಗಿಸಲಾಗುತ್ತದೆ. ಅದು ಆ ವಸ್ತುಗಳನ್ನು ಪೂರ್ವಸ್ಥಿತಿಗೆ ತಂದು ಪುಟಿದೇಳುವಂತೆ ಮಾಡುತ್ತದೆ.

ಈ ರೀತಿ ಚಿನ್ನದಂತಹ ಈ ಆಕರ್ಷಕ ದ್ರವ್ಯವನ್ನು ದುರಸ್ತಿಗಾಗಿ ಬಳಸುವುದು, ಮುರಿದುಹೋದ ವಸ್ತುವಿಗೆ ಅದೇ ತರಹದ ಬಣ್ಣ ಉಪಯೋಗಿಸಿ ಮುರಿದ ಜಾಗವನ್ನು ಮರೆಮಾಚುವ ಬದಲಾಗಿ, ಮಾನವ ಚೈತನ್ಯಕ್ಕೂ ಅನ್ವಯಗೊಳಿಸಿಕೊಳ್ಳಬಹುದಾದ ಒಂದು ತತ್ತ್ವವನ್ನು ಒಳಗೊಂಡಿದೆ.

- ಎಲ್ಲ ವಸ್ತುಗಳದೂ ಒಂದೊಂದು ಕತೆ ಇದೆ. ಅವುಗಳ ಗಾಯ ಅಥವಾ ವ್ರಣವನ್ನು ತೋರಿಸಿ, ಅವುಗಳು ನಮಗೆ ಅದನ್ನು ವಿವರಿಸಲು ಅವಕಾಶ ಮಾಡುತ್ತೇವೆ ಮತ್ತು ಅದು ಅವುಗಳನ್ನು ಹೆಚ್ಚು ಮೌಲ್ಯಯುತವಾಗಿಸುತ್ತವೆ. "ಕಿಂಟ್‌ಸುಗಿಯ ಒಂದನೆಯ ಪಾಠ: ಮಚ್ಚೆಗಳನ್ನು ಮುಚ್ಚಿಡಬಾರದು–ಅವುಗಳು ನಮ್ಮ ಕಥೆಯ ಭಾಗ."
- ನಾವು ದುರಸ್ತಿಗೊಳಿಸಿದ ಆ ಬಟ್ಟಲು, ಹೂದಾನಿ ಅಥವಾ ಆ ಒಂದು ಮಾದರಿ ಈ ಹಿಂದೆ ಇನ್ನೂ ಹೆಚ್ಚು ಅವಘಡಕ್ಕೆ ಈಡಾಗಿದ್ದೇ ಆದರೆ, ಅದು ಈ ವಿಷಯವನ್ನು ಇನ್ನೂ ಹೆಚ್ಚು ಆಸಕ್ತಿಕರವಾಗಿಸುತ್ತದೆ. ವಾಸ್ತವವಾಗಿ, ಆಗಷ್ಟೇ ಉತ್ಪಾದನಾ ಘಟಕದಿಂದ ಬಂದ ಒಂದು ನಿಷ್ಕಳಂಕ ದೋಷರಹಿತವಾದ ವಸ್ತುವಿಗಿಂತಲೂ ಇದಕ್ಕೆ ಹೆಚ್ಚು ಮೌಲ್ಯ ತರುವಂತೆ ಮಾಡುತ್ತದೆ. "ಕಿಂಟ್‌ಸುಗಿಯ ಎರಡನೇ ಪಾಠ: ಈವರೆಗೆ ನಾವು ಇಲ್ಲಿಯವರೆಗೆ ಬರಲು ಏನೆಲ್ಲಾ ಕಷ್ಟಗಳನ್ನು ದಾಟಿ ಬಂದೆವೋ ಅವೇ ನಮ್ಮ ಮಹಾನ್ ಸಂಪತ್ತು."
- ಆ ರೀತಿಯ ಅವಘಡವು, ಪರ್ಲ್‌ಮನ್ ಹೇಗೆ ತನ್ನ ಪಿಟೀಲಿನೊಂದಿಗಿದ್ದನೋ ಹಾಗೆ, ಯಾವುದು ನಾವು ತೊರೆಯುವಂತೆ ಮಾಡುವುದಿಲ್ಲವೋ ಅದೇ ನಮ್ಮ ಶಕ್ತಿಯಾಗುತ್ತದೆ ಹಾಗೂ ಜ್ಞಾನದ ಆಗರವೇ ಆಗುತ್ತದೆ. ಪರ್ಶಿಯಾದ ಮಹಾನ್ ಸೂಫಿಕವಿ ರುಮಿ ಹೇಳಿದಂತೆ, "ಬೆಳಕು ನಿಮ್ಮೊಳಗೆ ಪ್ರವೇಶಿಸಲು ನಿಮ್ಮ ದೇಹದ ಮೇಲಿನ ಗಾಯವೆ ದ್ವಾರ." ಕಿಂಟ್‌ಸುಗಿಯ ಮೂರನೆಯ ಪಾಠ: "ಅವಘಡಗಳು ಜ್ಞಾನೋದಯ ಉಂಟು ಮಾಡುವಂತಹವು."

ಒಂದು ನಿರ್ದಿಷ್ಟ ವಯೋಮಾನ ಮುಟ್ಟಿದ ನಂತರ, ಒಂದಲ್ಲ ಒಂದು ರೀತಿಯಲ್ಲಿ, ನಾವೆಲ್ಲರೂ ದುರಸ್ತಿಯಾದ ಮತ್ತು ಜೀವನಾಶ್ರಯವನ್ನು ಮುಂದುವರಿಸುವ ಮುರಿದ ನೌಕೆಗಳೇ ಸರಿ. ಸ್ವಲ್ಪ ಹೆಚ್ಚೋ ಅಥವಾ ಸ್ವಲ್ಪ ಕಡಿಮೆಯೋ, ಪ್ರತಿಯೊಬ್ಬನೂ ಒಂದಲ್ಲಾ ಒಂದು ಹೃದಯ ಒಡೆಯುವ ಘಟನೆಗೆ ಒಳಗಾಗಿರುತ್ತಾನೆ, ನಮ್ಮ ಸ್ನೇಹಿತರು ಅಥವಾ ಬಂಧುಬಾಂಧವರಿಂದ ಆಶಾಭಂಗಕ್ಕೆ ಒಳಗಾಗಿರುತ್ತಾನೆ. ಅಥವಾ ವೃತ್ತಿ ಜೀವನದಲ್ಲಿ, ಇಲ್ಲವೆ ಆರೋಗ್ಯಕ್ಕೆ ಸಂಬಂಧಿಸಿದಂತೆ, ವಿವಿಧ ಮಟ್ಟದ ದುರಂತಗಳನ್ನು ಅನುಭವಿಸಿಯೇ ಇರುತ್ತಾನೆ.

ಇಸ್ರೇಲ್‌ನ ಪಿಟೀಲುವಾದಕ ಹೇಳಿದಂತೆ, ಬಹು ದೊಡ್ಡ ಪ್ರಶ್ನೆ ಎಂದರೆ, ನಮ್ಮಲ್ಲಿ ಏನು ಉಳಿದಿದೆಯೋ ಅದರಿಂದ ನಾವು ಏನು ಮಾಡಬಹುದು ಎಂಬುದು.

ನಮ್ಮ ಹಣೆಬರಹ ಅಥವಾ ವಿಧಿಕೊಟ್ಟ ಪೆಟ್ಟುಗಳ ಎದುರು, ಮೂಲಭೂತವಾಗಿ ಅಸ್ತಿತ್ವ

ಕುರಿತಂತೆ ಈ ಕೆಳಗಿನ ಎರಡು ನಿಲುವುಗಳಲ್ಲಿ ಒಂದನ್ನು ನಾವು ತೆಗೆದುಕೊಳ್ಳಬಲ್ಲೆವು :

1. ನಮ್ಮ ದುರ್ದೆಶೆಯನ್ನು ಶಪಿಸುವುದು ಅಥವಾ ಬೇರೆಯವರನ್ನು ದೂಷಿಸುವುದು, ಹೀಗೆ ಮಾಡಿ ನಮ್ಮ ಜವಾಬ್ದಾರಿಯಿಂದ ಪಾರಾಗುವುದು ಅಥವಾ ನಮ್ಮಿಂದಾಚೆಗೆ ವರ್ಗಾಯಿಸುವುದು, ಮತ್ತು ನಮ್ಮ ಸಮಸ್ಯೆಗಳನ್ನು ಬಗೆಹರಿಸಿಕೊಳ್ಳುವ ಸಲುವಾಗಿ ಏನನ್ನೂ ಮಾಡದಿರುವುದು.

2. ನಮ್ಮ ಸ್ವಂತ ವಿಧಿಯ ಜತೆಯೇ ತೊಡಗಿಸಿಕೊಳ್ಳುವುದು, ವರ್ತಮಾನ ಸ್ಥಿತಿಯನ್ನು ಉತ್ತಮಪಡಿಸಿಕೊಳ್ಳಲು ಅಗತ್ಯವಿರುವ ಕ್ರಮ ಕೈಗೊಳ್ಳುವುದು, ನಾವು ಮುಂದೆ ಚಲಿಸಲು ಅವಕಾಶವಾಗುವಂತೆ, ಏನು ಮುರಿದಿದೆಯೊ ಅದನ್ನು ದುರಸ್ತಿಗೊಳಿಸುವುದು.

ಈ ಎರಡನೆಯ ಮಾರ್ಗವಿದೆಯಲ್ಲ ಇದು ನಮ್ಮನ್ನು ಆಳವಾದ ಪರಿವರ್ತನೆಯ ದಾರಿಯತ್ತ ಕೊಂಡೊಯ್ಯುತ್ತದೆ. ಒಂದು ಪಕ್ಷ ನಾವು ನಮ್ಮ ಕಷ್ಟಗಳಿಂದ ಮೇಲೇರಿ ಬಂದುದೇ ಆದರೆ, ನಾವು ಮೊದಲಿದ್ದುದಕ್ಕಿಂತ ಸುಧಾರಿಸುತ್ತೇವೆ, ಏಕೆಂದರೆ ನಾವು ಅನುಭವ ಮತ್ತು ಪುಟಿದೇಳುವಿಕೆ ಈ ಎರಡನ್ನೂ ಗಳಿಸಿಬಿಟ್ಟಿರುತ್ತೇವೆ. ಅದನ್ನೆ ನಾವು ಜೀವನದ ಎಲ್ಲ ಅವಘಡಗಳ ಹೊರತಾಗಿಯೂ, ಪುನರ್ಜನ್ಮಿಸುವ ಕಲೆ ಎನ್ನುವುದು.

ಇದೇ ವಿಷಯದ ಮೇಲೆ, ಅರ್ನೆಸ್ಟ್ ಹೆಮಿಂಗ್‌ವೇ ಎಂಬ ಅಮೆರಿಕಾದ ಕಾದಂಬರಿಕಾರ ಹೇಳುವುದೆಂದರೆ: “ಜಗತ್ತು ಪ್ರತಿಯೊಬ್ಬರನ್ನೂ ಚೂರು ಚೂರು ಮಾಡುತ್ತದೆ ಮತ್ತು ಆ ಬಳಿಕ ಹಲವರು ಆ ಒಡೆದ ಜಾಗಗಳಲ್ಲೇ ಗಟ್ಟಿಯಾಗುತ್ತಾರೆ.”

ಕಷ್ಟಕ್ಕೆ ಒಂದು ನಿಯತಕಾಲಿಕ ಪ್ರವೇಶ ಚೀಟಿ

ಕೆರ್ರಿಬಿಯನ್ ಸಮುದ್ರದ ನಡುವೆ ಇರುವ ಒಂದು ಸಣ್ಣ, ಅಗ್ನಿಪರ್ವತಮಯ ದ್ವೀಪವಾದ ಸೇಂಟ್ ಲುಸಿಯಾದ ನಿವಾಸಿ, ಕವಿ ಹಾಗೂ ನಾಟಕ ಕರ್ತೃವೂ ಆದ ಡೆರೆಕ್ ಆಲ್ಬನ್ ವಾಲ್‌ಕಾಟ್‌ರವರು ಪುಟಿದೇಳುವಿಕೆ ಎಂಬುದಕ್ಕೆ ಬಹಳ ಅಪರೂಪದ ಉದಾಹರಣೆ.

ಆತನ ಅಜ್ಜ–ಅಜ್ಜಿಯರು ಗುಲಾಮೀ ವಂಶಜರು ಮತ್ತು ಆತನ ತಂದೆ ಒಬ್ಬ ಅಸಂಪ್ರದಾಯಿಕ ಜಲವರ್ಣ ಚಿತ್ರಕಾರನಾಗಿದ್ದ ಮತ್ತು ಈ ಕವಿ ತೀರಾ ಚಿಕ್ಕವನಿದ್ದಾಗಲೇ ಆತನ ತಂದೆ ತೀರಿಕೊಂಡರು. ಡೆರೆಕ್ ಚಿಕ್ಕ ವಯಸ್ಸಿನಲ್ಲೇ ತನ್ನ ಅವಳಿ ಸೋದರನೊಬ್ಬನನ್ನು ಕಳೆದುಕೊಂಡು ದುಃಖಕ್ಕೆ ಒಳಗಾದ, ಅದು ಅವನ ಜೀವನದ ಶೇಷಭಾಗ ಪೂರ್ತಿ ಉಳಿಯುವಂತಹ ಕಠಿಣನೆನಪಿನ ಮುದ್ರೆ ಒತ್ತಿಬಿಟ್ಟಿತು.

ನಾಟಕೀಯ ತಿರುವಿನಂತಹ ಈ ಅನುಭವಗಳು ಕಲೆ ಮತ್ತು ಸಾಹಿತ್ಯ ಕುರಿತು ಆತನಿಗಿರುವ ಅಸಕ್ತಿಯನ್ನು ನೋವಿನ ಶಮನಕ್ಕೆ ಮುಲಾಮು ಹಚ್ಚಿದಂತೆ ಮತ್ತಷ್ಟು ಬಲಗೊಳಿಸಿತು. ಅದರ ಜೊತೆ ಜೊತೆಗೆ, ಜೀವನದ ಕಷ್ಟಕಾರ್ಪಣ್ಯಗಳನ್ನು ಅನ್ವೇಷಿಸುವ ಮತ್ತು ಅಭಿವ್ಯಕ್ತಿಗೊಳಿಸುವ ಸಾಧನವಾಗಿಯೂ ಕೆಲಸ ಮಾಡಿತು.

ತಾನು ಜನ್ಮಿಸಿದ ದ್ವೀಪವನ್ನು ಬಿಟ್ಟ ಮೇಲೆ, ವಾಲ್‌ಕಾಟ್ ಬೋಸ್ಟನ್ ವಿಶ್ವವಿದ್ಯಾನಿಲಯದಲ್ಲಿ ಪ್ರಾಧ್ಯಾಪಕನಾಗುತ್ತಾನೆಲ್ಲದೆ ಬೊಸ್ಟನ್ ನಗರದಲ್ಲೆ ಒಂದು ನಾಟಕ ಶಾಲೆಯನ್ನು ಸ್ಥಾಪಿಸುತ್ತಾನೆ ಮತ್ತು 1992ರಲ್ಲಿ ಸಾಹಿತ್ಯಕ್ಕಾಗಿನ ನೊಬೆಲ್ ಪಾರಿತೋಷಕವನ್ನೂ ಪಡೆಯುತ್ತಾನೆ.

ಯಾವುದು ಮುರಿದಿದೆಯೋ ಅದನ್ನು ಒಂದಾಗಿಸುವ ಅಥವಾ ದುರಸ್ತಿಗೊಳಿಸುವ ಕಲೆಯೇ

'ಕಿಂಟ್‌ಸುಗಿ'. ಅಂತಹದನ್ನು ಮತ್ತು ಪುಟಿದೇಳುವಿಕೆ ಈ ಎರಡರ ಬಲವಾದ ಸಂವೇದನೆಗಳನ್ನು ಈತನ ಪದ್ಯಗಳಲ್ಲಿ ನಾವು ಕಾಣಬಹುದು.

ತನ್ನ ನೊಬೆಲ್ ಭಾಷಣದಲ್ಲಿ ಆತ ಹೀಗೆ ನುಡಿಯುತ್ತಾನೆ:

ಹೂದಾನಿಯೊಂದು ಚೂರಾದಾಗ, ಅದು ಒಡೆಯದಿದ್ದಾಗ ಅದರ ಮೇಲೆ ಆದಾವ ಪ್ರೇಮವಿತ್ತೊ ಅದರ ಗಾತ್ರ ಆಕಾರಗಳ ಸಮ್ಮಿತಿಯ ಔಚಿತ್ಯವನ್ನು ಸಹಜವೆಂದು ಭಾವಿಸಿಕೊಂಡಿತ್ತೊ ಅಥವಾ ಹಾಗೆಂದುಕೊಂಡಿತ್ತೋ, ಅದಕ್ಕಿಂತ ಅದರ ಚೂರುಗಳನ್ನೆಲ್ಲ ಮರುಜೋಡಿಸುವಾಗಿನ ಪ್ರೇಮವೇ ಹೆಚ್ಚು ಬಲಶಾಲಿ. ಚೂರುಗಳನ್ನೆಲ್ಲ ಜೊತೆಗೂಡಿಸುವ ಆ ಅಂಟು ಇದೆಯಲ್ಲ ಅದೇ ಅದರ ಮೂಲ ಆಕಾರದ ಅಂಟಿಕೆ.

ಮುರಿದ ಹೂದಾನಿಯಂತೆಯೇ, ಮನುಷ್ಯರಾದ ನಾವೂ ಸಹ ಮುರಿದು ಹೋದಾಗ–ಅಂ–ದರೆ ಮಾನಸಿಕವಾಗಿ ಕುಗ್ಗಿದಾಗ–ವಾಸಿಮಾಡಿಕೊಳ್ಳುವ ಸಾಮರ್ಥ್ಯ ಹೊಂದಿದ್ದೇವೆ. ಮತ್ತೆ ಪೂರಾ ಮೊದಲಿನಂತೆ ಆಗದಿರಬಹುದು, ಆದರೆ ಹಿಂದೆ ಇದ್ದುದಕ್ಕಿಂತಲೂ ಉತ್ತಮವೇ ಆಗುವೆವು. ಯಾವುದಾದರೂ ಒಂದು ವಸ್ತು ಮುರಿದಾಗ, ಅದರ ಚೂರುಗಳನ್ನೆಲ್ಲ ಮರುಜೋಡಿಸುವಾಗ ನಾವು ತೋರುವ ಪ್ರೀತಿ ಇದೆಯಲ್ಲ, ಅದು ಕರಕುಶಲಗಾರನೊಬ್ಬ ಒಂದು ಪರಿಪೂರ್ಣ ವಸ್ತುವನ್ನು ಸೃಜಿಸಲು ಬಯಸುವಾಗ ತೋರುವಾಗಿನ ಪ್ರೀತಿಗಿಂತಲೂ ಅಥವ ಒಂದು ವಸ್ತು ಹೊಸದಾಗಿದ್ದಾಗ ನಾವು ಅದರ ಮೇಲೆ ತೋರುವ ಪ್ರೀತಿಗಿಂತಲೂ ಹೆಚ್ಚಾಗಿರುತ್ತದೆ. ಕಾಲಕ್ರಮೇಣ, ಪ್ರೀತಿ ಎಂಬುದು ಬಲಯುತವೂ, ಉತ್ತಮವೂ ಆಗುತ್ತದೆಯೇ ವಿನಃ ಅದು ಯಾವತ್ತೂ ದುರ್ಬಲಗೊಳ್ಳದು.

ಯೆಹೂದಿ ಗಾದೆಯೊಂದು ಹೇಳುವಂತೆ ಕೇವಲ ಒಬ್ಬ ಎದೆಯೊಡೆದವನು ಮಾತ್ರ ಇನ್ನೊಬ್ಬ ಎದೆಯೊಡೆದವನ ನೋವನ್ನು ಮಾಯಿಸಬಲ್ಲ. ಏಕೆಂದರೆ ನೋವು, ನರಳಾಟ, ಯಾತನೆ, ಎಂದರೆ ಏನೆಂದು ಆ ಇನ್ನೊಂದು ಮುರಿದ ಹೃದಯಕ್ಕೆ ಮಾತ್ರ ಬಹಳ ಆಳವಾಗಿ ಗೊತ್ತು. ಈ ಕಾರಣದಿಂದಾಗಿಯೇ, ಪ್ರತಿಯೊಂದು ಗಾಯವೂ, ಪ್ರತಿಯೊಂದು ಬಿರುಕೂ ಜೀವನ ಪಥದಲ್ಲಿ ನಮ್ಮನ್ನು ಹೆಚ್ಚು ವಿವೇಕವಂತನನ್ನಾಗಿಯೂ, ಗಾಢ ಮತ್ತು ದೃಢ ಹೆಜ್ಜೆ ಉಳ್ಳವನನ್ನಾಗಿಯೂ ಮಾಡುತ್ತದೆ.

ಏನಾದರಾಗಲಿ, ಈಗ ಧ್ಯಾನ ಮಾಡಿಬಿಡೋಣ.

ಮಿನುಗುವ ನಕ್ಷತ್ರಗಳ ನಾ ಗಮನಿಸುವೆ
ಅಂತೆಯೆ ನನ್ನ ಹಸ್ತಗಳತ್ತಲೂ ನೋಡುವೆ.
ನಾನೊಂದು ದೀರ್ಘ ಉಸಿರೆಳೆದುಕೊಳ್ಳುತ್ತಿರುವಂತೆಯೆ,
ಅಲ್ಪವಿರಾಮವೊಂದು ಶಾಶ್ವತತೆಯಿಂದ ಗೋಚರಿಸುತ್ತದೆ.
ನಾನು ಏಕಕಾಲಕ್ಕೆ ಕನಸೂ ಹೌದು
ಮನಃಪೂರ್ವಕತೆಯೂ ಹೌದು.

ಅವಕಾಶ/ಖಾಲಿತನ/ಜಾಗ ಸೃಷ್ಟಿಸಿಕೊಳ್ಳುವುದು

"ಬದುಕು ನಿಜಕ್ಕೂ ಸರಳ,
ಆದರೆ ಅದನ್ನು ಕ್ಲಿಷ್ಟಗೊಳಿಸಿಕೊಳ್ಳಲು ನಾವೇ ಹಠ ಹಿಡಿಯುತ್ತೇವೆ."
– ಕನುಫ್ಯೂಸಿಯಸ್

ನಿಮ್ಮ ಜೀವನವೆಂಬುದು ಕೇವಲ ಒಂದು ಇ-ಮೇಲ್ (ಮಿಂಚಂಚೆ) ಪೆಟ್ಟಿಗೆಯಲ್ಲ.

ನಾವು ನಿಜವಾಗಿಯೂ ಬದುಕಿರುವ ದಿನಗಳೆಂದರೆ ಯಾವತ್ತು ನಾವು ಪ್ರೀತಿಯನ್ನು ನೀಡಿ, ಪ್ರೀತಿಯನ್ನೇ ಪಡೆದುಕೊಂಡಿರುತ್ತೇವೋ ಅವುಗಳು ಮಾತ್ರ– ಉಳಿದದ್ದೆಲ್ಲ, ಸಮಯ ನಮ್ಮನ್ನು ಹೇಗೆ ಮರೆತು ಬಿಡುತ್ತದೋ ಅಂತೆಯೇ ನಾವು ಅದನ್ನು ಮರೆತು ಬಿಡಬೇಕು, ಅಷ್ಟೇ. ಯಾರಾದರೂ ನಮ್ಮ ಒಬ್ಬ ಬಂಧು, ಒಬ್ಬ ಸ್ನೇಹಿತ ಅಥವಾ ಪರಿಚಯಸ್ಥರು "ನಾನು ಸದಾ ಕಾರ್ಯನಿರತನಿರುತ್ತೇನೆ ಅಂದರೆ ಬಿಡುವಿಲ್ಲದವನು ಎಂದು ಹೇಳಿದರೆ, ನನಗೆ ಚೆನ್ನಾಗಿ ಗೊತ್ತು ಆತ ಒತ್ತಡಕ್ಕೆ ಸಿಲುಕಿ ನರಳುತ್ತಿದ್ದಾನೆ ಅಂತ. ಇತರರಿಗೆ, "ನಾನು ನಿಜಕ್ಕೂ ಕಾರ್ಯನಿರತನಾಗಿದ್ದೇನೆ" ಎಂದು ನಾನು ಉತ್ತರಿಸುವುದನ್ನು ನಾನೇ ಕೇಳಿಸಿಕೊಂಡಾಗ, ನನಗೆ ಗೊತ್ತು, ಸ್ವಲ್ಪ ಬಿಡುವು ಮಾಡಿಕೊಂಡು ನನ್ನ ಬದುಕಲ್ಲಿಯೂ ಸ್ವಲ್ಪ ಅವಕಾಶ ಕಲ್ಪಿಸಿಕೊಳ್ಳುವ ಕಾಲ ಬಂದಿದೆ ಅಂತ.

ಇದೇ ವಿಷಯದ ಮೇಲೆ, ಮಿಯಿಜಿ ಕಾಲಮಾನದಲ್ಲಿದ್ದ ನಾನಿನ್ ಎಂಬ ಝೆನ್ ಗುರುವಿನ ಒಂದು ಕತೆ ಉಂಟು. ಇದೇ ಗುರು ತನ್ನಿಂದ ಪಾಠಗಳನ್ನು ಕಲಿಯಬೇಕೆಂದು ಬಯಸಿದ್ದ ವಿಶ್ವವಿದ್ಯಾನಿಲಯದ ಪ್ರಾಧ್ಯಾಪಕರೊಬ್ಬರನ್ನು ಸ್ವಾಗತಿಸಿರುತ್ತಾನೆ. ಆ ವಿಶಿಷ್ಟ ಮತ್ತು ಕೀರ್ತಿವಂತ ಪ್ರೊಫೆಸರ್ ಈ ಗುರುವಿನ ಮುಂದೆ ವಿದ್ಯೆ, ಪದವಿ ಅಧ್ಯಯನ ಇವುಗಳ ಕುರಿತ ಕೀರ್ತಿ ಪ್ರತಿಷ್ಠೆಗಳನ್ನು, ತನ್ನ ಸಾಧನೆಗಳನ್ನು ಮತ್ತು ದೇಶವನ್ನು ಹೇಗೆ ನೆಟ್ಟಗೆ ನೇರಕ್ಕೆ ಆಳ್ವಿಕೆ ಮಾಡಬೇಕು ಎಂಬೆಲ್ಲದರ ಬಗ್ಗೆಯೂ ಅತ್ಯುತ್ಸಾಹದಿಂದ ಬಹಳ ಜಂಭ ಕೊಚ್ಚಿಕೊಳ್ಳುತ್ತಾನೆ.

ನಾನಿನ್ ಗುರು ಆ ಅತಿಥಿಗೆ ಒಂದು ಚಹಾದ ಬಟ್ಟಲು ನೀಡುತ್ತಾ ಅದನ್ನು ಅದರ ಪೂರಾ ಮೇಲಂಚಿನವರೆಗೂ ಚಹಾದಿಂದ ತುಂಬುತ್ತಾನಲ್ಲದೆ ಮತ್ತೂ ಸುರಿಯುತ್ತಲೇ ಇರುತ್ತಾನೆ.

ನಾನಿನ್ ಗುರುವು, ಚಹಾವನ್ನು ಟಟಾಮಿಯ ಮೇಲೆಲ್ಲ ಚೆಲ್ಲುತ್ತಿರುವುದನ್ನು ನೋಡಿದ, ಆ ಪ್ರಾಧ್ಯಾಪಕ ಕಿರುಚಿಕೊಳ್ಳುತ್ತಾನೆ: "ಬಟ್ಟಲು ತುಂಬಿದೆ – ಅದರಲ್ಲಿ ಕೊಂಚವೂ ಜಾಗವಿಲ್ಲ!" ಆಗ ಝೆನ್ ಗುರು ಮಾರುತ್ತರ ನೀಡುತ್ತಾರೆ, "ಥೇಟ್ ಆ ಬಟ್ಟಲಿನಂತೆಯೆ, ನೀವೂ ಕೂಡ ನಿಮ್ಮ ಅಭಿಪ್ರಾಯಗಳು ಮತ್ತು ವಿಚಾರಗಳಿಂದ ತುಂಬಿ ಹೋಗಿದ್ದೀರಿ. ನಿಮ್ಮ ಬಟ್ಟಲನ್ನು ಮೊದಲು ಖಾಲಿ ಮಾಡುವವರೆಗೆ ನಾನು ನಿಮಗೆ ಝೆನ್ ಕಲಿಸಲಾರೆ."

ವಿಶ್ವವಿದ್ಯಾನಿಲಯದ ಆ ಪ್ರಾಧ್ಯಾಪಕನಂತೆಯೇ ನಾವೂ ಸಹ ನಮ್ಮ ಬದುಕಿನಲ್ಲಿ ಅನಗತ್ಯವಾದುದೆಲ್ಲವನ್ನೂ ಖಾಲಿ ಮಾಡಿ ಹೊಸ ಜ್ಞಾನ, ಕರ್ತವ್ಯ ಮತ್ತು ಬದ್ಧತೆಗಳನ್ನು ಸೇ-ರಿಸಲು ಜಾಗ ಮಾಡಿಕೊಳ್ಳಬೇಕು. ಅದಕ್ಕಾಗಿ ಕೆಲವು ಅಭ್ಯಾಸಗಳನ್ನು ಬದಲಾಯಿಸಿಕೊಳ್ಳುವ ಅಗತ್ಯವಿದೆ, ಎಂದು ಒತ್ತಾಯಿಸುವ ಶಿಸ್ತು ರೂಢಿಸಿಕೊಳ್ಳಬೇಕು. ಅಂದರೆ ಅದಕ್ಕೆಲ್ಲ ಅಗತ್ಯವಿರುವ ಮನೋಭೂಮಿಕೆಯನ್ನು ಹೊಂದುವುದು ಮುಖ್ಯ.

ನಮ್ಮ ಜೀವನದಲ್ಲಿ ಅವಕಾಶ/ ಖಾಲಿತನ/ಬಿಡುವು ಸೃಷ್ಟಿಸುವುದು ಯಾವುದು.	**ನಮ್ಮ ಬದುಕಲ್ಲಿ ಗಲಾಟೆ ಗದ್ದಲ ತುಂಬುವುದು ಯಾವುದು.**
ನಮ್ಮ ಇ-ಮೇಲ್ ಮತ್ತಿತರೆಗಳನ್ನು ಪರಿಶೀಲಿಸಿಕೊಳ್ಳಲು ನಿಗದಿತ ಕಾಲಾವಧಿಯನ್ನು ಹೇರಿಕೊಳ್ಳುವುದು.	ನಮ್ಮ ಇ-ಮೇಲ್‌ಗಳು, ಸಂದೇಶಗಳು ಮತ್ತು ಸುದ್ದಿ ಪೂರೈಕೆಯ ಮೂಲಗಳನ್ನು ಬೆಳಿಗ್ಗೆ ಕಣ್ಬಿಟ್ಟ ಕೂಡಲೆ ಹಾಗೂ ಮತ್ತೆ ಮಲಗುವ ಮುಂಚಿನವರೆಗೂ ಪರಿಶೀಲಿಸುತ್ತಾ ಕೂರುವುದು.
ನಮ್ಮಿಷ್ಟ ಬಂದವರ ಜೊತೆ ನಾವು ಎಷ್ಟು ಹೊತ್ತು ಕಾಲ ಕಳೆಯಬೇಕೆಂದು ತೀರ್ಮಾನಿಸುವುದು.	ಸಿಕ್ಕ ಸಿಕ್ಕವರನ್ನೆಲ್ಲಾ ಭೇಟಿಯಾಗುವುದು, ಎಲ್ಲಾ ಸಾಮಾಜಿಕ ಕಾರ್ಯಕ್ರಮಗಳ ಆಮಂತ್ರಣಗಳನ್ನು ಒಪ್ಪಿಕೊಳ್ಳುವುದು.
ಯಾವುದು ಮುಖ್ಯ ಮತ್ತು ತುರ್ತು ಎಂಬುದನ್ನು ಗುರುತಿಸುವುದನ್ನು ಯಾವಾಗಲೂ ತಿಳಿದಿರಲೇಬೇಕು. ಜತೆಗೆ ಅವುಗಳನ್ನು ಹೇಗೆ ಆದ್ಯತೆಯನುಸಾರ ಹೊಂದಿಸುವುದೆಂದೂ ಸಹ.	ಯಾವುದೋ ಒಂದು ತುರ್ತು ಕೆಲಸ ವಿಷಯ ವಿಷಯಕ್ಕಾಗಿ ನಮ್ಮ ಬದುಕಿನ ಉಳಿದೆಲ್ಲವನ್ನು ಹಾಳುಗೆಡವಿಕೊಳ್ಳುವುದು.
ಬೇರೆಯವರನ್ನು ಸಂತೃಪ್ತಿಗೊಳಿಸಲು ಅಥವಾ ಮೆಚ್ಚಿಸುವುದರ ಬದಲಾಗಿ ಆತ್ಮ ಸಂತೋಷಕ್ಕಾಗಿ ಮಾಡುವುದು.	ಬೇರೆಯವರನ್ನು ಸಂತೃಪ್ತಿಗೊಳಿಸಲು ಮತ್ತು ಮೆಚ್ಚಿಸಲೆಂದೇ ಹೆಚ್ಚಿನ ಕೆಲಸ ಮಾಡುವುದು.
ಯಾವ ಒಂದು ನಿರ್ದಿಷ್ಟ ಗಮ್ಯವೂ ಇಲ್ಲದೆ ನಡಿಗೆ ವಾಯು ವಿಹಾರ ನಡೆಸುವುದು.	'ಎ' ಜಾಗದಿಂದ 'ಬಿ' ಜಾಗಕ್ಕೆ ತಲುಪಲು ಮಾತ್ರ ಅತ್ಯಗತ್ಯವಾದಾಗಷ್ಟೇ ನಡೆಯುವುದು.
ಒಂದಷ್ಟು ಹೊತ್ತು ಏನನ್ನೂ ಮಾಡದೆ ಸುಮ್ಮನಿರುವುದು.	ದಿನದ ಪ್ರತಿಕ್ಷಣವನ್ನು ಮಾಡಬೇಕಾದ ಕೆಲಸಗಳ ಪಟ್ಟಿಯಿಂದ ತುಂಬುವುದು; ಒಂದೆರಡು ಬಿಡುವಿನ ಕ್ಷಣಗಳು ದೊರೆತವೆನ್ನಿ, ಆಗಲೂ ನಮ್ಮ ಸ್ಮಾರ್ಟ್ ಫೋನ್‌ನ ಪರದೆಗೆ ಮುಖ ಒಡ್ಡುವುದು.

ಜೊತೆಗೆ ಅದು ಕೇವಲ ಕೆಲಸಕಾರ್ಯ ಅಥವಾ ಚಟುವಟಿಕೆಗಳಿಗೆಷ್ಟೇ ಅಲ್ಲ.ಹಲವು ಸಲ, ನಮ್ಮ ಮನಸ್ಸು ಸಂತತವಾದ ಚಿಂತೆಗಳು ಮತ್ತು ಅನುತ್ಪಾದಕ ವಿಚಾರ ಅಥವಾ ಯೋಚನೆಗಳ

ಮರು–ಓಟಗಳಿಂದಲೇ ತುಂಬಿರುತ್ತದೆ. ನಾವು ನಿಜಕ್ಕೂ ಒತ್ತಡಕ್ಕೆ ಸಿಲುಕಿದ್ದೇ ಆಗಿದ್ದರೆ, ಅದು ನಮಗೆ ಬೆನ್ನು ಮುರಿಯುವ ಭಾರವಾಗಬಲ್ಲದು ಮತ್ತು ನಾವು ಅದನ್ನು ತಡೆಯಲಾರದವರಾಗಿ, ಇನ್ನೇನು ಸಿಡಿದೇ ಹೋಗುತ್ತೇವೇನೋ ಎಂಬ ಭಾವ, ಎಂದರೆ ನಿಯಂತ್ರಣ ಕಳೆದುಕೊಂಡ ಒಂದು ಪ್ರೆಷರ್‌ಕುಕ್ಕರ್‌ನ ಪರಿಸ್ಥಿತಿಯನ್ನು ತಾಳುತ್ತೇವೆ.

ಇಂತಹ ಸೂಕ್ಷ್ಮ ಸಂದರ್ಭಗಳಲ್ಲಿ, ನಾವು ಎಷ್ಟು ತುಂಬಿ ಹೋಗಿರುತ್ತೇವೆ ಎಂದರೆ ಅದೆಲ್ಲವನ್ನೂ ಹೊರಕ್ಕೆ ತಳ್ಳಿ ಖಾಲಿಯಾಗಬೇಕು ಹಾಗೂ ಮತ್ತೆ ನಮ್ಮ ಬದುಕನ್ನು ಮರು–ಸಜ್ಜುಗೊಳಿಸಬೇಕೆನ್ನಿಸುತ್ತದೆ. ಅಂತಹ ಸಮಯದಲ್ಲಿ ಕೆಲವರು ಕ್ಷಣಿಕ ಸುಖ ನೀಡುವಂತಹ ಮದ್ಯಪಾನ, ಮಾದಕದ್ರವ್ಯಗಳು ಮತ್ತಿತರ ವಿಷಕಾರಿ ಹಾದಿಗಳನ್ನು ಆಯ್ಕೆ ಮಾಡಿಕೊಳ್ಳುತ್ತಾರೆ. ವಾಸ್ತವವಾಗಿ, ಅವುಗಳು ಅಂದರೆ ಈ ರಣವ್ಯೂಹಗಳು ನಮಗೆ ಬೇಕಾದ ಒಳ್ಳೆಯ ಖಾಲಿತನವನ್ನು ಸೃಜಿಸಿಕೊಡುವುದಿಲ್ಲ, ಬದಲಾಗಿ ಅವು ಕೇವಲ ಎಂದರೆ ಕೇವಲ ಪಲಾಯನದ ದಾ–ರಿಗಳಷ್ಟೇ–ಹೆಚ್ಚೆಂದರೆ, ನಾವು ಎಲ್ಲಿ ಆರಂಭಿಸಿದೆವೊ, ಅಲ್ಲಿಗೇ ಬಂದು ನಿಲ್ಲುತ್ತೇವೆ ಅಷ್ಟೆ.

ನಾವು ಈ ಮುಂದೆ ನೋಡುವಂತೆ, ನಮ್ಮ ಬದುಕಿನಲ್ಲಿ ಖಾಲಿತನ ಮತ್ತು ಸ್ವಾತಂತ್ರ್ಯವನ್ನು ಸೃಜಿಸಿಕೊಳ್ಳಲು ಆರೋಗ್ಯಕರ ಮಾರ್ಗಗಳೂ ಉಂಟು.

ಪಲಾಯನವಾದ	**ಸಾಮರಸ್ಯಪೂರ್ಣ ಅವಕಾಶ/ಖಾಲಿತನ/ಬಿಡುವು ಸೃಜಿಸುವುದು**
ಮದ್ಯಪಾನ ದುರ್ಬಳಕೆ	ನಾವು ಪ್ರೀತಿಸುವವರ ಜೊತೆಯಲ್ಲಿ ಹೊಸ ಜಾಗವೊಂದರಲ್ಲಿ ಭೋಜನ ಮಾಡುವುದು.
ಮಾದಕ ದ್ರವ್ಯಗಳು	ವ್ಯಾಯಾಮಕ್ಕೆ ಸಮಯ ಮುಡಿಪಿಡುವುದು ಮತ್ತು ನಮ್ಮ ನಮ್ಮ ದೇಹಗಳತ್ತ ಎಚ್ಚರ ವಹಿಸುವುದು.
ಮಿತಿ ಇಲ್ಲದ ಜೂಜಾಡುವುದು ಮತ್ತು ಪಣ ಕಟ್ಟುವುದು, ಕುದುರೆ ಪಂದ್ಯ, ಇತ್ಯಾದಿ.	ನಮ್ಮ ಪ್ರೀತಿಪಾತ್ರರ ಜೊತೆಗೆ ಚೆಸ್, ಕೇರಂ, ಮುಂತಾದ ಹಲಗೆ ಮೇಲಿನ ಒಳಾಂಗಣ ಆಟಗಳನ್ನು ಆಡುವುದು.
ಯಾರ ನಿಯಂತ್ರಣವಿಲ್ಲದೆ, ಮಿತಿ ಇಲ್ಲದಂತೆ ಚಲನಚಿತ್ರಗಳು ಮತ್ತು ಧಾರಾವಾಹಿಗಳನ್ನು ವೀಕ್ಷಿಸುವುದು.	ನಿಮ್ಮ ಸಂಸಾರದ ಜೊತೆಗೆ ವಾರಕ್ಕೊಂದು ಸಿನಿಮಾ ನೋಡುವ ಯೋಜನೆ ಮಾಡುವುದು ಆ ಸಿನಿಮಾ ನೋಡುವಾಗ ಅದರ ಪ್ರತಿ ಕ್ಷಣವನ್ನೂ ಅನುಭವಿಸುವುದು.
ಅತಿಯಾಗಿ, ಮಿತಿಮೀರಿ ಕೆಲಸ ಕಾರ್ಯಗಳಲ್ಲಿ ತೊಡಗುವುದು (ಹೌದು, ಬಹಳ ಜನರು ವಾಸ್ತವವನ್ನು ಎದು–ರಿಸಲಾರದ್ದಕ್ಕೆ ಈ ರೀತಿ ಅತಿ ಕೆಲಸದ ಮೊರೆ ಹೋಗುತ್ತಾರೆ).	ಎಷ್ಟು ಮಾತ್ರ ಸಾಧ್ಯವೋ ಮತ್ತು ಅಗತ್ಯವೋ ಅಷ್ಟು ಮಾತ್ರ ಕೆಲಸ ಮಾಡುವುದು ಮತ್ತು ಅದನ್ನು ಯಾವಾಗ ನಿಲ್ಲಿಸಬೇಕು ಮತ್ತು ನಾವು ಮಾಡುವ ಕೆಲಸದ ಸುಖವನ್ನು ಹೇಗೆ ಅನುಭವಿಸಬೇಕೆಂದು ತಿಳಿದಿರಬೇಕು.
ನಮ್ಮ ದಿನ ನಿತ್ಯದ ಬದುಕಿನಲ್ಲಿ ಅನುಭವಿಸುವ ಒತ್ತಡದಿಂದ ಪಲಾಯನ ಮಾಡಲೋಸುಗ ಪ್ರವಾಸ ಹೋಗುವುದು.	ಹೊಸ ವಿಷಯಗಳ ಅನ್ವೇಷಣೆಗಾಗಿ ಮತ್ತು ಸಂತೋಷದಿಂದಿರಲು ಪ್ರವಾಸ ಮಾಡುವುದು.

ನಾವು ಅಪರಿಪೂರ್ಣರಾಗಿದ್ದರೆ, ಅದೇನು ಬಹಳ ದೊಡ್ಡ ವಿಷಯವಲ್ಲ.

ನಾನು ಯವಾಗಲಾದರೂ ಶಿನ್‌ಜುಕದ ಆಸುಪಾಸಿನಲ್ಲಿದ್ದಾಗ 'ಕಿನೊಕುನಿಯಾ' ಪುಸ್ತಕದ ಅಂಗಡಿಗೆ ಭೇಟಿ ನೀಡಲು ಇಚ್ಛಿಸುತ್ತೇನೆ. ಆಗ ಅಲ್ಲಿ ಸ್ವ-ಸಹಾಯ ಪುಸ್ತಕಗಳ ವಿಭಾಗವನ್ನು ಪರಿಶೀಲಿಸುತ್ತೇನೆ ಮತ್ತು ಹೆಚ್ಚು ಕಡಿಮೆ ಬಹುತೇಕ ಆ ಎಲ್ಲ ಪುಸ್ತಕಗಳಲ್ಲಿಯೂ ಗಮನಿಸಿದ ಸಾಮಾನ್ಯ ಪ್ರವೃತ್ತಿ ಎಂದರೆ, ನಮ್ಮ ಬದುಕನ್ನು ಹಸನುಗೊಳಿಸುವ ಸಲುವಾಗಿ ಹೇಗೆ ಹೆಚ್ಚುಹೆಚ್ಚು ವಸ್ತು-ವಿಷಯಗಳಲ್ಲಿ ತೊಡಗಿಕೊಳ್ಳಬೇಕಾಗುತ್ತದೆಂಬುದರ ಕುರಿತು ಅವುಗಳು ನಮಗೆ ಮನೋಗತ ಅಥವಾ ಯೋಜನೆಗಳನ್ನು ಒದಗಿಸುತ್ತವೆ.

ಈ ರೀತಿಯ ಹೆಚ್ಚಿನ ಸ್ವ-ಸಹಾಯ ಪುಸ್ತಕಗಳು-ಎಲ್ಲವೂ ಅಲ್ಲ-ಕೆಲಸವನ್ನು ಪ್ರತೀಕ್ಷಿಸಲು ಅಂದರೆ ಆಶಾದಾಯಕವಾಗಿಸಲು ನಮ್ಮ ಬದುಕಿಗೆ ಬೇಕಾಗುವ ಯಂತ್ರಕೌಶಲ್ಯವನ್ನು ಸೇರಿಸುವ ಸೂತ್ರಗಳನ್ನು ನೀಡುತ್ತವೆ, ಅಂದರೆ ಹೆಚ್ಚು ಉತ್ಪಾದಕತೆ ಹೊಂದಲು, ನಮ್ಮ ಕೌಶಲಗಳನ್ನು ಪರಿಪೂರ್ಣಗೊಳಿಸಿಕೊಳ್ಳಲು ಮತ್ತು ಹೆಚ್ಚು ಯಶಸ್ವಿಯೂ ಆಗಲು.

ನಾನು ಯಾವಾಗ ಈ ತರಹದ ಪುಸ್ತಕಗಳನ್ನು ಓದುತ್ತೇನೆಯೋ ಆಗೆಲ್ಲ ಇಂತಹದಕ್ಕೆ ಏನೇನೂ ತಕ್ಕವನಲ್ಲ ಎಂಬ ಭಾವ ಅನುಭವಿಸುತ್ತೇನೆ, ಜೊತೆಗೆ ಒತ್ತಡಕ್ಕೂ ಒಳಗಾಗುತ್ತೇನೆ. ಆಗ ಅದು ಹೇಗೆ ತೋರುತ್ತದೆಂದರೆ, ಉತ್ಕೃಷ್ಟತೆಯನ್ನು ಹೊಂದಲೋಸುಗ ನಾನು ಸದಾ ಒಂದಾದ ನಂತರ ಒಂದು ಕೆಲಸವನ್ನು ಮಾಡುತ್ತಲೇ ಇರಬೇಕೇನೋ ಎಂಬ ರೀತಿ – ಈ ಪುಸ್ತಕಗಳು ನನ್ನತ್ತ ಬೊಬ್ಬೆ ಹಾಕುತ್ತಿದ್ದಾವೇನೋ ಎನ್ನುವ ಭಾವವನ್ನು ನಾನು ಅನುಭವಿಸಿದಂತೆ ಅನ್ನಿಸುತ್ತಿತ್ತು.

– "ನೀನು ನಿತ್ಯವೂ ಧ್ಯಾನ ಮಾಡಬೇಕು"

– "ನೀನು ನಿತ್ಯವೂ ವ್ಯಾಯಮ ಮಾಡಬೇಕು"

– "ನೀನು ಇದನ್ನು ಮಾಡಬೇಕು, ನೀನು ಅದನ್ನು ಮಾಡಬೇಕು"

ಮೂಲಭೂತವಾಗಿ ನನ್ನ ತತ್ವವು ಹಲವಾರು ಸ್ವ-ಸಹಾಯ ಪುಸ್ತಕಗಳು ನಮ್ಮತ್ತ ತಳ್ಳುವ ಈ ಉಪಟಳಕ್ಕೆ ಪೂರ್ಣ ವಿರುದ್ಧವಾದುದ್ದು.

ದಿನದ ಪ್ರತಿ ನಿಮಿಷವೂ ನಾವು ಮಾಡುವುದೆಲ್ಲ ಕ್ರಿಯಾತ್ಮಕ ಅಥವಾ ಬೆಲೆಯುಳ್ಳದ್ದನ್ನು ಸೃಷ್ಟಿಸುವುದೇ ಆಗಿರಬೇಕೆಂದೇನಿಲ್ಲ; ಅದಕ್ಕಾಗಿ ತಲೆಯನ್ನು ಕೆಡಿಸಿಕೊಳ್ಳಬೇಕಾಗಿಯೂ ಇಲ್ಲ. ನಾವು ದಿನದಲ್ಲಿ ಪೂರಾ ಹದಿನೆಂಟು ಗಂಟೆಗಳೂ ಎಚ್ಚರವಾಗಿದ್ದು ಮಾಡಬೇಕೆಂದಿರುವ ಕೆಲಸಗಳ ಪಟ್ಟಿಯತ್ತ ಸದಾ ಗಮನವಿರಿಸಿಕೊಂಡು ಪ್ರಯಾಸದ ದುಡಿತ ಮಾಡಬೇಕೆಂದೇನೂ ಇಲ್ಲ ಅದಲ್ಲದೆ ಹಾಗಾಗದಿರುವುದು ಪ್ರಮಾದವೇನಲ್ಲ. ಏನನ್ನೂ ಮಾಡದೆಯೆ ಸಮ್ಮನಿದ್ದೂ ನಾವು ಸುಖಭಾವ ಅನುಭವಿಸಬಹುದು: ಯಾವ ಒಂದು ನಿರ್ದಿಷ್ಟ ಗಮ್ಯವೂ ಇಲ್ಲದೆ ಆರಾಮವಾಗಿ ಸುತ್ತಾಡುವುದು, ಕಿಟಕಿಯತ್ತ ಹೊರಗೆ ವೀಕ್ಷಿಸುತ್ತಾ ಅದರ ಬಳಿ ಕೂತು ಒಂದು ಬಟ್ಟಲು ಚಹಾ ಹೀರುವುದು, ಹೀಗೆ... ಏನನ್ನೂ ಮಾಡುತ್ತಾ.

ನಾವು ಒಂದು ವೇಳೆ ಅಪರಿಪೂರ್ಣರಾಗಿಯೇ ಇದ್ದೇವೆಂದುಕೊಳ್ಳಿ, ಅದೇನಂತಹ ದೊಡ್ಡ ವಿಷಯವಲ್ಲ.

ನಾವು ಹರ್ಷ ಮತ್ತು ಪ್ರಶಾಂತತೆಯನ್ನು ಸಾಧಿಸಬೇಕೆಂದಿದ್ದರೆ, ನಮ್ಮೊಳಕ್ಕೆ ಏನನ್ನಾದರೂ ಸೇರಿಸುವ ಬದಲು ನಮ್ಮ ಚೈತನ್ಯವನ್ನೇ ಬಸಿದು ಹಾಕುವಂತಹವುಗಳನ್ನು ದೂರವಿರಿಸುವುದೇ ಉತ್ತಮ.

ಸಮಸ್ಯೆ ಎಂದರೆ, ಹಲವು ಬಾರಿ, ಜೀವನದಲ್ಲಿ ಧಾವಂತಪಟ್ಟು ನಾವು ಎಷ್ಟೊಂದರ ಹಿಂದೆ ಬೀಳುತ್ತೇವೆ ಗೊತ್ತಾ, ಅವುಗಳಲ್ಲಿ ಯಾವುದು ಅಪಾಯ ತಂದೊಡ್ಡುತ್ತದೆ ಎಂಬುದನ್ನೇ ನಾವು ಅರಿಯಲಾರದವರಾಗುತ್ತೇವೆ. ಅಂತಾಗಿ, ಆಗ ನಾವು ಇರಿಸಬೇಕಾದ ಮೊದಲ ಹೆಜ್ಜೆ ಎಂದರೆ, ಜೀವನದಲ್ಲಿ ಧನಾತ್ಮಕವಾದವುಗಳನ್ನು ಋಣಾತ್ಮಕವಾದವುಗಳಿಂದ ವಿಂಗಡಿಸಿ ಬೇರ್ಪಡಿಸಿಕೊಳ್ಳುವು-ದರಿಂದ ಆರಂಭಿಸುವುದು.

ಟೋಕ್ಯೋದಲ್ಲಿ ನಾನಿದ್ದಾಗಿನ ಬಹಳ ಒತ್ತಡ ಪೂರ್ಣವಾದ ಅವಧಿಗಳಲ್ಲಿ, ಎರಡು ಪ್ರಶ್ನೆಗಳ ಈ ದಿನಚರಿಯನ್ನು ಬಳಸಿದೆ. ಇದನ್ನು ಪ್ರತಿದಿನ ಕೇವಲ ಐದು ನಿಮಿಷಗಳಿಗಿಂತಲೂ ಕಡಿಮೆ ವೇಳೆಯಲ್ಲಿ ಬರೆದಿಡಬಹುದು:

ಎರಡು ಪ್ರಶ್ನೆಗಳ ದಿನಚರಿ

ಈ ದಿನ ನನಗೆ ಚೈತನ್ಯ ನೀಡಿದ್ದು ಏನು?

1.

2.

3.

ಈ ದಿನ ನನ್ನ ಚೈತನ್ಯವನ್ನೆಲ್ಲ ಬಸಿದುಹಾಕಿದ್ದು ಯಾವುದು?

1.

2.

3.

ಒಂದೆರಡು ವಾರಗಳ ಕಾಲ ಈ ರೀತಿ ನಿಮ್ಮ ದ್ವಿ-ಪ್ರಶ್ನೆಗಳ ದಿನಚರಿಯನ್ನು ಬರೆದಾದ ನಂತರ, ಅದರೆಲ್ಲ ಫಲಿತಾಂಶಗಳನ್ನು ಮರು-ಓದಿರಿ ಮತ್ತು ಅದರಲ್ಲಿ ನೀವು "ನನ್ನ ಚೈತನ್ಯವನ್ನೆಲ್ಲ ಬಸಿದು ಹಾಕಿದ್ದು ಯಾವುದು?" ಎಂಬ ವಿಭಾಗದಲ್ಲಿ ಪುನರಾವರ್ತನೆಯಾದ ಮೂರು ಅಂಶಗಳನ್ನು ಆಯ್ದುಕೊಳ್ಳಿರಿ.

ಅಂತಹ ಅಪಾಯಕಾರಿ ಸಿಡಿಮದ್ದುಗಳ ಮೇಲೆ ಇನ್ನು ಮುಂದೆ ಹೆಜ್ಜೆ ಇಡುವುದನ್ನು ತಪ್ಪಿಸಲು ಅಗತ್ಯವಾದ ಪರಿಹಾರಕ್ಕಾಗಿ ಕ್ರಮಕೈಗೊಳ್ಳಿ, ಕೆಲವು ಸಲ ಆ ಪರಿಹಾರವೆಂಬುದು ಕೆಲವು ವಿಷಯಗಳನ್ನು ತ್ಯಜಿಸುವುದರಲ್ಲಿರುತ್ತದೆ; ಮತ್ತೆ ಕೆಲವು ಸಲ, ನೀವು ನಿಮ್ಮ ದಿನವಹಿ ಕೆಲಸ ಕಾರ್ಯಗಳನ್ನು ಹೇಗೆ ನಿರ್ವಹಿಸುತ್ತೀರಿ ಮತ್ತು ಅವುಗಳ ಬಳಿ ನೀವು ಹೇಗೆ ಸಾಗುತ್ತೀರಿ ಎಂಬುದರ ಕುರಿತು ನೀವು ಬದಲಾವಣೆ ಮಾಡಿಕೊಳ್ಳುವುದನ್ನು ಅಪೇಕ್ಷಿಸುತ್ತದೆ.

ಅತಿಯಾದ ಒತ್ತಡದ ಅವಧಿಗಳಲ್ಲಿ ನಾನು ಬರೆದ ಈ ದಿನಚರಿಯ ಕುರಿತಂತೆ ನನ್ನ ಅನುಭವವೆಂದರೆ, "ನಿಮ್ಮ ಚೈತನ್ಯವನ್ನೆಲ್ಲ ಬರಿದು ಮಾಡಿದ್ದು ಯಾವುದು?" ಎಂಬ ವಿಭಾಗದಲ್ಲಿ, ದಿನಬಿಟ್ಟು ದಿನ ಅದದೇ ಅಂಶಗಳು ಪುನರಾವರ್ತನೆಯಾಗಿದ್ದುವು. ಇದನ್ನು ನೋಡುವುದ-

ರಿಂದ ನನಗಾದ ಅನುಕೂಲವೆಂದರೆ, ನನಗೆ ಬಹಳ ಕೆಟ್ಟ ಎನಿಸುವ ಅಂಶಗಳ ಕುರಿತು ಒಳ್ಳೆಯ ಒಳನೋಟ ದೊರಕಿತು ಮತ್ತು ಅಂತಾಗಿ ಅವುಗಳನ್ನು ನಾನು ತ್ಯಜಿಸುತ್ತಾ ಬರಲಾರಂಭಿಸಿದೆ.

ಅಂತಿಮವಾಗಿ, ನನ್ನ ಜೀವಚೈತನ್ಯವನ್ನು ಉಡುಗಿಸುತ್ತಿದ್ದ ಆ ಒಂದು ಪ್ರಮುಖ ಅಂಶ ಯಾವುದೆಂದು ನನಗೆ ಮನವರಿಕೆಯಾಗಲು ಅದು ಅವಕಾಶ ಮಾಡಿತು. ಅದು ನಾನು ರಾಜಧಾನಿಯಲ್ಲಿ ಅಂದರೆ ಮುಖ್ಯಪಟ್ಟಣವೊಂದರಲ್ಲಿ ವಾಸಿಸುತ್ತಿದ್ದುದೇ ಆಗಿತ್ತು. ಅಂತಾಗಿ ಅಲ್ಲಿಂದ ಬೇರೆಡೆಗೆ ಹೋಗಲು ತೀರ್ಮಾನಿಸಿದೆ.

ಯಾವಾಗ್ಯಾವಾಗ ಬಿಡುವಿಲ್ಲದ ಅವಿರತ ದುಡಿತದವನಾಗಿದ್ದೆ ಅಥವಾ ನನ್ನ ಜೀವನದ ಮೇಲೆ ನಿಯಂತ್ರಣ ಕಳೆದುಕೊಳ್ಳುತ್ತಿದ್ದೇನೆ ಎನಿಸುತ್ತದೆಯೋ ಆಗೆಲ್ಲ, ಸರಳವಾದ ಆದರೆ ಬಲು ಪರಿಣಾಮಕಾರಿಯಾದ ಈ ದ್ವಿ–ಪ್ರಶ್ನೆಗಳ ದಿನಚರಿ ತತ್ವವನ್ನು ಬಳಸುತ್ತೇನೆ. ಬಟ್ಟಲನ್ನು ಎಲ್ಲಿ ಖಾಲಿ ಮಾಡಬಲ್ಲೆ ಎಂದು ಗುರುತಿಸಿಕೊಳ್ಳುವಲ್ಲಿ ಅದು ನನಗೆ ಅತ್ಯಮೂಲ್ಯವಾದುದು.

ಈ ದಿನದಿಂದಲೆ ಆರಂಭಿಸಿ, ನಿಮ್ಮ ಬದುಕಲ್ಲಿ ಅವಕಾಶ/ಖಾಲಿಜಾಗ/ಖಾಲಿತನ ರೂಪಿಸಿಕೊಳ್ಳಲು ಇರುವ ಹತ್ತು ಸರಳ ಯೋಜನೆಗಳು:

ನಾನೇನೂ ನಿಮಗೆ ಸೂತ್ರಗಳನ್ನು ಒದಗಿಸುವ ಒಬ್ಬ ಸಲಹೆಗಾರನೇನಲ್ಲ, ಆದರೆ ಈ ಹತ್ತು ಸಲಹೆಗಳು ನಿಮ್ಮ ದೈನಂದಿನ ಬದುಕಿನ ದಣಿವು ಮತ್ತು ಗದ್ದಲ–ಗೌಜಿಗಳನ್ನು ಕಡಿತಗೊಳಿಸುವ ಯೋಜನೆಯಾಗಿ ನಿಮಗೆ ಸಹಾಯ ಮಾಡಬಹುದೆನಿಸುತ್ತದೆ:

1. ನಿಮ್ಮ ಖಾಸಗಿ ಕೋಣೆಯನ್ನು ಚೊಕ್ಕಟ್ಟವಾಗಿರಿಸಿ.
2. ನಿಮ್ಮ ದಿನಚರಿಯಲ್ಲಿ ಒಂದು ವಾರವನ್ನು "ಖಾಸಗಿ ರಜೆಯ ಅವಧಿ" ಎಂಬ ಶಿರೋನಾಮೆಯಡಿ ಮೀಸಲಿರಿಸಿ.
3. ನಿಮ್ಮ ಮಿಂಚಂಚೆಯ ಒಳತಟ್ಟೆಯನ್ನು ಖಾಲಿ ಇರಿಸಿ, ಅಂದರೆ ಆಗಾಗ ವಿಲೇವಾರಿ ಮಾಡುತ್ತೀರಿ.
4. ಪ್ರತಿ ಭಾನುವಾರ ಮಧ್ಯಾಹ್ನ ಎರಡು ಗಂಟೆಗಳ ಕಾಲ ನೀವು ಏಕಾಂಗಿಯಾಗಿ, ನಿಮ್ಮ ವಿಚಾರಲಹರಿಗಳ ಜೊತೆ ಮಾತ್ರ ವಾಯುವಿಹಾರ ನಡೆಸಿರಿ (ಅದಕ್ಕೂ ಮುನ್ನ ನಿಮ್ಮ ಸೆಲ್‌ಫೋನನ್ನು ಏರೋಪ್ಲೇನ್ ರೂಪಕ್ಕೆ ತಿರುಗಿಸಿಬಿಡಿ).
5. ನೀವು ಸಿದ್ಧಪಡಿಸಿರುವ "ಮಾಡಬೇಕಿರುವ ಕೆಲಸ"ದ ಪಟ್ಟಿಗೆ, ಅದರಲ್ಲಿನ ಎಲ್ಲ ಅಂಶಗಳೂ ಖಾಲಿಯಾಗುವ ತನಕ ಯಾವ ಹೊಸದನ್ನೂ ಸೇರಿಸದಿರಿ.
6. ಬದುಕನ್ನು ಇನ್ನಷ್ಟು ಕ್ಲಿಷ್ಟಕರ ಮಾಡಿಕೊಳ್ಳುವ ಬದಲಾಗಿ, ನಿಮ್ಮ ಇಂಗಿತಗಳನ್ನು ಮತ್ತಷ್ಟು ಸರಳಗೊಳಿಸುವ ರೀತಿಯಲ್ಲಿ ನಿಮ್ಮ 'ಹೊಸ ವರ್ಷದ ಎಲ್ಲ ನಿರ್ಣಯಗಳನ್ನು' ನಮೂದಿಸಿ ಉದಾ: "ನಾನು ಇನ್ನು ಮುಂದೆ ಆಹಾರ ಪಥ್ಯ ಅನುಸರಿಸುತ್ತೇನೆ" ಎಂದು ಹೇಳುವ ಬದಲಾಗಿ, "ನಾನು ಇನ್ನು ಮುಂದೆ ಕ್ಯಾಂಡಿಗಳನ್ನು ಅಥವಾ (ಸಿಹಿ ಚಾಕೊಲೇಟ್‌ಗಳು ತಿನ್ನುವುದನ್ನು ನಿಲ್ಲಿಸುತ್ತೇನೆ" ಎಂದು ನಮೂದಿಸಿ.
7. ವರ್ಷಾನುಗಟ್ಟಲೆ ನೀವು ಬಳಸದೇ ಮೂಲೆಗಿರಿಸಿರುವ ವಿದ್ಯುನ್ಮಾನ ಉಪಕರಣಗಳು ಮತ್ತು ಅಡುಗೆ ಮನೆಯ ಪಾತ್ರೆ ಪಡಗಗಳನ್ನು ಯಾರಿಗಾದರೂ ದಾಟಿಸಿ ಬಿಡಿ.
8. ನಿಮ್ಮ ಮನೆಯಲ್ಲೇ ಒಂದು ಏಕಾಂತ ಕೋಣೆಯನ್ನೇ ಹೋಲುವ ಒಂದು ಪುಟ್ಟ

ಮೂಲೆ ಸೃಷ್ಟಿಸಿಕೊಳ್ಳಿ, ಸಾಧ್ಯವಾದರೆ ಒಂದು ಇಡೀ ಕೋಣೆಯನ್ನೇ. ನೀವು ಅಲ್ಲಿ ವಿಶ್ರಾಂತಿ ಮಾಡುವಾಗ, ವಿದ್ಯುನ್ಮಾನ ಉಪಕರಣಗಳ ಸಹಾಯವಿಲ್ಲದೆ ಮಾಡಬಹುದಾದ ಕೆಲಸಗಳನ್ನು ಮಾತ್ರ ಮಾಡಿಕೊಳ್ಳಬಹುದು. ಇಲ್ಲಿ ಬೇಕಿದ್ದರೆ, ಓದಬಹುದು, ಧ್ಯಾನ ಗೈಯಬಹುದು, ಚಿತ್ರರಚನೆ, ಕುಂಚಕಲೆ ಮಾಡಬಹುದು, ನಿಮ್ಮ ಪ್ರೀತಿಪಾತ್ರರ ಜೊತೆ ಹರಟೆ ಹೊಡೆಯಬಹುದು, ಹಲಗೆ ಮೇಲಾಡುವ ಆಟ (ಚೆಸ್, ಕೇರಂ, ಇತ್ಯಾದಿ...) ಗಳನ್ನು ಆಡಬಹುದು.

9. ನಿಮ್ಮ ದಿನಚರಿಯಲ್ಲಿ ಒಂದಷ್ಟು ಸಮಯವನ್ನು ತೆರವುಗೊಳಿಸಿರಿ. ಪ್ರತಿದಿನ ಅಥವಾ ಪ್ರತಿವಾರ 'ಖಾಸಗಿ ಸಮಯ' ಎಂಬ ಶಿರೋನಾಮೆಯ ಅಡಿಯಲ್ಲಿ ಒಂದಷ್ಟು ಗಂಟೆಗಳನ್ನು ಮೀಸಲಿರಿಸುತ್ತಾ ಹೋಗಿ. ಆ ಸಮಯ ಬಂದಾಗ, ಏನನ್ನು ಮಾಡಬೇಕೆಂದು ಮನಸಾರೆ ಭಾವಿಸುತ್ತೀರೋ ಅದನ್ನೇ ಮಾಡಲು ನಿಮ್ಮನ್ನು ನೀವೇ ಅರ್ಪಿಸಿಕೊಳ್ಳಿ.

10. ಮೂರು ಬಾರಿ ದೀರ್ಘವಾಗಿ ಉಸಿರೆಳೆದುಕೊಳ್ಳಿ, ನಿಮ್ಮ ಕಣ್ಣುಗಳನ್ನು ಮುಚ್ಚಿರಿ, ಮತ್ತು ಕಳೆದ ವಾರದ ನಿಮ್ಮ ಮೂರು ಅತ್ಯುತ್ತಮ ಕ್ಷಣಗಳನ್ನು ಪರಿಕಲ್ಪಿಸಿಕೊಳ್ಳಿ, ಮನಸ್ಸಿಗೆ ವಂದನೆ ಸಲ್ಲಿಸಿ ಮತ್ತು ಮಂದಹಾಸ ಬೀರಿರಿ!

ಬಿಡುವು ಕಲ್ಪಿಸುವ /ಸೃಜಿಸುವ ಸಾಧನ - ವಾಬಿ ಸಾಬಿಯ ಮೋಡ

ನೀವು ಮಾಡಬೇಕಾದ ಕೆಲಸಗಳೆಲ್ಲದರಿಂದಾಗಿ ತಡೆಯಲಾಗದ ಮುಳುಗಿಹೋಗುವ ಭಾವ ಅನುಭವಿಸುತ್ತಿದ್ದರೆ ಮತ್ತು ಒತ್ತಡವು ನಿಮ್ಮ ಬದುಕಿನ ಒಬ್ಬ ವಿಧೇಯ ಸಂಗಾತಿಯಾಗಿದ್ದರೆ, ಒಂದಷ್ಟು ಆರಾಮವಾಗಿರಲು ಅವಕಾಶ ಮಾಡಿಕೊಳ್ಳುವ ಬಿಡುವು ಪಡೆಯಿರಿ. ಒಂದು ಬಟ್ಟಲು ಚಹಾ ಸಿದ್ಧಮಾಡಿಕೊಂಡು ಆರಾಮ ಕುರ್ಚಿಯಲ್ಲಿ ಕುಳಿತು ದಿನಚರಿ ಪುಸ್ತಕದಲ್ಲಿ ಅಥವಾ ಒಂದು ಖಾಲಿ ಹಾಳೆಯ ಮೇಲೆ ಬರೆಯಲಾರಂಭಿಸಿ, ಅಷ್ಟೆ.

ನಿಮ್ಮ ಪ್ರೇರಣಾಶಕ್ತಿಯಾಗಿ ಈ ವಾಬಿಸಾಬಿ ಮೋಡವನ್ನು ಬಳಸಿಕೊಳಿ. ಈ ಯಾವುದಾದರೂ ಒಂದು ಶಬ್ದದಿಂದ ನಿಮ್ಮ ಮೊದಲ ವಾಕ್ಯ ಬರೆಯಲಾರಂಭಿಸಿ ಮತ್ತು ಆ ನಂತರ ನಿಮ್ಮ ಕಲ್ಪನೆಯು ಚಿಂತನೆಗಳನ್ನು, ಭರವಸೆಗಳನ್ನು ಮತ್ತು ಭವಿಷ್ಯ ಕುರಿತ ಯೋಜನೆಗಳನ್ನು ಮುಕ್ತವಾಗಿ ಅಭಿವ್ಯಕ್ತಿಪಡಿಸುತ್ತಾ ಓಡುತ್ತಿರಲಿ.

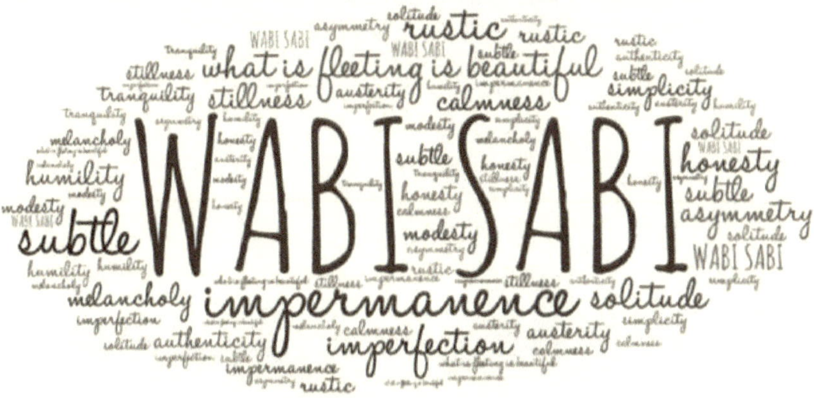

ಓ, ಆಗಲೆ ಧ್ಯಾನದ ಸಮಯ ಬಂದೇ ಬಿಟ್ಟಿತೇ!

ದೇಗುಲದ ಮೂಲಕ ಸುತ್ತಾಡುವುದು,
ಉದ್ಯಾನದಲ್ಲಿ ಒಂದು ಆಸನದ ಮೇಲ್ಕೂರುವುದು,
ಸಮುದ್ರದ ದಂಡೆಯುದ್ದಕ್ಕೂ ನಡೆವುದು,
ಕ್ಷಿತಿಜವ ಧ್ಯಾನಿಸುತ್ತಲೇ ಒಂದು ಬಂಡೆಗೆ ಒರಗುವುದು,
ಹಾಗೇ ನೆಲಕ್ಕೆ ಒರಗಿ ಬೀಳುವುದು,
ತಾರಾಭರಿತ ಆಗಸ ನಿಮ್ಮ ಕನೀನಿಕೆಯ ತುಂಬುವುದು.
ಪ್ರೀತಿಪಾತ್ರರೊಬ್ಬರ ಮೃದುತಾಡನ,
ಹಂಚಿಕೊಂಡ ನಗೆಗಳು,
ಪಕ್ಕನೆ ಹೊಳೆದ ಒಂದು ಯೋಜನೆ
ಯಾವ ಕಾಸೂ ಖರ್ಚಿಲ್ಲದ
ಸರಳ ಶುದ್ಧ ಕ್ಷಣಗಳು.

ಕನಿಷ್ಠತಮವಾದದ ಪಂಥ

"ಸರಳತೆಯೇ ಆತ್ಯಂತಿಕ ಅತ್ಯಾಧುನಿಕತೆ"
- ಲಿಯೊನಾರ್ಡೊ ಡಾ ವಿನ್ಸಿ.

ನಾನು ಟೋಕ್ಯೋ ನಗರದಲ್ಲಿ ವಾಸಿಸುವಾಗ ಕಾಲ ಕಳೆದ ಅವಧಿಯಲ್ಲಿ ಆ ಮಹಾನಗರದ ಬದುಕಿನ ಪ್ರಲೋಭನೆಗಳಿಂದ ಕೊಚ್ಚಿ ಹೋಗಲು ನನಗೆ ನಾನೇ ಒಡ್ಡಿಕೊಂಡಿದ್ದೆ. ನನ್ನ ಏಜೆಂಟನ ಕಛೇರಿಯಿಂದ ಕೇವಲ ಹತ್ತೇಹತ್ತು ನಿಮಿಷಗಳ ಮೆಟ್ರೋ ರೈಲು ಪ್ರಯಾಣದ ಅವಧಿಯಷ್ಟು ದೂರದಲ್ಲಿದ್ದ ಅವೊಯಮದ ಅಪಾರ್ಟ್‌ಮೆಂಟ್ ಒಂದರಲ್ಲಿ ನಾನು ಬಹು ದುಬಾರಿ ಬಾಡಿಗೆ ಕೊಟ್ಟುಕೊಂಡು ವಾಸವಿದ್ದೆ.

ಪ್ರತಿವರ್ಷವೂ ನಾನು ಹೆಚ್ಚು ಹೆಚ್ಚು ಹಣ ಸಂಪಾದಿಸುತ್ತಿದ್ದೆನಾದ್ದರಿಂದ ನಾನು ಹುಚ್ಚುಚ್ಚಾಗಿ ಖರ್ಚು ಮಾಡುವ ಚಟ ಬೆಳೆಸಿಕೊಂಡೆ, ಅಂತಾಗಿ ನಾನು ಬಯಸಿದ್ದನ್ನೆಲ್ಲಾ ಕೊಳ್ಳಲನುವಾದೆ. ನನ್ನ ಅನೇಕ ವರ್ಷಗಳ ಉಳಿತಾಯವನ್ನು ಉಪಯೋಗಿಸಿ 'ಸ್ಟೀಯನ್‌ವೆ' ಎಂಬ ಪ್ರಖ್ಯಾತ ಮುದ್ರೆಯ ಭವ್ಯ ಪಿಯಾನೋ (ಆ ರೀತಿಯದಾದರೆ ಮಾತ್ರ ನಾನು ಚೆನ್ನಾಗಿ ನುಡಿಸಬಲ್ಲೆ ಎಂದು ಯೋಚಿಸಿದ್ದೆ) ಕೊಳ್ಳಲು, ಅಡುಗೆ ಮನೆಗೆ ಬೇಕಾದ ಎಲ್ಲ ತರಹದ ಸಲಕರಣೆಗಳನ್ನು (ಆ ರೀತಿಯಾದರೆ ನಾನು ಮನೆ ಅಡಿಗೆ ಜಾಸ್ತಿ ಮಾಡಿಕೊಳ್ಳುತ್ತೇನೆ ಎಂದು ಯೋಚಿಸಿದ್ದೆ)ಕೊಳ್ಳಲು ಆರಂಭಿಸಿದೆ. ಮುಂದುವರೆದು, ರಕು ಬಟ್ಟಲುಗಳನ್ನೂ ಸಹ ಕೊಂಡು ಸಂಗ್ರಹಿಸಲು ಆರಂಭಿಸಿದೆ (ನನ್ನ ಕಲಾಕಾರ ಸ್ನೇಹಿತರು ನನ್ನ ಮನೆಗೆ ಭೇಟಿ ನೀಡಿದಾಗ ಅವರನ್ನು ಈ ರೀತಿಯಾಗಿ ಮೆಚ್ಚಿಸಬಹುದೆಂದು ಯೋಚಿಸಿದ್ದೆ), ಇತ್ತೀಚಿನ ತಂತ್ರಜ್ಞಾನವನ್ನೊಳಗೊಂಡ ಒಂದು ಟಿ.ವಿ. ಮತ್ತು ಚರ್ಮದ ಒಂದು ಸೋಫಾಸೆಟ್‌ನ್ನು (ಈ ರೀತಿ ಮಾಡುವುದರಿಂದ ನಾನು ಹುಡುಗಿಯರನ್ನು ಮೆಚ್ಚಿಸಬಲ್ಲೆ ಎಂದು ಸ್ನೇಹಿತರು ನನಗೆ ಹೇಳಿದ್ದರು), ಒಂದು ದೊಡ್ಡ ಪರದೆಯುಳ್ಳ ಅತ್ಯಾಧುನಿಕ ತಂತ್ರಜ್ಞಾನವನ್ನೊಳ-ಗೊಂಡ ಒಂದು ಕಂಪ್ಯೂಟರ್‌ನ್ನೂ ಕೊಂಡೆನು (ಆ ರೀತಿ ಮಾಡುವುದರಿಂದ ನಾನು ಹೆಚ್ಚುಹೆಚ್ಚಾಗಿ ಮತ್ತು ಚೆನ್ನಾಗಿಯೂ ಬರೆಯಬಹುದು ಎಂದು) ಮತ್ತು ಲೆಕ್ಕವಿಲ್ಲದಷ್ಟು ಹೊಸ ಉಡುಪುಗಳನ್ನೂ ಕೊಂಡೆನು. ಕೊನೆಗೇನಾಯಿತು? ನನ್ನ ಕಪ್‌ಬೋರ್ಡಿನಲ್ಲಿ ಅವುಗಳನ್ನಿಡಲು ಜಾಗವೇ ಇಲ್ಲವಾಯ್ತು.

ಅಂದರೆ, ನಾನು ಅಷ್ಟೊಂದು ತಲೆಕೆಟ್ಟವನಾಗಿದ್ದೆ ಮತ್ತು ಗೊಂದಲಕ್ಕೂ ಬಿದ್ದಿದ್ದೆ! ನಮಗೆ ಅಗತ್ಯವಿರದ ವಸ್ತಗಳನ್ನು ಸಂಗ್ರಹಿಸುತ್ತಾ ಹೋಗುವುದು ಎಂತಹ ಹುಚ್ಚುತನ ಎಂದು ನನಗೆ ನಿಧಾನಕ್ಕೆ ಕೊಂಚ ಕೊಂಚವೇ ಅರಿವಾಯ್ತು. ಅವುಗಳೆಲ್ಲ ನನಗೆ ಸಂತಸ ತಂದೊಡ್ಡುವ ಬದಲಾಗಿ, ಆ ಎಲ್ಲ ಆಸ್ತಿ ಮತ್ತು ಒಡೆತನಗಳೂ ನನ್ನ ಆತ್ಮದ ಮೇಲಿನ ಭಾರವಾಗಿ ಬಿಟ್ಟವು. ಪ್ರತಿಯೊಂದೂ ಸಹ ಅವು ಹೇಗಿರಬೇಕಿರುತ್ತೆಂದು ನಾನೆಂದುಕೊಂಡಿದ್ದೇನೊ, ಅದಕ್ಕೆ ಏಕ್‌ದಂ ತದ್ವಿರುದ್ಧವಾಗಿ ಹೊರಹೊಮ್ಮಿದುವು.

ಸ್ಟೀಯನ್‌ವೇ ಪಿಯಾನೊದಿಂದಾಗಿ ನಾನು ಎಷ್ಟೊಂದು ಭಯಭೀತನಾಗಿಬಿಟ್ಟೆನೆಂದರೆ ಆ ಮೊದಲಿಗಿಂತಲೂ, ಆ ವರ್ಷಗಳಲ್ಲಿ (ಅಂದರೆ, ಅದನ್ನು ಕೊಂಡ ನಂತರ) ಅದನ್ನು ಬಹಳ ಅಂದರೆ ಬಹಳ ಕಡಿಮೆ ನುಡಿಸಿದೆ ಎನ್ನಲಡ್ಡಿಯಿಲ್ಲ. ನಾನು ಅಡುಗೆಮನೆಯನ್ನು ಹೆಚ್ಚು ಬಾರಿ ಶುಚಿಗೊಳಿಸಿದ್ದೇ ನನಗೆ ಜ್ಞಾಪಕವಿಲ್ಲ, ಏಕೆಂದರೆ ನಾನು ಯಾವಾಗಲೂ ಹೊರಗಡೆ ಹೊಟೆಲ್‌ಗಳಲ್ಲೇ ತಿನ್ನುತ್ತಿದ್ದೆ- ಟೋಕ್ಯೋ ನಗರವು ಆಹಾರ ಪಾನೀಯಗಳ ಸ್ವರ್ಗ ಎಂಬುದು ಎಲ್ಲರಿಗೂ ಗೊತ್ತು. ನಾನು ಆಗಾಗ ಮಾಡಬೇಕಿದ್ದ ಒಂದೇ ಕೆಲಸವೆಂದರೆ ಆ ಉಪಕರಣಗಳ ಧೂಳು ಕೊಡುವುವುದು. ನಾನು ಕೊಂಡಿದ್ದ ಆ ದೈತ್ಯಾಕಾರದ ಟಿ.ವಿ.ಯು ನನ್ನನ್ನೇ ನುಂಗಿಬಿಡುವ ನೀರಿನ ಒಂದು ಸುಳಿಯಂತೆ ನನ್ನ ಬಿಡುವಿನ ಸಮಯವನ್ನೆಲ್ಲ ತಿಂದುಹಾಕುವುದರಲ್ಲಿ ಪರ್ಯವಸಾನವಾಯ್ತು. ಕಂಪ್ಯೂಟರ್ ಅಂತೂ ನಾನು ಯಾವತ್ತೂ ಉತ್ತಮವಾಗಿ ಬರೆಯುವಂತೇನೂ ಮಾಡಲೇ ಇಲ್ಲ, ಇನ್ನು ಅಲ್ಮಿರಾದಲ್ಲಿನ ಉಡುಪುಗಳೋ ಪ್ರತಿ ದಿನ ಮುಂಜಾನೆ ನನ್ನನ್ನು ಕಕ್ಕಾಬಿಕ್ಕಿ ಮಾಡಿಬಿಡುತ್ತಿದ್ದುವು, ಏಕೆಂದರೆ ಆ ದಿನ ತೊಡಲು ನಾನು ಯಾವುದನ್ನು ಆಯ್ಕೆ ಮಾಡಬೇಕೆಂಬುದೇ ನನಗೆ ತಿಳಿಯುತ್ತಿರಲಿಲ್ಲ.

ಈ ಕೆಳಗಿನ ಎರಡು ನಂಬಿಕೆಗಳ ಆಧಾರದ ಮೇಲೆ ಮಾಡಿದ ನನ್ನೆಲ್ಲ ಖರೀದಿಗಳೂ ತಪ್ಪು ಆಯ್ಕೆಗಳೇ ಆಗಿದ್ದುವು:

- ನನ್ನಲ್ಲಿ ಹೊಸಹೊಸದಾದ ಮತ್ತು ಹೆಚ್ಚು ಸಂಖ್ಯೆಯ ವಸ್ತುಗಳಿದ್ದುದೇ ಆದರೆ, ಎಲ್ಲವೂ ಉತ್ತಮವಾದುದ್ದೇ ಆಗಿರುತ್ತದೆ ಎಂಬುದು ಒಂದು.
- ನಾನು ಇವೆಲ್ಲವನ್ನೂ ಹೊಂದಿದ್ದೇ ಆದರೆ, ಬೇರೆಯವರು ನನ್ನನ್ನು ಹೆಚ್ಚು ಗೌರವದಿಂದ ಕಾಣುತ್ತಾರೆ ಎಂಬುದು ಮತ್ತೊಂದು.

ಇತ್ತೀಚೆಗೆ ನೀವು ಏನನ್ನು ಖರೀದಿಸಿದ್ದೀರೋ ಅದೆಲ್ಲವೂ ಈ ಎರಡರಲ್ಲಿ ಒಂದು ನಂಬಿಕೆಯ ಮೇಲೆಯೇ ನಡೆದದ್ದಿರಬೇಕಲ್ಲವೆ?

ಈ ಎರಡು ಹುಸಿಭ್ರಾಂತಿಯ ಮಾನಸಿಕ ನಮೂನೆಗಳು ನನ್ನ ತೀರ್ಮಾನಗಳನ್ನು ನಿಯಂತ್ರಿಸುತ್ತಿದ್ದುವು ಎಂದು ಯಾವಾಗ ಮನವರಿಕೆ ಮಾಡಿಕೊಂಡೆನೊ, ಆಗಿನಿಂದ ನಾನು ಹೆಚ್ಚುಕಡಿಮೆ ನನ್ನಲ್ಲಿದ್ದುದ್ದೆಲ್ಲವನ್ನೂ ಒಂದೊಂದಾಗಿ ತೊಲಗಿಸಿಕೊಳ್ಳಲು ತೀರ್ಮಾನಿಸಿದೆ. ಅದು ಅಂತಿಮವಾಗಿ ನಾನು ಟೋಕ್ಯೋ ನಗರದ ಜೀವನವನ್ನೇ ಹಿಂದೆ ಬಿಟ್ಟು ಮುಂದೆ ಹೋಗುವಂತೆ ಮಾಡಿತು.

ಕನಿಷ್ಠತಮತೆಯ ಕಾಲ

ಕಲೆ ಮತ್ತು ವಾಬಿ ಸಾಬಿ ಮೇಲಿನ ಪ್ರೀತಿಯು ನನಗೆ ಯಾವಾಗಲೂ ಸರಿಯಾದ ಮಾರ್ಗವನ್ನೇ ತೋರುತ್ತಿತ್ತು ಎಂದು ಕೂಡಲೇ ಮನವರಿಕೆ ಮಾಡಿಕೊಂಡೆ. ಒಂದೇ ವಿಷಯವೆಂದರೆ, ನಗರ ಜೀವನದ ಒತ್ತಡವನ್ನು ಏನು ನಾನು ಹೀರಿಕೊಂಡಿದ್ದೆನೋ, ಅದನ್ನು ಮಾತ್ರ ಉಪೇಕ್ಷಿಸಿ ಬಿಟ್ಟಿದ್ದೆನು.

ಡೆಯಿಸೆಟ್‌ಸು ಟಿ. ಸುಝುಕಿ (1871–1966) ಎಂಬುವವರು 'ವಾಬಿ' ಎಂಬ ಶಬ್ದವನ್ನು ಈ ಕೆಳಗಿನಂತೆ ನಿರ್ವಚಿಸಿದ್ದಾರೆ: "ವಾಬಿ ಎಂದರೆ ಒಂದು ಸಣ್ಣ ಕೋಣೆಯಲ್ಲೇ ತೃಪ್ತಿಕಾಣುವುದು, ಎರಡು ಅಥವಾ ಮೂರು ಟಟಮಿಗಳ ಜೊತೆಗೆ, ಹತ್ತಿರದ ಜಮೀನಿನಿಂದ ಕಿತ್ತು ತಂದ ಒಂದು ತಟ್ಟೆ ತುಂಬಾ ಇರುವ ತರಕಾರಿಗಳು, ಮತ್ತು ಬಹುಶಃ ಮನೆ ಛಾವಣಿಯ ಮೇಲೆ ವಸಂತಕಾಲದಲ್ಲಿ ಬೀಳುವ ಮಳೆ ಹನಿಗಳ ಟಪಟಪ ಶಬ್ದ ಆಲಿಸಲು ಶಕ್ತನಾಗುವುದು ಇಷ್ಟೆ...."

ಮಾನಸಿಕ ಸ್ಥಿತಿಯ ಕುರಿತು

...ತವಾದ ಕೋಣೆಯೆಂದರೆ
ಅಭಿವ್ಯಕ್ತಿ ಎಂದೇ ಅರ್ಥ.
...ರ್ಮೆಸ್ ಟ್ರಿಸ್‌ಮೆಜಿಸ್ಟಸ್
...ಎಂದು. ಆದರೆ ಒಳ್ಳೆಯ
...ಂದು ಅಭಿವ್ಯಕ್ತಿಯಾಗಿದ್ದ
...ವೆಂದರೆ, ನಮ್ಮ ಆಂತರಿಕ

...ದಷ್ಟೂ ಬರಿದು ಮಾಡಿ
...ನ್ನೂ ಹೆಚ್ಚಿನ ಉತ್ಪಾದಕ
...ಗಳಿಂದ ಅದನ್ನು ನೀವು

...ಗಿಸದೇ ಇರುವಂತಹ

...ದನ್ನು ನಿಮ್ಮ ಮನೆಯ

...ಕೇಂದರೆ ನಮಗೆ ಯಾವುದು ಮಾತ್ರ
...ುದೋ ಒಂದು ನಮಗೆ ಅತ್ಯಗತ್ಯವೋ
...ಎರಡು ಪ್ರಶ್ನೆಗಳನ್ನು ಕೇಳಿಕೊಳ್ಳುವುದು:-

...ನ್ನು ನಾನು ಮನಃಪೂರ್ವಕವಾಗಿ
...ಕ್ಕೂ ಅಗತ್ಯವಿದೆಯೋ?

...ನ್ನ ಅಹಂಗೆ ಇಷ್ಟವಾದುದೇ? ಏಕೆಂದರೆ
...ೀತಿ ಉತ್ತಮ ಎಂದು ಅದು ಭಾವಿಸಬಹುದು
...ುವುದಕ್ಕಾಗಿಯೋ?

... ಎಲ್ಲವನ್ನೂ ನೀವು ಈಗಿಂದೀಗಲೇ
...ಆರಾಮವಾಗಿ ಬಿಡಲು ಸಾಧ್ಯವೋ ಅಷ್ಟರಿಂದ
...ತ್ಯಜಿಸಲು ತೊಡಗಿರಿ. ದಿನವಹಿಯಾಧಾರದ
...ಮ್ಮನೆ ನಿಮಗೆ ನೀವೇ ಕೇಳಿಕೊಳ್ಳುತ್ತೀರಿ ಮತ್ತು
...ಲಾವಣೆಯನ್ನು ಗಮನಿಸಲು ಆರಂಭಿಸುತ್ತೀರಿ.

...ವುದೇನೆಂದರೆ, ಮೂರನೆಯ ಪ್ರಶ್ನೆಯೊಂದನ್ನೂ
...ಪ್ರತಿದಿನವೂ ಅದನ್ನೇ ನೋಡುತ್ತಿರುವುದರಿಂದ
...ವಂತಹ ಇನ್ನಷ್ಟು ಬಹಳ ಸುಂದರವಾದದ್ದು
ಮತ್ತಾವುದಾದ...

ವಿನ್ಯಾಸಕಾರ ಮತ್ತು ವಾಸ್ತುಶಿಲ್ಪಿಯಾದ ವಿಲಿಯಂ ಮೊರಿಸ್ ಹೇಳಿದ್ದಾರೆ: "ಉಪಯೋಗಕ್ಕೆ ಬರುತ್ತದೆ ಎಂದು ನಿಮಗೆ ತಿಳಿಯದಿರುವ ಅಥವಾ ಸುಂದರವಾಗಿದೆ ಎಂದು ನಂಬಲಾಗದ ಯಾವುದನ್ನೂ ನಿಮ್ಮ ಮನೆಯಲ್ಲಿರಿಸಿಕೊಳ್ಳಬೇಡಿ."

ಒಳಗೆ ಹೇಗೊ, ಹೊರಗೂ ಹಾಗೆ.

ನಾವು ವಸ್ತುಗಳನ್ನು ಆಚೆ ಬಿಸಾಡಲು ಏಕೆ ಮನಸ್ಸಿಲ್ಲದವರಾಗುತ್ತೇವೆ ಎಂಬುದಕ್ಕೆ ಎರಡು ಕಾರಣಗಳಿವೆ.

- ಅದು ಮುಂದೆಂದಾದರೂ ಭವಿಷ್ಯದಲ್ಲಿ ಉಪಯೋಗಕ್ಕೆ ಬಂದರೂ ಬರಬಹುದೆಂದು ನಿಮಗೆ ನೀವೇ ಹೇಳಿಕೊಳ್ಳುವುದು, ನೀವೇ ಅದನ್ನು ಉಪಯೋಗಿಸಿಕೊಳ್ಳಲೂಬಹುದು ಮತ್ತು ಹಾಗಾಗಿ ಆ ರೀತಿ ಹಣ ಉಳಿಸಬಹುದೆಂಬುದಕ್ಕಾಗಿ.
- ಅದು ನಿಮ್ಮ ಕೂಡ ಭಾವನಾತ್ಮಕ ಮೌಲ್ಯ ಹೊಂದಿದೆ–ನಿಮ್ಮ ಮನಸ್ಸು ಅದನ್ನು ಸಂತಸದ ಕ್ಷಣಗಳ ಜತೆ ಜೋಡಿಸುತ್ತದೆ.

ವಸ್ತುಗಳನ್ನು ಮನೆ ತುಂಬಾ ರಾಶಿ ಇಡುವುದರಲ್ಲಿ, ಗುಡ್ಡೆಹಾಕಿಕೊಳ್ಳುವ ವಿಷಯಕ್ಕೆ ಬಂದರೆ ನಿಮಗೆ ಹೆಚ್ಚಿನ ಬಾಗುವಿಕೆ ಅಥವಾ ಒಲವು ಇರುವುದು ಎರಡನೆಯ ಕಾರಣದತ್ತ. ಏಕೆಂದರೆ ಈ ಚಾಳಿಯು ಸಾಮಾನ್ಯವಾಗಿ ಭಾವಾವೇಶದ ಅಂಶವನ್ನು ಹೊಂದಿಯೇ ಇರುತ್ತದೆ.

ಯಾವಾಗ ವಸ್ತುಗಳನ್ನು ಸಂಗ್ರಹಿಸಿಡುವ ಬುದ್ಧಿಯು ನಮ್ಮ ಭಾವನೆಗಳ ಜೊತೆ

ಅಪಾಯಕಾರಿಯಾಗಿ ಮಿಶ್ರವಾಗಿ ಬಿಡುತ್ತದೊ ಆಗ ಅದು ನಮ್ಮ
ಹೇಳಿದಂತೆಯೇ ಆಯಿತು ಎಂದರ್ಥ.

ವಿಪರೀತ ವಸ್ತುಗಳಿಂದ ತುಂಬಿ ತುಳುಕುವ ಒಂದು ಅವ್ಯವಸ್ಥಿ
ಅದು ಅಲ್ಲಿ ವಾಸ ಮಾಡುವ ವ್ಯಕ್ತಿಯ ಭಾವಾವೇಶದ ಸ್ಥಿತಿಯ ಒಂದು

ಸಾವಿರಾರು ವರ್ಷಗಳ ಹಿಂದೆಯೇ, ಸಂನ್ಯಾಸಿ ಗುರು
ಎಂಬುವವರು ಹೇಳಿದ್ದಾರೆ, "ಒಳಗೆ ಹೇಗೊ, ಹೊರಗೂ ಹಾಗೆ"
ಸುದ್ದಿ ಏನೆಂದರೆ ಹೊರಗಿನ ಅಸ್ತವ್ಯಸ್ತತೆಯು ಒಳಗಿನ ತಳಮಳದ
ಪಕ್ಷದಲ್ಲಿ, ಆಗ ನಾವು ಹೊರಗಿನ ಅಸ್ತವ್ಯಸ್ತತೆಯನ್ನು ಗುಣಪಡಿಸಿಕೊಂಡ
ಅವ್ಯವಸ್ಥೆಯನ್ನು ಖಂಡಿತ ಗುಣಪಡಿಸಿಕೊಳ್ಳುತ್ತೇವೆ.

ನಿಮ್ಮ ಕೊಠಡಿಯನ್ನು ಅನಗತ್ಯವಸ್ತುಗಳಂದ ತುಂಬಿರುವುದನ್ನು
ಮತ್ತು ನೀವು ಆ ಕೂಡಲೆ ಒಳ್ಳೆಯ ಭಾವ ಹೊಂದುತ್ತೀರಿ. ಜತೆಗೆ
ಕೆಲಸಗಳನ್ನು ಮಾಡಲು ಉತ್ಸುಕರಾಗುತ್ತೀರಿ. ಈ ಕೆಳಗಿನ ಸರಳ ಉಪಾಯ
ಆರಂಭಿಸಬಹುದು.

- ಒಂದು ವರ್ಷಕ್ಕಿಂತಲೂ ಹೆಚ್ಚು ಕಾಲದಿಂದ ನೀವು ಉಪಯೋ
  ಹತ್ತು ವಸ್ತುಗಳನ್ನು ಆಚೆಗೆ ಎಸೆಯಿರಿ.
- ನಿಮ್ಮ ಮನೆಯ ಒಂದು ಮೂಲೆಯನ್ನು ಆಯ್ಕೆ ಮಾಡಿಕೊಂಡು ಅ
  ಬಹುಸುಂದರ ಭಾಗವಾಗಿ ಮಾಡಿರಿ.
- ಬೇರಾವುದನ್ನೂ ಸೇರಿಸುವುದಕ್ಕೆ ಮನಸ್ಸು ಮಾಡದೆ, ನಿಮ್ಮಲ್ಲಿ ಇರುವುದಕ್ಕೆ ನೀವು ಕೃತಜ್ಞರಾಗಿರಿ ಮತ್ತು ಅದಕ್ಕೆ ನೀವು ಬೆಲೆ ನೀಡಿರಿ.

ಇದೇ ವಿಷಯ ಕುರಿತಂತೆ ಲಾವೊ ಟ್ಸು ಹೇಳುತ್ತಾರೆ: "ನಿಮ್ಮ ಬಳಿ ಇರುವುದರಲ್ಲೇ ತೃಪ್ತಿಪಡಿ, ವಸ್ತುಸ್ಥಿತಿ ಹೇಗಿದೆಯೋ ಅಂತೆಯೇ ಅನುಭವಿಸಿ, ಆನಂದಿಸಿ, ಯಾವುದರದ್ದೂ ಕೊರತೆ ಇಲ್ಲ ಎಂದು ನಿಮಗೆ ಯಾವಾಗ ಮನವರಿಕೆಯಾಗುತ್ತದೊ, ಆಗ ಇಡೀ ಜಗತ್ತೇ ನಿಮ್ಮದಾಗುತ್ತದೆ."

ಒಂದು ಕನಿಷ್ಠತಮ ಜೀವನವಷ್ಟೇ ನಿಮ್ಮನ್ನು ಆ ಸ್ಥಿತಿಗೆ ಕೊಂಡೊಯ್ಯಬಲ್ಲದು. ಅದನ್ನು ಸಾಧಿಸಲು ನಿಮಗೆ ಸಹಾಯ ಮಾಡಲು ಮತ್ತು ಕೇವಲ ಸರಳವಾಗಿ ಒಪ್ಪ-ಓರಣವಾಗಿ ಇರುವುದಷ್ಟೇ ಅಲ್ಲದೆ ಅಲ್ಲಿಂದ ಆಚೆಗೂ ನೀವು ಮುಂದೆ ಹೋಗಬೇಕೆಂದಿದ್ದರೆ ಮತ್ತು 'ವಾಬಿ ಸಾಬಿ' ಹಾದಿಯು ನಿಮ್ಮ ಬದುಕನ್ನು ಬಹಳ ಹಗುರ ಮನಸ್ಸಿನ ಭಾವಾವೇಶದ ಸ್ಥಿತಿಗೆ ಕೊಂಡೊಯ್ಯುವುದಕ್ಕೆ ನಿಮ್ಮ ಬದುಕಿನಲ್ಲಿ 'ದನ್‌ಶರಿ'ಯನ್ನು ಆಚರಣೆಗೆ ತರಲು ಆರಂಭಿಸಬಹುದು.

ದನ್‌ಶರಿ (断捨離) ಅನಗತ್ಯವಾದುದನ್ನು ಕಿತ್ತು ಬಿಸಾಡುವ ಕಲೆ

ಭಾಷಾಂತರಿಸಲೇ ಸಾಧ್ಯವಾಗದ ಹಲವಾರು ಜಪಾನೀ ಪದಗಳಲ್ಲಿ ಇದೂ ಒಂದು. ಅದನ್ನು ಜಪಾನಿ ಲಿಪಿಯಲ್ಲಿ 断捨離 ಎಂದು ಬರೆಯಲಾಗುತ್ತದೆ ಮತ್ತು ಅದರ ಮೂರು ಲಿಪಿಗಳು ಕೊಡುವ ಅರ್ಥಗಳೆಂದರೆ: dan(ದನ್)断 ತಿರಸ್ಕರಿಸಲು (to reject), sha(ಶ)捨 (to throw) ಎಸೆಯಲು ಮತ್ತು ri(ರಿ)離 (to separate) ಬೇರ್ಪಡಿಸಲು ಎಂದು.

ನಮಗೆ ಅಗತ್ಯವೇ ಇಲ್ಲದ ವಸ್ತು ಅಥವಾ ಆಸ್ತಿಗಳನ್ನು ಕಿತ್ತು ಬಿಸಾಡುವ ಅಥ-

'ವಾ ವರ್ಜಿಸುವಂತೆ ಉತ್ತೇಜಿಸುವ ತತ್ತ್ವವೇ 'ದನ್‌ಶರಿ' ತತ್ತ್ವ. ಹಲವು ಸಲ ನಾವೇನನ್ನು ಸಂಗ್ರಹಿಸಿಕೊಂಡಿರುತ್ತೇವೊ ಅದು ಸಂತಸ ಅಥವಾ ಭದ್ರತೆಯ ಚಿಲುಮೆಯಾಗುವ ಬದಲಾಗಿ ಅದೇ ನಮ್ಮ ಕುತ್ತಿಗೆಗೆ ಬಲವಾಗಿ ಸುತ್ತಿಕೊಳ್ಳುವ ಒಂದು ಕಡಲುಕೋಳಿಯಾಗಿ ಹೊಮ್ಮುತ್ತದೆ. ಏಕೆಂದರೆ ಹೆಚ್ಚು ಹೆಚ್ಚು ಆಸ್ತಿಪಾಸ್ತಿ ಸರಕುಗಳನ್ನು ಹೊಂದಿದಂತೆ ಹೆಚ್ಚುಹೆಚ್ಚು ಜವಾಬ್ದಾರಿಯಿಂದ ಅವುಗಳನ್ನು ನಾವು ನಿರ್ವಹಿಸಬೇಕಾಗುತ್ತದೆ, ರಕ್ಷಿಸಬೇಕಾಗುತ್ತದೆ ಮತ್ತು ಅವುಗಳ ಕುರಿತು ಜಾಗರೂಕತೆ ವಹಿಸಬೇಕಾಗುತ್ತದೆ.

ನಮ್ಮ ದೈನಂದಿನ ಬದುಕಿನಲ್ಲಿ ದನ್‌ಶರಿಯನ್ನು 断捨離 ಅಳವಡಿಸಿಕೊಳ್ಳಲು, ಆ ಪದವನ್ನು ಸಂಯೋಜಿಸಿರುವ ಆ ಮೂರು ಲಿಪಿಗಳು ನಮಗೆ ಏನನ್ನು ನೀಡಿವೆಯೋ ಅವನ್ನು ಅನುಸರಿಸಬೇಕಾಗುತ್ತದೆ:

1. ದನ್ 断 ತಿರಸ್ಕರಿಸು: ದನ್‌ಶರಿಯಲ್ಲಿ ಇದು ಮೊದಲ ಹೆಜ್ಜೆ ಮತ್ತು ಜೀವನದಿಂದ ನೀವು ಏನನ್ನು ತಿರಸ್ಕರಿಸಬೇಕೆಂಬುದನ್ನು ಆಯ್ಕೆ ಮಾಡಿಕೊಳ್ಳಲು ಇದು ಅಪೇಕ್ಷಿಸುತ್ತದೆ.

2. ಶ 捨 ಬಿಸಾಡು: ದನ್‌ಶರಿಯ ಎರಡನೆಯ ಹೆಜ್ಜೆಯು ನೀವು ಮೊದಲನೆಯ ಹೆಜ್ಜೆಯಲ್ಲಿ ತಿರಸ್ಕರಿಸಲು ಏನನ್ನು ಆಯ್ಕೆ ಮಾಡಿಕೊಂಡಿರೋ ಅದನ್ನು ಹೊರಗೆಸೆಯಲು ಅಥವಾ ಬೇರಾರಿಗೊ ಕೊಟ್ಟು ಬಿಡಲು ಅಥವಾ ದಾನ ಮಾಡಲು ಅಥವಾ ಪುನರ್ ಬಳಸುವುದರ ಕುರಿತ ಕ್ರಿಯೆಯಿಂದ ಕೂಡಿರುತ್ತದೆ.

3. ರಿ 離 ಬೇರ್ಪಡಿಸು: ಇದು ಮೂರನೆಯ ಹೆಜ್ಜೆಯಾಗಿದ್ದು, ಇದು ಮಾನಸಿಕವಾಗಿ ರೂಪಕದಂತೆ ಬೇರ್ಪಡಿಸುವಿಕೆಯ ಒಂದು ಕ್ರಿಯೆಯಾಗಿರುತ್ತದೆ. ಅಂದರೆ, ನಿಮ್ಮ ಬದುಕಿನಲ್ಲಿ ಯಾವ ಯಾವ ವಸ್ತುಗಳಿಂದ ದೂರವಿರಬೇಕೆಂದು ಇಚ್ಛಿಸುತ್ತೀರೋ ಅವುಗಳನ್ನು ನಿಮ್ಮ ಭಾವಾವೇಶಗಳಿಂದ ಪ್ರತ್ಯೇಕಗೊಳಿಸುವುದು, ಅಂದರೆ ಅವುಗಳ ಮೇಲಿನ ವ್ಯಾಮೋಹವನ್ನು ತ್ಯಜಿಸುವುದು.

ದನ್‌ಶರಿ ಎಂಬುದು ವಸ್ತು, ವಿಷಯಗಳನ್ನು ತೊರೆಯುವ, ಅಥವಾ ಕಿತ್ತು ಹಾಕುವ ಕುರಿತಂತೆ ನೀವು ಅನುಸರಿಸಬೇಕಾದ ಯಾವುದೇ ಒಂದು ನಿರ್ದಿಷ್ಟ ಮಾರ್ಗ ಅಥವಾ ತಂತ್ರವನ್ನು ನಿಮ್ಮ ಮೇಲೆ ಹೇರುವುದಿಲ್ಲ. ಬದಲಾಗಿ ನಿಮಗೆ ಅನುಕೂಲಕರವಾದ ವೇಗದಲ್ಲಿ ಯಾವ್ಯಾವುದರ ಅಗತ್ಯವಿರುವುದೇ ಇಲ್ಲವೋ ಅಂತಹವುಗಳಿಂದ ಬಿಡುಗಡೆ ಹೊಂದುವ ಪೂರ್ಣ ಸ್ವಾತಂತ್ರ್ಯದ ಅವಕಾಶವನ್ನು ನಿಮಗೇ ನೀಡುತ್ತದೆ.

ದನ್‌ಶರಿಯನ್ನು ಏಕ್‌ದಂ ಅನ್ವಯಿಸುವ ಕುರಿತು ಮೇರಿ ಕೊಂಡೊ ಎಂಬುವರು ಸಲಹೆ ನೀಡುತ್ತಾರೆ. ಅದೆಂದರೆ: ನಿಮಗೆ ಖಡಾಖಂಡಿತವಾಗಿಯೂ ಅಗತ್ಯವೇ ಇಲ್ಲ ಎಂಬ ಎಲ್ಲವನ್ನೂ ತೊರೆದುಬಿಡುವುದಕ್ಕಾಗಿ ಒಂದೆರಡು ದಿನಗಳನ್ನು ಮುಡಿಪಾಗಿರಿಸಿ. ನಾನಂತೂ ಅದನ್ನು ನಿಧಾನವಾಗಿ ಒಂದೊಂದೇ ಹೆಜ್ಜೆಯಾಗಿ ತೆಗೆದುಕೊಳ್ಳಲು ಇಚ್ಛಿಸುತ್ತೇನೆ. ಒಂದು ದಿನ ನನ್ನ ಅಲ್ಮೀರಾದಲ್ಲಿನ ವಸ್ತುಗಳನ್ನು ವಿಂಗಡಿಸಿಕೊಳ್ಳುತ್ತೇನೆ, ಮತ್ತೊಂದು ದಿನ ಕೊಠಡಿಯದು ಮತ್ತು ಹೀಗೆ ಒಂದೊಂದಾಗಿ ಮುಂದುವರಿಯುತ್ತೇನೆ....

ನೀವು ಮೇರಿ ಕೊಂಡೊ ಅವರ ತಂತ್ರವನ್ನು ಅನುಸರಿಸುತ್ತೀರೊ ಅಥವಾ ಹೆಚ್ಚು ನಿಧಾನಗತಿಯಿಂದ ಮಾಡಲು ಬಯಸುತ್ತೀರೋ ಅದು ನಿಮಗೆ ಬಿಟ್ಟದ್ದು, ಅಂತೂ ಮುಖ್ಯ ವಿಷಯವೆಂದರೆ ದನ್‌ಶರಿಯನ್ನು ಸುಸಂಬದ್ಧತೆಯಿಂದ ಆಚರಣೆಗೆ ತರುವುದು.

ಮೊದಲ ಹೆಜ್ಜೆ ಇದೆಯಲ್ಲ, 'ದನ್' 断 ಅಂದರೆ ತಿರಸ್ಕರಿಸುವುದು, ಅನ್ವಯ ಮಾಡಲು ಇದೇ ಬಹಳ ಕಷ್ಟಕರವಾದ ಹೆಜ್ಜೆ. ಬೇಕಾದ್ದು ಮತ್ತು ಬೇಡವಾದದ್ದು ಯಾವುದು ಎಂದು ಆಯ್ಕೆ ಮಾಡಿಕೊಳ್ಳುವ ವಿಷಯಕ್ಕೆ ಬಂದಾಗ, ಬಹಳ ಬಲವಾದ ಅನಿಚ್ಛೆಯ ಅಂದರೆ ಇಷ್ಟವಿಲ್ಲದಿರುವ ಭಾವವನ್ನು ಅನುಭವಿಸಿದೆ ಎಂದು ನಾನು ಒಪ್ಪಿಕೊಳ್ಳುತ್ತೇನೆ. ಆಗ ನನ್ನ ಸಹಾಯಕ್ಕೆ ಬಂದ ತಂತ್ರವೆಂದರೆ, ಯಾವುದಾದರೂ ಒಂದು ವಸ್ತುವಿನ ಅಗತ್ಯ ಇದೆಯೋ ಇಲ್ಲವೋ ಎಂಬುದು ನನಗೆ ನಿಶ್ಚಯವಾಗದಿದ್ದ ಸಮಯದಲ್ಲಿ, ಅಂತಹವುಗಳನ್ನು "ಅನುಮಾನವಾದುದ್ದು" ಎಂದು ಹಣೆಪಟ್ಟಿ ಹಚ್ಚಿದ ಒಂದು ಪೆಟ್ಟಿಗೆಯಲ್ಲಿ ಹಾಕಿ, ಮತ್ತು ಮುಂದಿನ ಆರು ತಿಂಗಳುಗಳ ನಂತರವೂ ಆ ಪೆಟ್ಟಿಗೆಯನ್ನು ತೆರೆಯದೇ ಇದ್ದ ಪಕ್ಷದಲ್ಲಿ ಮುಂದಿನ 'ಶ' 捨 ಹಾಗೂ 'ರಿ' 離 ಹೆಜ್ಜೆಗಳಿಗೆ ನಾನು ಹೋಗುತ್ತಿದ್ದೆ.

ವರ್ಷಾನುಕಾಲ ದನ್‌ಶರಿಯನ್ನು ಅಭ್ಯಾಸ ಮಾಡಿದ ಮೇಲೆ, ಹೆಚ್ಚು ಹೆಚ್ಚು ಬಲಶಾಲಿಯಾಗಿಯೂ ಮತ್ತು ಮುಕ್ತನಾಗಿಯೂ ಇರುವಂತಹ ಭಾವ ಹೊಂದಿದ್ದೇನೆ. ವಸ್ತುಗಳೇ ನಮ್ಮನ್ನು ತಮ್ಮ ವಶಕ್ಕೆ ತೆಗೆದುಕೊಳ್ಳುವ ಬದಲು, ಬಯಸುವ ಯಾವುದನ್ನಾದರೂ ನಾನೇ ತೊರೆದು ಬಿಡುವ ಶಕ್ತಿಯನ್ನು ಹೊಂದಿರುತ್ತೇನೆ.

ಇದರಿಂದಾಗಿ ಹೆಚ್ಚು ಸಂತೋಷ ಪಡುವವನೂ ನಾನೇ ಮತ್ತು, ಅದು ವೈರುಧ್ಯವಾಗಿ ಧ್ವನಿಸಿದರೂ ಕೂಡ, ಹೆಚ್ಚು ಸಿರಿವಂತನೂ ನಾನೇ.

ವಾಬಿ ಸಾಬಿಯ ತತ್ತ್ವಾನುಸಾರ ಬದುಕು ನಡೆಸುವುದೆಂದರೆ ಸಂಪೂರ್ಣವಾಗಿ ಪ್ರತಿಯೊಂದನ್ನೂ ದೂರ ತಳ್ಳಿ ಬಿಡುವುದು ಅಥವಾ ವರ್ಜಿಸುವುದು ಎಂದು ಅರ್ಥವಲ್ಲ. ನಿಮ್ಮನ್ನು ಸಂತಸವಾಗಿ ಮತ್ತು ಆನಂದಕರವಾಗಿ ಇರಿಸುವಂತಹ ಎಲ್ಲವನ್ನೂ ನೀವು ಉಳಿಸಿಕೊಳ್ಳಿ, ಖಂಡಿತವಾಗಿಯೂ ಯಾವುದಕ್ಕೂ ಉಪಯೋಗವಿಲ್ಲ ಎನ್ನಿಸಿದ್ದನ್ನು ಮಾತ್ರ ಹೊರಕ್ಕೆಸೆಯಿರಿ.

ಇಲ್ಲಿ ಏನು ಮುಖ್ಯ ಎಂದರೆ, ಬದುಕಿನ ಚಿತ್ರದ ಸೌಂದರ್ಯವನ್ನು ಉತ್ತಮ ರೀತಿಯಲ್ಲಿ ನೀವು ನೋಡಲು ಅನುವಾಗುವಂತೆ, ಅನಗತ್ಯವಾದ, ಚಿತ್ತೈಕಾಗ್ರತೆಗೆ ಭಂಗ ತರುವಂತಹ ಎಲ್ಲವನ್ನೂ ವರ್ಜಿಸುವುದು.

ಅಮೆರಿಕಾದ ತತ್ವಶಾಸ್ತ್ರಜ್ಞರಾದ ಹೆನ್ರಿ ಡೇವಿಡ್ ಥೋರೋ ಹೇಳುತ್ತಾರೆ "ಒಬ್ಬ ಮನುಷ್ಯ ಎಷ್ಟು ವಸ್ತುಗಳನ್ನು ಅವುಗಳ ಪಾಡಿಗೆ ಅವನ್ನು ಬಿಟ್ಟುಬಿಡುತ್ತಾನೋ, ಅಷ್ಟರ ಮಟ್ಟಿಗೆ ಅಂದರೆ ಆ ಅನುಪಾತದಲ್ಲಿ ಅವನು ಸಿರಿವಂತನಿರುತ್ತಾನೆ."

ಕನಿಷ್ಠತಮತೆ ಮತ್ತು ಸರಳತನ

ವಾಬಿ ಸಾಬಿಯ ಅನುಸಾರ ನಿಜಕ್ಕೂ ಒಂದು ಸರಳ ನೈಸರ್ಗಿಕ ಬದುಕನ್ನು ಹೊಂದಲು, ಸುತ್ತಲಿನ ಜಗತ್ತನ್ನು ಮುತ್ತಿಕೊಂಡಿರುವ ಸದ್ದುಗದ್ದಲಗಳನ್ನು ನಿವಾರಿಸಲು ನಿಮ್ಮ ಮನೋಭೂಮಿಕೆಯನ್ನು ಬದಲಾಯಿಸಿಕೊಳ್ಳುವ ಅಗತ್ಯವಿದೆ.

ಆಧುನಿಕ ಬದುಕಿನ ಸಮಾಜವು ನಮ್ಮ ಮೇಲೆ ಬಹಳ ಒತ್ತಡ ಹಾಕುತ್ತದೆ, ಅದು ಹೇಗೆಂದರೆ, ಹೆಚ್ಚು ಆಧುನಿಕ ಉತ್ಪನ್ನಗಳನ್ನು ನಮಗೆ ನೀಡುವುದರ ಮೂಲಕ, ಹೆಚ್ಚು ಹೊಸ ವಿಷಯಗಳನ್ನು ಕಲಿಯುವಂತಾಗಿಸಿ, ಹೆಚ್ಚು ಹೆಚ್ಚು ಟಿ.ವಿ.ಸರಣಿಗಳು, ವಿಡಿಯೋ ಆಟಗಳು, ಚಲನಚಿತ್ರಗಳು, ಇತ್ಯಾದಿಯಾಗಿ... ಈ ಎಲ್ಲವೂ ನಮಗೆ ಕೈಯಳತೆಯಲ್ಲೇ ದೊರಕುವಂತಿವೆ ಮತ್ತು ಇದರ ಜೊತೆಜೊತೆಗೆ ಇವೆಲ್ಲ ಸಿಗುವುದೂ ನಮ್ಮ ಜೇಬುಗಳಲ್ಲೇ ಮನೆ ಮಾಡಿರುವ ಸ್ಮಾರ್ಟ್ ಫೋನಿನಲ್ಲೇ!

ಹಾಗಿದ್ದೂ, ಈ ರೀತಿಯ ಬದುಕೂ ಕೂಡ ನಾವು ಯಾವುದೋ ಕೊರತೆ ಅನುಭವಿಸುತ್ತಿದ್ದೇವೆ ಎಂಬ ಭಾವವನ್ನೇ ತರುತ್ತದೆ. ಅದು ನಮ್ಮನ್ನು ಇನ್ನಷ್ಟು ಐಹಿಕ ಸುಖಭೋಗದ ವಸ್ತುಗಳನ್ನು ಸಂಗ್ರಹಿಸಲು, ಜತೆಜತೆಗೆ ಯಶಸ್ಸು ಗಳಿಸಲು ಒತ್ತಾಯಿಸುತ್ತದೆ. ನಾವು ಈಗಾಗಲೇ ಒಂದು ಸ್ನಾತಕ ಪದವಿ ಮುಗಿಸಿ ಒಂದು ಒಳ್ಳೆಯ ನೌಕರಿಯಲ್ಲಿದ್ದಾಗ್ಯೂ ಕೂಡ, ಇನ್ನೂ ಮುಂದೆ ಹೋಗಿ ಎಂ.ಬಿ.ಎ., ಇತ್ಯಾದಿಗಳನ್ನು ಓದಲು ಮತ್ತು ಇನ್ನೂ 'ಉತ್ತಮ' ಕೆಲಸಗಳಲ್ಲಿ ನಿಲ್ಲಲು ಅದು ನಿರೀಕ್ಷಿಸುತ್ತದೆ.

ಆದರೆ ವಾಬಿಸಾಬಿಯು ಅವೆಲ್ಲದರಿಂದ ವಿಮುಖವಾದದ್ದು. ಅದರ ಉದ್ದೇಶವೆಂದರೆ ನಾವು ಈಗ, ಈ ಕ್ಷಣದಲ್ಲಿ ಏನೋ ಒಂದು, ಅಂದರೆ ಏನನ್ನು ಹೊಂದಿದ್ದೇವೊ ಅದನ್ನು ಒಪ್ಪಿಕೊಳ್ಳುವುದು, ಹೆಚ್ಚೂ ಇಲ್ಲ, ಕಡಿಮೆಯೂ ಇಲ್ಲ, ಅಂದರೆ ಸುಮ್ಮನೆ ಹೇಗಿದ್ದೇವೆಯೋ ಹಾಗೇ, ನಮ್ಮನ್ನು ನಾವೇ ಪ್ರೀತಿಸುವುದು, ಅಷ್ಟೇ.

ನಮ್ಮ ಬದುಕಿನಲ್ಲಿ ಮತ್ತಷ್ಟು-ಮಗದಷ್ಟನ್ನು ಸೇರಿಸುತ್ತಾ ಹೋಗುವುದರ ಬದಲಾಗಿ, ಆದಷ್ಟು ಖಾಲಿ ಜಾಗ ಸೃಷ್ಟಿಸಿಕೊಳ್ಳುವುದನ್ನು ವಾಬಿಸಾಬಿಯು ಉತ್ತೇಜಿಸುತ್ತದೆ. ನಮ್ಮಲ್ಲಿ ಒತ್ತಡ ಉಂಟು ಮಾಡುವ ಗದ್ದಲ, ಗಜಿಬಿಜಿಯ ಮತ್ತು ಮನೋಭಾರದ ಬದಲಾಗಿ, ಈ ರೀತಿ ನಾವು ಹೊಸದಾಗಿ ಸೃಷ್ಟಿಸಿದ ಖಾಲಿ ಜಾಗವು ಕೇವಲ ಯಾವುದು ಸುಂದರವೋ ಮತ್ತು ಯಾವುದು ಅತ್ಯಗತ್ಯವೋ ಅಂತಹದನ್ನು ಮಾತ್ರ ನಿಧಾನವಾಗಿ ತುಂಬಿಸಿಕೊಳ್ಳುತ್ತಾ ಹೋಗುತ್ತದೆ. ಆದ ಕಾರಣ, ಅನುಭೋಗಿ ಸಮಾಜವು ಕೃತಕವಾಗಿ ಸೃಷ್ಟಿಸಿದ ಗುರಿಗಳು ಅಥವಾ ಧ್ಯೇಯಗಳನ್ನು ಬೆನ್ನು ಹತ್ತುವ ಬದಲಾಗಿ ಇಂತಹವುಗಳತ್ತ ನಾವು ಕೇಂದ್ರೀಕರಿಸಬೇಕಾಗುತ್ತದೆ.

ಆದರೆ, ಈ ಪೈಪೋಟಿಭರಿತ ಜೀವನ ಶೈಲಿಗೆ ಶರಣಾಗುವುದನ್ನು ನಾವು ತಪ್ಪಿಸಿಕೊಳ್ಳುವುದು ಹೇಗೆ ಮತ್ತು ಇನ್ನೂ ಹೆಚ್ಚು ಮತ್ತು ಇನ್ನೂ ಉತ್ತಮ ವಸ್ತು-ವಿಷಯಗಳನ್ನು ಸಂಗ್ರಹಿಸಿಡುವ ಬೇಕು-ಬೇಕು ಎಂಬ ಬುದ್ಧಿಯಿಂದ ಬಿಡುಗಡೆ ಪಡೆಯುವುದು ಹೇಗೆ?

ಸ್ವಲ್ಪಕಾಲ ನಾನು ಮಾಡಿದ್ದೇನೆಂದರೆ, ಆ ರೀತಿ ಆಗದಂತೆ ಮಾನಸಿಕ ಪ್ರತಿಬಂಧ ಅಥವಾ ಅಡ್ಡಗಟ್ಟುಗಳನ್ನು ಸೃಷ್ಟಿಸಿಕೊಂಡಿದ್ದು. ಬದುಕಿಗೆ ಮತ್ತಷ್ಟನ್ನು ಸೇರಿಸಿಕೊಳ್ಳುವ ಬದಲಾಗಿ ಅಥವಾ ನನಗೆ ನಾನೇ ಆ ವಿಷಯಗಳಿಗೆ ತೆರೆದುಕೊಳ್ಳುವ ಬದಲಾಗಿ, ಯಾವುದು ಖಂಡಿತವಾಗಿಯೂ ಅನಗತ್ಯವೊ, ಅಂತಹದನ್ನು ವರ್ಜಿಸುತ್ತಾ, ನನ್ನನ್ನು ನಾನೇ ರಕ್ಷಿಸಿಕೊಳ್ಳಲು ಕ್ರಮಕೈಗೊಂಡೆ.

ನಿಮಗೆ ಅಗತ್ಯವಿಲ್ಲದ ಪರ್ವತಾಕಾರದಷ್ಟು ವಸ್ತುಗಳನ್ನು ವರ್ಜಿಸಿ ನಿಮಗೆ ನೀವೇ ಅವುಗಳಿಂದ ದೂರವಾದರೆ, ಬಹುಶಃ ಆಗ ನೀವು ಅದರ ಮಧ್ಯದಲ್ಲಿ ವಜ್ರವನ್ನೇ ಕಾಣಬಹುದು.

ನೀವು ಡಿಜಿಟಲ್(ಅಂಕಿಗಳ) ಕನಿಷ್ಠತಮತೆ ಸಾಧಿಸಲು ಸಹಾಯ ಮಾಡುವ ಅಡ್ಡಗಟ್ಟುಗಳು:-

- ವಾರದ ಒಂದು ಅನಲೊಗ್ ದಿನವನ್ನು ಸೃಷ್ಟಿಸಿಕೊಳ್ಳಿ- ಉದಾಹರಣೆಗೆ, ಭಾನುವಾರ.
- ಆ ದಿನ ನೀವು ಯಾವ ವಿದ್ಯುನ್ಮಾನ ಸಲಕರಣೆಗಳನ್ನೂ ಬಳಸಲಾರಿರಿ.
- ನಿಮ್ಮ ಪ್ರೀತಿಪಾತ್ರರ ಜತೆ ಸಂಪರ್ಕವಿರಿಸುವುದನ್ನು ಹೊರತುಪಡಿಸಿ, ಸ್ಮಾರ್ಟ್‌ಫೋನಿನ ಉಳಿದೆಲ್ಲ ಸೂಚನೆಗಳನ್ನು ನಿಷ್ಕ್ರಿಯಗೊಳಿಸಿ.
- ನಿಮ್ಮ ಸ್ಮಾರ್ಟ್‌ಫೋನ್‌ನಲ್ಲಿರಬಹುದಾದ ಯಾವುದಾದರೂ 'ಎಂದೂ ಮುಗಿಯದ' ಅನ್ವಯಿಕಗಳನ್ನು ತೆಗೆದುಹಾಕಿ. 'ಎಂದೂ ಮುಗಿಯದ' ಎಂದರೆ ನಾನೇನೆಂದು-ಕೊಂಡಿದ್ದೇನೆ? ಉದಾಹರಣೆಗೆ, ಎಷ್ಟು ಹೊತ್ತು ಬೇಕಾದರೂ ಎಳೆದು ಎಳೆದು ನೋಡುತ್ತಲೇ

ಹೋಗಬಹುದಾದ ಯಾವುದೇ 'ಸಾಮಾಜಿಕ ಜಾಲತಾಣದ ಅನ್ವಯಿಕ' ಇರಬಹುದು.

ಮಾಹಿತಿ ಸಂಬಂಧಿತ ಕನಿಷ್ಠತಮತೆಯನ್ನು ನೀವು ಸಾಧಿಸಲು ಸಹಾಯ ಮಾಡುವ ಅಡ್ಡಕಟ್ಟುಗಳು:–

- ನಿಮ್ಮ ಬದುಕಿನಿಂದ ವಾರ್ತಾ ಸಂಚಿಕೆಗಳನ್ನು ವರ್ಜಿಸಿಬಿಡಿ, ಇಲ್ಲವೇ, ನಿರ್ದಾಕ್ಷಿಣ್ಯವಾಗಿ ಕಡಿತಗೊಳಿಸಿ. ಆರೋಗ್ಯವನ್ನು ಏರುಪೇರು ಮಾಡುವ ಆಹಾರವನ್ನು ತಿನ್ನಲು ನಾವು ಹೇಗೆ ಇಷ್ಟಪಡುವುದಿಲ್ಲವೋ, ಅದೇ ರೀತಿ ಮನಸ್ಸಿಗೆ ನಾವು ಒದಗಿಸುವ ಮಾಹಿತಿಯ ಬಗ್ಗೆಯೂ ನಾವು ಎಚ್ಚರದಿಂದಿರಬೇಕು.

- ಕಳಪೆ ಮನರಂಜನೆಯನ್ನು ವರ್ಜಿಸಿರಿ. ಬಹಳ ಬುದ್ಧಿವಂತಿಕೆಯಿಂದ ಟೆಲಿವಿಷನ್ ಸರಣಿಗಳು, ಸಿನಿಮಾಗಳು ಮತ್ತು ಓದಲು ಬಯಸುವ ಪುಸ್ತಕಗಳನ್ನು ಆಯ್ಕೆ ಮಾಡಿಕೊಳ್ಳಿ. ವಿಡಿಯೋ ಆಟಗಳ ವೀಕ್ಷಣೆಯನ್ನು ಅತಿ ಮಾಡಿಕೊಳ್ಳದಿರಿ. ನಿಮ್ಮ ಬುದ್ಧಿ ಮತ್ತು ಮನಸ್ಸು ಏನನ್ನು ಸ್ವೀಕರಿಸುತ್ತದೋ ಅಥವಾ ಭೋಗಿಸುತ್ತದೋ, ಅದು ನಿಮ್ಮನ್ನು ಯಾವ ರೀತಿಯ ವ್ಯಕ್ತಿಯನ್ನಾಗಿ ಬದಲಿಸಬೇಕೆಂಬ ಶಕ್ತಿಯನ್ನು ಹೊಂದಿರುತ್ತದೆ.

ನಿಮ್ಮ ಆಹಾರ ಪಥ್ಯದಲ್ಲಿ ನೀವು ಕನಿಷ್ಠತಮತೆಯನ್ನು ಸಾಧಿಸಲು ಸಹಾಯ ಮಾಡುವ ಅಡ್ಡಗಟ್ಟುಗಳು:–

- ಆಧುನಿಕ ಆಹಾರ ಪದ್ಧತಿಯಲ್ಲಿನ ಅನಂತಾನಂತ ಸಂಖ್ಯೆಯ ಕ್ಲಿಷ್ಟಕರ ನಿಯಮಗಳ ಗೊಂದಲದ ಗೂಡಿನಲ್ಲಿ ಸಿಕ್ಕಿಹಾಕಿಕೊಂಡ ಭಾವವನ್ನು ಅನುಭವಿಸುವುದರ ಬದಲಾಗಿ, ಪ್ರತಿಯೊಂದು ಬಗೆಯ ಊಟ ತಿಂಡಿಯನ್ನು ಹಿತಮಿತವಾಗಿ ಅಂದರೆ ಹಾಳತವಾಗಿ ಸ್ವಲ್ಪ ಸ್ವಲ್ಪ ತಿನ್ನಿರಿ. ನಾನು ಊಟದ ವಿಷಯದಲ್ಲಿ 'ಹರಹಚಿಬು' ಎಂಬ ತತ್ವವನ್ನು ಪಾಲಿಸುತ್ತೇನೆ, ಹಾಗೆಂದರೆ, ಯಾವಾಗ ನಿಮ್ಮ ಹೊಟ್ಟೆ ಶೇಕಡಾ 80 ಭಾಗ ತುಂಬಿತು ಎಂಬ ಭಾವ ನಿಮಗೆ ಬರುತ್ತದೆಯೊ ಆಗ ತಿನ್ನುವುದನ್ನು ನಿಲ್ಲಿಸಿ.

- ಆಗಾಗ, ಬಿಟ್ಟುಬಿಟ್ಟು ಒಮ್ಮೊಮ್ಮೆ ಉಪವಾಸವಿರುವುದನ್ನೂ ರೂಢಿ ಮಾಡಿಕೊಳ್ಳಿ. ಉದಾಹರಣೆಗೆ, ನೀವು ಆರಂಭಕ್ಕೆ ಊಟ ತಿಂಡಿ ತಿನ್ನುವುದನ್ನು ಬೆಳಿಗ್ಗೆ ಹತ್ತರಿಂದ ರಾತ್ರಿ ಒಂಬತ್ತವರೆಗೆ ಮಾತ್ರ ಎಂದು ನಿಗದಿ ಮಾಡಿಕೊಳ್ಳಬಹುದು. ಈ ಅವಧಿಗಳ ಆಚೀಚೆ, ಯಾವ ಕಾರಣಕ್ಕೂ ಏನೂ ತಿನ್ನುವಂತಿಲ್ಲ, ಕುಡಿಯುವಂತಿಲ್ಲ. ಅಥವಾ ನಿಮಗೆ ಇನ್ನೂ ಧೈರ್ಯವಿದ್ದರೆ, ಮಧ್ಯಾಹ್ನ 12ರಿಂದ ಸಂಜೆ 7ರವರೆಗಿನ ಅವಧಿಯನ್ನು ನಿಯಮಿತ ಊಟದ ಕಿಂಡಿಯಾಗಿರಿಸಿಕೊಂಡು, ಅದಕ್ಕೆ ಮುಂಚೆ ಮತ್ತು ನಂತರದ ವೇಳೆಗಳಲ್ಲಿ ತಿನ್ನಲು ಕುಡಿಯಲು ಏನನ್ನೂ ಸ್ವೀಕರಿಸದಿರುವುದು.

ಸಾಮಾಜಿಕ ಕನಿಷ್ಠತಮತೆಯನ್ನು ಸಾಧಿಸಲು ನಿಮಗೆ ಸಹಾಯ ಮಾಡುವ ಅಡ್ಡಗಟ್ಟುಗಳು:–

- ಅನಾರೋಗ್ಯಕರ ಎನ್ನಿಸುವ ಎಲ್ಲಾ ಸಂಬಂಧ–ಸಂಪರ್ಕಗಳನ್ನೂ ವರ್ಜಿಸಿರಿ. ನೂರಕ್ಕೆ

  ನೂರರಷ್ಟು ವಿಶ್ವಾಸವಿಡುವ ಜನಗಳ ಸುತ್ತಲೇ ನೀವು ಗಿರಕಿ ಹೊಡೆಯುತ್ತಿರಿ– ತಿಳಿಯಿರಿ ಇವರೇ ನಿಮ್ಮ ನಿಜ ಸ್ನೇಹಿತರು.

- ಜಿಮ್ ರೋಹ್ನ್ ಹೇಳಿದಂತೆ, "ನೀವು ಹೆಚ್ಚಿನ ಸಮಯ ಕಳೆಯುವ ಐದು ಮಂದಿಯ ಸರಾಸರಿ ನೀವಾಗುವಿರಿ." ಹಾಗಾಗಿ, ನಿಮ್ಮ ಸಂಬಂಧಗಳ ಮೂಲಕ, ನೀವು ಏನಾಗಬೇಕೆಂಬುದನ್ನು

ನೀವೇ ನಿರ್ಣಯಿಸಿ.

–ಕಡಿಮೆ ಮಾತನಾಡಿ ಮತ್ತು ಇತರರ ಮಾತುಗಳನ್ನು ಹೆಚ್ಚು ಜಾಗರೂಕತೆಯಿಂದ ಆಲಿಸಿ.

ಕನಿಷ್ಠತಮ ವ್ಯಾಯಾಮ ಸಾಧಿಸಲು ನಿಮಗೆ ಸಹಾಯ ಮಾಡುವ ಅಡ್ಡಗಟ್ಟುಗಳು:–

- ನಿಮ್ಮನ್ನು ಸದಾ ದೈಹಿಕ ಮತ್ತು ಮಾನಸಿಕವಾಗಿ ಸಮರ್ಥವಾಗಿಡುವ ಐದೇ ಐದು ವ್ಯಾಯಾಮಗಳನ್ನು ಮಾತ್ರ ಆಯ್ದುಕೊಳ್ಳಿ ಮತ್ತು ಅವುಗಳನ್ನೇ ಪ್ರತಿದಿನ ಇಪ್ಪತ್ತು ನಿಮಿಷಗಳ ಕಾಲ ಪುನರಾವರ್ತಿಸಿ. ಡಜನ್‌ಗಟ್ಟಲೆ ವಿವಿಧ ಭಂಗಿಗಳ ಜೊತೆಗೆ, ಕ್ಲಿಷ್ಟಕರ ದಿನಚರಿ ಮಾಡಿಕೊಂಡು ನಿಮಗೆ ನೀವೇ ಗೊಂದಲದಲ್ಲಿ ಬೀಳಬೇಡಿ. ಬಹಳ ಮುಖ್ಯ ವಿಷಯವೆಂದರೆ ದೈನಂದಿನ ಆಧಾರದ ಮೇಲೆ ನೀವು ಅದನ್ನು ನಿಷ್ಠೆಯಿಂದ ಮಾಡಿ ಪೂರೈಸುವುದು.
- ಇನ್ನೂ ಹೆಚ್ಚಿನ ವ್ಯವಸ್ಥಿತ ಕಾರ್ಯಕ್ರಮಗಳನ್ನು ನೀವು ಬಯಸುವುದಾದರೆ, ತಮ್ಮ ಶರೀರವನ್ನು ಹೆಚ್ಚು ಸತ್ವಪೂರ್ಣಗೊಳಿಸಿಕೊಳ್ಳಲು ಮಿಲಿಯಾಂತರ ಜಪಾನಿಗರು ಪ್ರತಿ ಮುಂಜಾನೆ ಬಳಸುವ ಟೇಯಿಸೊ ರೇಡಿಯೋದ ದಿನಚರಿಯನ್ನೂ (ಯೂಟ್ಯೂಬ್‌ನಲ್ಲಿಯೂ ಲಭ್ಯವಿದೆ) ನೀವು ಪ್ರಯತ್ನಿಸಬಹುದು.

ನಿಮ್ಮ ಕ್ಯಾಲೆಂಡರ್‌ನಲ್ಲಿ ಕನಿಷ್ಠತಮತೆಯನ್ನು ಸಾಧಿಸಲು ಸಹಾಯ ಮಾಡುವ ಅಡ್ಡಗಟ್ಟುಗಳು:–

- ಈಗೀಂದೀಗಲೇ ನಿಮ್ಮ ವಾರ್ಷಿಕ ದಿನಚರಿ ಪುಸ್ತಕದಲ್ಲಿ ಒಂದೆರಡು ವಾರಗಳನ್ನು ಗುರುತು ಮಾಡಿ ಅದನ್ನು ನಿಮಗಾಗಿ ಮೀಸಲಿರಿಸಿಬಿಡಿ. ಆ ಎರಡು ವಾರಗಳು ಬಂದಾಗ, ನೀವು ಮುಂಜಾನೆ ಎದ್ದಾಗಿನಿಂದ ಏನು ಮಾಡಬೇಕೆಂಬುದನ್ನು ಮುಕ್ತವಾಗಿ ತೀರ್ಮಾನಿಸಿ ಪ್ರತಿದಿನವನ್ನೂ ಅನುಭವಿಸಿ.
- ಆ ವಿರಾಮದ ದಿನಗಳಿಗಾಗಿ ಕಾಯುವಾಗ, ಕಡೇಪಕ್ಷ ಪ್ರತಿದಿನ ಒಂದು ಗಂಟೆಯನ್ನಾದರೂ ನಿಮಗಾಗಿ ತೆಗೆದಿರಿಸಿ, ಆದರೆ ಆ ಒಂದು ಗಂಟೆಯ ಅವಧಿಯಲ್ಲಿ ನಿರ್ದಿಷ್ಟವಾಗಿ ಯಾವುದಕ್ಕೂ ಸಮರ್ಪಿಸಿಕೊಳ್ಳಲು ನಿರ್ಧರಿಸದೇ ಹೇಗೆ ಬರುತ್ತದೋ ಹಾಗೆಯೇ ಇರಿ.

ಪ್ರವಾಸಗಳಲ್ಲಿ ಕನಿಷ್ಠತಮತೆಯನ್ನು ಸಾಧಿಸಲು ನಿಮಗೆ ಸಹಾಯ ಮಾಡುವ ಅಡ್ಡಗಟ್ಟುಗಳು:–

- ರಜೆಯ ಬಿಡುವಿನ ಮೇಲೆ ಹೋಗುವ ಸಮಯ ಬಂದಾಗ, ಹೋಗಬೇಕಾದ ಸ್ಥಳ ಮತ್ತು ದಿನಾಂಕದ ಬಗ್ಗೆ ಮೊದಲೇ ತೀರ್ಮಾನಿಸಿ ಮತ್ತು ಪ್ರಯಾಣದ ಟಿಕೇಟ್‌ಗಳನ್ನು ಕಾಯ್ದಿರಿಸುವುದು ಮತ್ತು ವಸತಿ ವ್ಯವಸ್ಥೆ ಮಾಡಿಕೊಳ್ಳುವುದರ ಕುರಿತು ಮಾತ್ರ ನೀವು ನಿರತರಾಗಿರಿ. ಉಳಿದದ್ದನ್ನು ನಿಮ್ಮ ಅಂತರ್ಬೋಧೆಗೆ ಬಿಡಿ. ನೀವು ಅಲ್ಲಿ ಪ್ರವಾಸಿಸುವಾಗ ಆಯಾ ಪ್ರದೇಶದಲ್ಲಿ ಏನನ್ನು ಅನ್ವೇಷಿಸುತ್ತೀರೋ ಅದನ್ನವಲಂಬಿಸಿ ಉಳಿದದ್ದನ್ನು ಸಂದರ್ಶಿಸಿರಿ.
- ನಿಮ್ಮ ಪ್ರವಾಸ ದಿನಚರಿಯನ್ನು ನಿರ್ಧರಿಸಲು ಒಂದು ಪ್ರವಾಸೀ ಏಜೆಂಟ್‌ನ ಕೈಗೆ ಕೊಟ್ಟುಬಿಟ್ಟು ಅವನಿಂದ ಬಂಧಿತರಾಗಿ ಕಛೇರಿ ಕೆಲಸದ ವೇಳೆ ಅನುಭವಿಸುತ್ತಿದ್ದುದಕ್ಕಿಂತಲೂ ಹೆಚ್ಚಿನ ಒತ್ತಡದ ಪ್ರವಾಸಕಾರ್ಯದ ಪಟ್ಟಿಯನ್ನು ನಿಮ್ಮ ಮೇಲೆ ನೀವೇ ಹೇರಿಕೊಳ್ಳಬೇಡಿ.

ವಸ್ತುಗಳ ಜತೆ ಕನಿಷ್ಠತಮತೆ ಸಾಧಿಸಲು ನಿಮಗೆ ಸಹಾಯ ಮಾಡುವ ಅಡ್ಡಗಟ್ಟುಗಳು:–

– ಕನಿಷ್ಠ ಮೂರು ತಿಂಗಳುಗಳ ಕಾಲವಾದರೂ ಹೊಸದಾದ ಯಾವುದನ್ನೂ ಕೊಳ್ಳದಿರಿ (ಗೊತ್ತಿರುವಂತೆಯೆ, ಊಟ ತಿಂಡಿ ಹೊರತುಪಡಿಸಿ).

– ನಿಮ್ಮ ಮನೆಯಲ್ಲಿ ನೀವು ವರ್ಷಾನುಗಟ್ಟಲೆ ಉಪಯೋಗಸದಿರುವ ಎಲ್ಲ ವಸ್ತುಗಳನ್ನೂ ಆಯ್ದುಕೊಳ್ಳಲು ಎರಡು ದಿನಗಳನ್ನಾದರೂ ಮುಡಿಪಾಗಿರಿಸಿ. ಅವುಗಳನ್ನೆಲ್ಲ ಒಂದು ಪೆಟ್ಟಿಗೆಯಲ್ಲಿಟ್ಟು ಮಾರಾಟ ಮಾಡಿ, ಇಲ್ಲವೆ ದಾನ ಮಾಡಿಬಿಡಿ.

– ನಿಮಗೆ ಇಷ್ಟವಾದ, ಆದರೆ ಈಗ ಸ್ವಲ್ಪ ಸಮಯದಿಂದ ಉಪಯೋಗಿಸಲಾಗದ ಸ್ಥಿತಿಯಲ್ಲಿರುವ ವಸ್ತುಗಳನ್ನು ದುರಸ್ತಿಗೊಳಿಸಿ.

ಹಣಕಾಸಿನ ವಿಷಯಗಳಲ್ಲಿ ಕನಿಷ್ಠತಮತೆಯನ್ನು ಸಾಧಿಸಲು ನಿಮಗೆ ಸಹಾಯ ಮಾಡುವ ಅಡ್ಡಗಟ್ಟುಗಳು:–

– ಬ್ಯಾಂಕ್‌ಗಳು ಮತ್ತು ಇತರ ಸಂಘ ಸಂಸ್ಥೆಗಳು ನಿಮಗೆ ಅರ್ಥೈಸಿಕೊಳ್ಳಲು ಕಠಿಣವೆನಿಸುವ ಹಣಕಾಸು ಸಾಧನಗಳು/ಉತ್ಪನ್ನಗಳನ್ನು ಕೊಳ್ಳಲು ಪ್ರಸ್ತಾವನೆಯಾಗಿ ನಿಮಗೆ ಸಲಹೆ ಮಾಡಿದಾಗ ಅವುಗಳಿಗೆ ಯಾಮಾರದಿರಿ. ಪ್ರತಿ ತಿಂಗಳೂ ನೀವು ಎಷ್ಟು ಹಣ ಉಳಿತಾಯ ಮಾಡಬಯಸುತ್ತೀರೆಂದು ಮೊದಲೇ ನಿರ್ಧರಿಸಿ, ಅದನ್ನು ಒಂದು ಪ್ರತ್ಯೇಕ ಉಳಿತಾಯ ಖಾತೆಗೆ ವರ್ಗಾಯಿಸಿ ಅಲ್ಲಿ ಜಮಾಗೊಳಿಸಿ.

– ನಿಮ್ಮ ಸಣ್ಣ ಪುಟ್ಟ ದೈನಂದಿನ ಸಾದಿಲ್ವಾರು ಖರ್ಚುಗಳನ್ನು ಮಿತಗೊಳಿಸಿರಿ, ಏಕೆಂದರೆ ಅವುಗಳು ನಿಮ್ಮ ವಾರ್ಷಿಕ ಬಜೆಟಿನ ಮೇಲೆ ಅಗಾಧವಾದ ದುಷ್ಪರಿಣಾಮ ಬೀರುತ್ತವೆ.

ನಾನು ಮೇಲೆ ಪಟ್ಟಿ ಮಾಡಿರುವ ಎಲ್ಲಾ ಅಡ್ಡಗಟ್ಟುಗಳನ್ನೂ (barriers) ನೀವು ಏಕ್‌ದಂ ಆರಂಭಿಸಿಬಿಡುವ ಅಗತ್ಯವಿಲ್ಲ–ಅದು ವ್ಯತಿರಿಕ್ತ ಪರಿಣಾಮ ಬೀರುತ್ತದೆ. ಕಾರಣ ನಿಮ್ಮ ಮೇಲೆ ಅದು ಒತ್ತಡ ತರುತ್ತದೆ. ನಿಮ್ಮ ಬದುಕಿನಲ್ಲಿ ಕನಿಷ್ಠತಮತೆಯನ್ನು ಆರಂಭಿಸಲು ಮೆಲ್ಲಮೆಲ್ಲನೆ ಮುಂದುವರಿಯಿರಿ.

ಈ ಕೆಲವು ಅಡ್ಡಗಟ್ಟುಗಳನ್ನು ಉಪಯೋಗಿಸಲಾರಂಭಿಸಿದ ಕೂಡಲೇ, ನೀವು ನಿಮ್ಮಲ್ಲಿ ಮಹತ್ತರ ಬದಲಾವಣೆಗಳನ್ನು ಗಮನಿಸುತ್ತೀರಿ. ಬದುಕಿನಲ್ಲಿ ಗದ್ದಲ–ಗಡಿಬಿಡಿಯನ್ನು ಕನಿಷ್ಠ ಮಟ್ಟಕ್ಕಿಳಿಸಿಕೊಳ್ಳಲು, ನೀವು ಅವುಗಳನ್ನು ಹೊಂದಿಸಿಕೊಳ್ಳಬಹುದು ಮತ್ತು ನಿಮ್ಮದೇ ಆದ ಅಡ್ಡಗಟ್ಟುಗಳನ್ನು ಸೃಷ್ಟಿಸಿಕೊಳ್ಳಲೂಬಹುದು.

ಧ್ಯಾನಗೈದು ಬಹಳ ಹೊತ್ತಾಯ್ತಲ್ಲ, ಸರಿ, ಈಗ ಧ್ಯಾನಕ್ಕಿಳಿಯೋಣ

ಸಮುದ್ರಾಭಿಮುಖವಾದೊಂದು ಬಂಡೆಯ ಮೇಲೆ
ನಾ ಕುಳಿತಿರುವೆ.
ತಂಗಾಳಿಯೆನ್ನ ಕದಪುಗಳ ಮುದ್ದಿಸುತ್ತದೆ,
ಅಲ್ಲದೆ ಗುಟ್ಟಾದ ಭಾಷೆಯಲ್ಲಿ ನನ್ನೊಡನೆ ಮಾತನಾಡುತ್ತದೆ.
ಅದು ಹೇಗೆಂದು ತಿಳಿಯದೆಯೇ
ನಾನರ್ಥೈಸುವೆನು.
ನಾ ಉಸಿರಾಡುವೆ ಮತ್ತು, ಕಡೆಗೆ ತಿಳಿವೆ
ನನಗೆ ಬೇರೇನೂ ಬೇಕಿಲ್ಲವೆಂದು.

ವಾಬಿ ಸಾಬಿಯ ಆಧ್ಯಾತ್ಮಿಕತೆ

"ಸಂತೋಷವೇ ನಿನ್ನ ಸ್ವಭಾವ.
ಅದಕ್ಕಾಗಿ ಆಸೆ ಪಡುವುದು ತಪ್ಪೇನಲ್ಲ.
ತಪ್ಪಾವುದೆಂದರೆ, ಅದು ಒಳಗೇ ಇರುವಾಗ
ಅದಕ್ಕಾಗಿ ಹೊರಗೆ ಹುಡುಕಾಡುವುದು."
– ಶ್ರೀ ರಮಣ ಮಹರ್ಷಿ

ನಮ್ಮ ದೈನಂದಿನ ಬದುಕಿನಲ್ಲಿ ಯಾವುದು ಅಪರಿಪೂರ್ಣವೋ ಅದರ ಸೌಂದರ್ಯವನ್ನು ಒಪ್ಪಿಕೊಳ್ಳುವುದಾದರೆ, ಕಲೆ, ಸೃಜನಾತ್ಮಕತೆ ಅಥವಾ ಅಪ್ಪೇಕೆ, ನಮ್ಮ ಅಭ್ಯಾಸಗಳ ಕಾಣ್ಕೆಯ ಬದಲಾವಣೆಯ ಆಚೆಗೂ ಅದರ ಮಾರ್ದನಿ ಅಥವಾ ಪ್ರತಿಘಾತವಿರುತ್ತವೆ.

ವಾಬಿ ಸಾಬಿಯ ಸಾರಸತ್ವವನ್ನು ಅರ್ಥೈಸಿಕೊಳ್ಳುವುದೆಂದರೆ ಅದು ಜೀವನವನ್ನು ಬೇರೊಂದು ರೀತಿ ಎದುರಿಸುವತ್ತ ನಮ್ಮನ್ನು ಕರೆದೊಯ್ಯುತ್ತದೆ, ಅದೂ ಹೊರಗಿನಿಂದ ಮತ್ತು ಒಳಗಿನಿಂದ, ಹೀಗೆ ಎರಡೂ ಕಡೆಯಿಂದ. ಅದು ನಮ್ಮ ಅಹಂನ್ನು ಕರಗಿಸಲು ಸಹಾಯ ಮಾಡುವ ಮತ್ತು ಅದೇ ಕಾಲಕ್ಕೆ ಜಗತ್ತನ್ನು ಕುರಿತಂತೆ ಮತ್ತು ನಮ್ಮನ್ನೇ ಕುರಿತಂತೆ ಆಳವಾದ ಹೊರನೋಟವನ್ನು ಕೊಡುವಂತಹ ಜೀವನವನ್ನು ಅರ್ಥೈಸುವ ಒಂದು ಮಾರ್ಗ ಮತ್ತು ತತ್ವವೇ ಆಗಿದೆ.

ಪ್ರಕೃತಿಯಲ್ಲಿ ತುಡಿಯುವ ಈ ಆಧ್ಯಾತ್ಮಿಕತೆಯನ್ನು ಅಪ್ಪಿಕೊಳ್ಳುವುದೆಂದರೆ ಅದು ಆಧ್ಯಾತ್ಮಿಕ ಪರಿವರ್ತನೆ ಎಂದೇ ಅರ್ಥ. ಮತ್ತೂ ವಿಶದ ಪಡಿಸಬೇಕೆಂದರೆ, ನಾವು ಏನನ್ನು ಅರಿತಿರುವೆವೆಂದು ತಿಳಿದುಕೊಂಡಿದ್ದೇವೆಯೋ ಅದರ ಸಾವು. ಇದರಿಂದಾಗಿ ನಾವು ಇನ್ನೊಂದು ಜಾಗೃತಾವಸ್ಥೆಯ ಸ್ಥಿತಿಯಲ್ಲಿ ಮರುಹುಟ್ಟು ಪಡೆಯಬಹುದು.

ನೀವು ಬೇಗ ಸಾಯ್ತೀರಾ ಅಂತ ನಾನು ಆಶಿಸುತ್ತೇನೆ

ಮಾನವಾತ್ಮ ಮತ್ತು ದೈವತ್ವ ಈ ಎರಡೂ ಒಂದೇ ಎಂದು ಬೋಧಿಸುವ ಹಿಂದೂಧರ್ಮದ ಶಾಖೆಯಾದ 'ಅದ್ವೈತದ' ಆಧುನಿಕ ಪಾಠಾಂತರವು, ಐಹಿಕ ಸುಖಭೋಗ ನಿರತವಾಗಿರುವ ಲಂಡನ್‌ನಂತಹ ನಗರದಲ್ಲಿ ಹೇಗೆ ಅಭಿವೃದ್ಧಿಯಾಯಿತು ಎಂದು ನೋಡುವುದೇ ಬಹು ಆಸಕ್ತಿಕರ.

ಒಂದು ಸರಳ ವಾಯುವಿಹಾರದ ನಡಿಗೆಯಲ್ಲಿದ್ದಾಗ ತಾನು ಹೇಗೆ ಜ್ಞಾನೋದಯ ಅನುಭವಿಸಿದೆ ಎಂಬುದನ್ನು ಟೋನಿ ಪಾರ್ಸನ್ಸ್ ಎಂಬ ಬ್ರಿಟಿಷ್ ಪತ್ರಕರ್ತ ತನ್ನ 'ಆ್ಯಸ್ ಇಟ್ ಈಸ್' ಎಂಬ ಪುಸ್ತಕದಲ್ಲಿ ಹೀಗೆ ವಿವರಿಸುತ್ತಾರೆ:

"ಒಂದು ದಿನ, ನಾನು ಲಂಡನ್ನಿನ ಉಪನಗರವೊಂದರ ಉದ್ಯಾನದಲ್ಲಿ ನಡೆದಾಡುತ್ತಿದ್ದೆ. ಆ ರೀತಿ ನಡೆದಾಡುತ್ತಿರುವಾಗ ನನ್ನ ಮನಸ್ಸು ಭವಿಷ್ಯದಲ್ಲಿ ಸಂಭವಿಸಬಹುದಾದ ಅಥವಾ

ಸಂಭವಿಸದೆಯೂ ಇರಬಹುದಾದ ಘಟನೆಗಳ ಕುರಿತು ಪೂರಾ ವ್ಯಾಪಿಸಿಕೊಂಡಿರುವುದನ್ನು ಗಮನಿಸಿದೆ. ಅಂತಾಗಿ ಈ ಎಲ್ಲ ಪ್ರಕ್ಷೇಪಣಗಳನ್ನು ಹಾಗೆ ಸುಮ್ಮನೆ ಕೈಬಿಡುವ ಆಯ್ಕೆಯನ್ನು ಮಾಡಿಕೊಂಡು ಸುಮ್ಮನೆ ನನ್ನ ವಾಯುವಿಹಾರದಲ್ಲಿಯೇ ಮಗ್ನನಾಗಿಬಿಟ್ಟೆ. ನಾನು ಇಡುತ್ತಿದ್ದ ಪ್ರತಿ ಹೆಜ್ಜೆಯೂ ಭಾವದಲ್ಲಿ ಮತ್ತು ಒತ್ತಡದಲ್ಲಿ ಪೂರಾ ಅನನ್ಯವಾಗಿತ್ತು ಮತ್ತು ಅದು ಈ ಕ್ಷಣ ಇರುತ್ತಿತ್ತು, ಆಗಲೆ ಮತ್ತೊಂದು ಕ್ಷಣದಲ್ಲಿ ಮಾಯವಾಗುತ್ತಿತ್ತು. ಅದೇ ರೀತಿ ಅಥವಾ ಒಂದೇ ರೀತಿಯಾಗಿ ಅದು ಯಾವಾಗಲೂ ಪುನರಾವರ್ತನೆಯಾಗಲೇ ಇಲ್ಲ.

"ಇಷ್ಟೆಲ್ಲವೂ ಘಟಿಸುತ್ತಿರುವಾಗ, ನನ್ನಲ್ಲಿ, ನನ್ನ ನಡಿಗೆಯನ್ನು ಗಮನಿಸುವುದರಿಂದ ಆರಂಭವಾಗಿ ಸುಮ್ಮನೆ ನಡಿಗೆಯ ಇರುವಿಕೆ ಮಾತ್ರ ಆಗುವುದರವರೆಗೆ ಸ್ಥಿತ್ಯಂತರವಾಗಿ-ತ್ತು. ಆ ನಂತರ ಏನಾಯಿತೆಂಬುದು ಕೇವಲ ವರ್ಣನೆಗೆ ನಿಲುಕದ್ದು. ನಾನು ಅರೆಬರೆಯಾಗಿ ಮಾತುಗಳಲ್ಲಿ ಹೇಳಬಲ್ಲೆನಾದರೆ ಪೂರಾ ನಿಶ್ಚಲತೆ ಅಥವಾ ಸ್ತಬ್ಧತೆ ಮತ್ತು ಇರುವಿಕೆ ಇವುಗಳು ಪ್ರತಿಯೊಂದರ ಮೇಲೂ ಆವರಿಸಿಕೊಂಡಂತೆ ತೋರುತ್ತದೆ, ಅಥವಾ ಭಾಸವಾಗುತ್ತದೆ. ಎಲ್ಲವೂ ಹಾಗೂ ಸರ್ವಸ್ವವೂ ಕಾಲಾತೀತವಾಗಿಬಿಡುತ್ತದೆ ಮತ್ತು ಆಗ ನಾನು ಅಸ್ತಿತ್ವದಲ್ಲೇ ಇರುವುದಿಲ್ಲ. ನಾನು ಮಾಯವಾಗುತ್ತೇನೆ ಮತ್ತು ಆಗ ಅದು ಒಂದು ಅನುಭವವಾಗಿ ಉಳಿಯುವುದೇ ಇಲ್ಲ."

ಈ ಅನುಭವದ ತುರವಾಯ, ಟೋನಿ ಪಾರ್ಸನ್ಸ್ ಲಂಡನ್‌ನ ನೆರೆಹೊರೆಯಲ್ಲಿರುವ ಒಂದು ಸಿರಿವಂತ ಉಪನಗರವಾದ ಹ್ಯಾಂಪ್‌ಸ್ಟೀಡ್‌ನಲ್ಲಿ ಪ್ರತಿ ಶನಿವಾರ ಸಂಜೆ ಅದ್ವೈತ ತತ್ವದ ಮೇಲೆ ಚರ್ಚೆಗಳನ್ನು ಏರ್ಪಡಿಸಲಾರಂಭಿಸಿದ.

ಟೋನಿ ಪಾರ್ಸನ್ಸ್‌ನ ಹಲವಾರು ಶಿಷ್ಯಂದಿರಲ್ಲಿ ಒಬ್ಬನಾದ ರಿಚರ್ಡ್ ಸಿಲ್ವೆಸ್ಟರ್ ಎಂಬಾತ ನಿಜವಾಗಿ ತನ್ನ ಆಧ್ಯಾತ್ಮಿಕ ಪಯಣವನ್ನು ಆರಂಭಿಸಿದ್ದು ಹೇಗೆಂದರೆ, ಇಂತಹವೇ ಅನೇಕ ವಿಧ್ಯುಕ್ತವಲ್ಲದ ಭೇಟಿಗಳ ಪೈಕಿ ಒಂದರಲ್ಲಿ. ಟೋನಿಯು ಆತನಿಗೆ ಏನೋ ಕೆಲವು ವಿಷಯಗಳನ್ನು ಹೇಳಿದ್ದುದೇ ಕಾರಣವಾಗಿ ಅವನು ಒಂದು ರೈಲ್ವೆ ನಿಲ್ದಾಣದಲ್ಲಿ ಒಂದು ದಿನ ಏಕಾಏಕಿ ಈ ದಿಶೆಯತ್ತ ಎಚ್ಚೆತ್ತುಕೊಂಡಿದ್ದನು. ಈ ವಿಧ್ಯುಕ್ತವಲ್ಲದ ಭೇಟಿಗಳು ಸಾಮಾನ್ಯವಾಗಿ ಆಗಾಗ ವಾಯುವಿಹಾರದ ನಡಿಗೆಗಳಿಂದ ಆರಂಭಗೊಂಡು, ಅವರಿಬ್ಬರೂ ಯಾವುದಾದರೂ ಸಾರ್ವಜನಿಕ ಪಾನಮಂದಿರವೊಂದರಲ್ಲಿ ಮದ್ಯಪಾನ ಸೇವಿಸುವುದರೊಂದಿಗೆ ಅಂತ್ಯವಾಗುತ್ತಿತ್ತು.

ರಿಚರ್ಡ್ ಸಿಲ್ವೆಸ್ಟರ್‌ನ ಮಾತುಗಳಲ್ಲೇ ಕೇಳೋಣ ಬನ್ನಿ: "ಒಂದಾನೊಂದು ಕಾಲಕ್ಕೆ, ನಾನೊಬ್ಬ ಅವಿಶ್ರಾಂತ ಹುಡುಕಾಟಗಾರ. ಪ್ರಾಮಾಣಿಕವಾಗಿ ಧ್ಯಾನಿಸುತ್ತಾ, ನನ್ನ ಕರ್ಮದ ಬಗ್ಗೆ ಎಚ್ಚರವಹಿಸುತ್ತಾ, ಶಕ್ತಿಪಥ ಪಡೆಯುವತ್ತ ನನ್ನ ಚಕ್ರಗಳನ್ನು ತೆರೆದಿಟ್ಟು ಮತ್ತು ಗುರುಗಳಿಂದ ಆಶೀರ್ವದಿಸಿ, ಪರಿಶುದ್ಧಿಸಲ್ಪಟ್ಟು, ನಾನು ಎಲ್ಲೋ ಒಂದೆಡೆ ಹೋಗುತ್ತಿದ್ದೇನೆಂದು ಯೋಚಿಸುತ್ತಿದ್ದೆ. ಆಗ ನೋಡಿ ಮಹಾವಿಪತ್ತು ಬಡಿಯಿತು. ನಾನು ಟೋನಿ ಪಾರ್ಸನ್ಸ್‌ರನ್ನು ಸಂಧಿಸಿದೆ ಮತ್ತು ನನ್ನ ಬದುಕು ಎಂದರೆ ಏನೆಂದು ಅದುವರೆಗೆ ತಿಳಿದಿದ್ದೆನೊ ಅಂದೇ ಅದರ ಕೊನೆಯಾಯಿತು. ಅವರು ನಡೆಸುತ್ತಿದ್ದ ಹಲವಾರು ಸಭೆಗಳ ಪೈಕಿ ಒಂದು ಸಭೆ ಮುಗಿದ ಕೊನೆಗೆ ನನ್ನನ್ನು ಅಪ್ಪಿಕೊಂಡ ಟೋನಿ, ನನಗೆ ಹೇಳಿದರು,"ನೀನು ಬೇಗ ಸಾಯಬೇಕೆಂದು ನಾನು ಆಶಿಸುವೆ."

ಸಿಲ್ವೆಸ್ಟರನು ತನ್ನ ಪುಸ್ತಕಕ್ಕೆ ಅದೇ ಪದಗುಚ್ಛವನ್ನು ಶೀರ್ಷಿಕೆಯಾಗಿ ಬಳಸಲು ತೀರ್ಮಾನಿಸಿದ. ಅದರಲ್ಲಿ ಅವನು ಆಧ್ಯಾತ್ಮಿಕ ವಿಮೋಚನೆಯೆಂಬುದು ಲುಕ್ಸಾನೇ ಹೊರತು, ಲಾಭವಲ್ಲ ಎಂದು ವಿವರಿಸುತ್ತಾನೆ. ಎಲ್ಲವನ್ನೂ ನಿಯಂತ್ರಣದಲ್ಲಿರಿಸಿಕೊಂಡಿದ್ದೇನೆ, ನಿನ್ನನ್ನು ಸುತ್ತುವರಿದ ಬದುಕಿಗಿಂತ ನೀನು ಏನೋ ಒಂದು ರೀತಿ ಭಿನ್ನ, ಪ್ರತ್ಯೇಕ ಎಂದು ಯೋಚಿಸುವುದನ್ನು ಅಥವಾ ವಿಚಾರ ಮಾಡುವುದನ್ನು ಮೊದಲು ನೀನು ನಿಲ್ಲಿಸು:

“ಬೇರೆ ಬೇರೆಯಾಗುವುದು ಇಲ್ಲವೇ ಇಲ್ಲ ಎಂದು ಕಂಡ ಮೇಲೆ, ವ್ಯಕ್ತಿಗೆ ಅಂಟಿಕೊಂಡಿರುವ ಭಯ ಹಾಗು ದುರ್ಬಲತೆ ಇವುಗಳು ಬಿದ್ದು ಹೋಗುತ್ತವೆ. ಹಾಗೂ ಆಗ ಉಳಿಯುವುದೇನೆಂದರೆ ಅದಾಗ ಘಟಿಸುತ್ತಿರುವ ಬದುಕಷ್ಟೆ.... ಏನೇ ಪ್ರಕರಣವಿರಲಿ ಒಂದು ತೆರನ ಕಳವಳರಹಿತ ಭಾವ ಮತ್ತು ಅದೇನಿರಬಹುದೆಂದು ಗ್ರಹಿಸುವುದಕ್ಕೊಂದು ಅಂತ್ಯ.”

ಆಧುನಿಕ ಅದ್ವೈತಗಳಂತೆಯೇ, ವಾಬಿ ಸಾಬಿಯ ಗಾಢವಾದ ಅರ್ಥವನ್ನು ಶೋಧಿಸಿದರೂ ಸಹ ಅದೂ ಕೂಡ ಪರಿಪೂರ್ಣತೆ ಮತ್ತು ನಿಯಂತ್ರಣ ಇವುಗಳ ಮೇಲೆ ನಾವಿರಿಸಿಕೊಂಡಿರುವ ಇಚ್ಛೆಯನ್ನು ಬಿಟ್ಟು- ಬಿಡಲು ಅವಕಾಶವೀಯುತ್ತದೆ. ಬದುಕು ಕುರಿತ ಯಾವುದೇ ನಿಶ್ಚಿತತೆಯನ್ನು ನಾವು ವರ್ಜಿಸುವೆವು. ಆದರೆ ಹಿಂದೂ ಮೂಲದ ಈ ಅದ್ವೈತ ತತ್ವಕ್ಕೆ ವೈದೃಶ್ಯವಾಗಿ ವಾಬಿಸಾಬಿಯಲ್ಲಿ ಒಬ್ಬ ವೀಕ್ಷಕನಂತೂ ಇದ್ದೇ ಇರುತ್ತಾನೆ. ಒಬ್ಬ ವೀಕ್ಷಕನು ತಾನು ಸಂಭ್ರಮಿಸಲು ಮೂರು ಕಾರಣಗಳನ್ನು ಹೊಂದಿರುತ್ತಾನೆ:

1. **ಅಪರಿಪೂರ್ಣತೆಯ ದೈನಿಕ ಸಂಭ್ರಮ:** ವಿಷಯ ಅಥವಾ ವಸ್ತುಗಳು ಒಂದು ನಿರ್ದಿಷ್ಟ ರೀತಿಯಲ್ಲೇ ಇರಗಬೇಕೆಂಬ ಯೋಚನೆ ಅಥವಾ ಮನೋಗತವನ್ನೇ ಅಥವಾ ಕಲ್ಪನೆಯನ್ನೇ ನಾವು ತೊರೆದು ಬಿಡುತ್ತೇವೆ. ಪ್ರಕೃತಿಯಲ್ಲಿ ಎಲ್ಲವೂ ಒಂದು ವೇಳೆ ವಕ್ರವೇ ಆಗಿದ್ದರೆ, ಅನಿಯತವಾಗಿದ್ದರೆ ಮತ್ತು ಬಾಗಿದ್ದರೆ, ಮಾನವನ ಸ್ಥಿತಿಯೂ, ಸ್ವಭಾವವೂ ಕೂಡ ಅಂತೆಯೇ ಇರುತ್ತದೆ; ಹಾಗೆಂದರೆ, ಅದು ಅತ್ತ ನೆಮ್ಮದಿ, ನಿರಾತಂಕ, ಪ್ರಸನ್ನತೆ ಅಂತಲೂ ಅಲ್ಲ, ಇತ್ತ ಅನುರೂಪತೆ, ಅನುಸರಣೆ, ಹೊಂದಿಕೆ ಎಂದೂ ಅರ್ಥವಲ್ಲ. ಆದರೆ ಸ್ಥಿತಿ ಅಥವಾ ವಸ್ತು-ವಿಷಯ ಹೇಗಿದೆಯೋ ಹಾಗೆಯೇ ಅದರ ಮೇಲೆ ಪ್ರೀತಿ ಹೊಂದುವುದು ಎಂದು ಮತ್ತು ಆ ಆರಂಭದ ಬಿಂದುವಿನಿಂದಲೇ ಅದನ್ನು ಬೆಳೆಸಿಕೊಳ್ಳುವುದು ಎಂದು.

   ಈ ನಿಲುವಿನ ಫಲವಾಗಿ, ನಾವು ಈ ಕೆಳಗಿನ ಅಂಶಗಳಿಗೂ ಬೆಲೆ ನೀಡೋಣ....

- ವಿಷಯಗಳು ಮೊದಲನೆಯ ಸಲಕ್ಕೇ ನಮ್ಮಿಷ್ಟದಂತೆ ಹೊರಹೊಮ್ಮಲಾರವು, ಏಕೆಂದರೆ ಕಲಿತುಕೊಳ್ಳಲು ಮತ್ತು ಪ್ರಗತಿ ಹೊಂದಲು ಅದು ನಮಗೆ ಅವಕಾಶವೀಯುತ್ತದೆ.

- ನಮ್ಮನ್ನು ಈ ಪ್ರಪಂಚಕ್ಕೆ ಸದಾ ಜಾಗ್ರತವಾಗಿರಿಸುತ್ತದೋ ಆ ಸೌಂದರ್ಯವನ್ನು, ಯಾವುದು ತಿಕ್ಕಲುತನ ಅಥವಾ ವಿಚಿತ್ರ ನಡವಳಿಕೆಯಿಂದ ಕೂಡಿದೆಯೊ, ತಪ್ಪಾಗಿದೆಯೋ ಮತ್ತು ಅನನ್ಯವಾಗಿದೆಯೋ ಅದರಲ್ಲಿಯೇ ಕಾಣಬೇಕು.

- ನಮ್ಮ ಸ್ವಂತದೇ ಅಪರಿಪೂರ್ಣತೆಗಳನ್ನು ಪ್ರೀತಿಸುವುದು ಹೆಚ್ಚು ಸುಧಾರಿಸಿಕೊಳ್ಳಲು ಹೇಗೆ ಆರಂಭಿಕ ಬಿಂದುವಾಗಿರುತ್ತದೆಯೊ, ಬೇರೆಯವರ ಅಪರಿಪೂರ್ಣತೆಗಳನ್ನು ಪ್ರೀತಿಸಲೂ ಅದು ನಮಗೆ ಅವಕಾಶವೀಯುತ್ತದೆ.

- ಅನುಭವೀ ಜನಗಳಂತೆಯೇ, ಒಂದು ಅನಿಯತಾಕಾರದ ಬಟ್ಟಲೂ ಕೂಡ, ಅಷ್ಟೇಕೆ ಮು-ರಿದು ಚೂರುಚೂರಾದದ್ದೂ ಕೂಡ ಹೇಳಲು ಸುಂದರ ಕಥೆಗಳನ್ನು ತನ್ನ ಮಡಿಲಲ್ಲಿ-ರಿಸಿಕೊಂಡಿರುತ್ತದೆ.

ಒಂದು ಅಪರಿಪೂರ್ಣ ಜಗತ್ತಿನೊಳಗೆ ನಾವೂ ಅಪರಿಪೂರ್ಣ ಜೀವಿಗಳೇ! ಆದರೆ ಅದರಲ್ಲಿ ಅಂತರ್ಗತವಾಗಿರುವ ಸೌಂದರ್ಯವನ್ನು ಮೆಚ್ಚುವುದನ್ನು, ಶ್ಲಾಘಿಸುವುದನ್ನು ನಾವು ಅರಿತಿದ್ದರೆ, ಬದುಕಿನ ಪ್ರತಿಯೊಂದು ಬಿರುಕಿನಲ್ಲೂ, ಪ್ರತಿಯೊಂದು ಅಸಮತೆಯಲ್ಲೂ, ವಿಷಮತೆಯಲ್ಲೂ ಮೌಲ್ಯವನ್ನು ನಾವು ಕಾಣುತ್ತೇವೆ.

2. ಅಪೂರ್ಣತೆಯ ದೈನಿಕ ಸಂಭ್ರಮ: ನಾವು ಅಪರಿಪೂರ್ಣರಾಗಿರುವುದರಿಂದ ಮಾತ್ರ ನಾವು ಅಪೂರ್ಣರಲ್ಲ, ಆದರೆ, ಅದು ಏಕೆಂದರೆ ನಾವು ಸದಾ ಬೆಳೆಯುತ್ತಿರುತ್ತೇವೆ. ಯಾವ ಮಹಾನ್ ಕಾದಂಬರಿಕಾರ ಕೂಡ ತಮ್ಮ ಕೃತಿಯನ್ನು ಎಂದಿಗೂ ಮುಗಿಸಲಾರರು ಎಂಬ ಒಂದು ಮಾತಿದೆ–ಅಂದರೆ, ಅವರು ಅದನ್ನು ಇನ್ನೊಂದು ಯೋಜನೆಯನ್ನು ಆರಂಭಿಸುವ ಸಲುವಾಗಿ ಇದನ್ನು ಹಾಗೇ ಸುಮ್ಮನೆ ಕೈ ಬಿಡುತ್ತಾರೆ ಮತ್ತು ಅವರು ಅದನ್ನೂ ಕೂಡ ಪೂರೈಸಲಾರರು.

ಈ ಹಿಂದೆ ನಾವು ಚರ್ಚಿಸಿದ ಆ ಎನ್ಸೋ ವೃತ್ತ ಎಂದಿಗೂ ಕೂಡಿಕೊಳ್ಳುವುದೇ ಇಲ್ಲ ಮತ್ತು ಯಾವುದನ್ನಾದರೂ ಪೂರ್ಣಗೊಳಿಸಲೆಂದೇ ನಾವೇನು ಈ ಜಗತ್ತಿಗೆ ಬಂದವರೂ ಅಲ್ಲ ಬಿಡಿ, ಆದರೆ ಹಾಗೆ ಸುಮ್ಮನೆ ಬದುಕಲು.

ಬಾಳಿನ ಅಪೂರ್ಣತೆಯ ಫಲವಾಗಿ ನಾವು ಈ ಕೆಳಗಿನ ಅಂಶಗಳಿಗೂ ಬೆಲೆ ನೀಡೋಣ...

- ಬಾಳೊಂದು ಮುಂದುವರಿಯುವಿಕೆ. ನಾವು ಈಗಷ್ಟೇ ಒಳಗಾದ ಒಂದು ಅನುಭವ ನಮಗಿಷ್ಟವಾಗದಿದ್ದರೆ, ನಾವು ಏನು ಮಾಡಿದ್ದೇವೊ ಅದರಿಂದ ಒಂದು ವೇಳೆ ನಾವು ಆಶಾಭಂಗ ಹೊಂದಿದೆವೆಂಬ ಭಾವ ನಮಗೆ ಬಂದರೆ, ಆಗಲೇ ಅದನ್ನು ಬೇರೆ ರೀತಿ ಮಾಡಲು ಅಥವಾ ಅದನ್ನೇ ಸುಧಾರಿಸಿಕೊಳ್ಳಲು ನಮಗೆ ಬೇರೊಂದು ಅವಕಾಶ ಇದ್ದೇ ಇದೆ.

- ನಮ್ಮ ಬದುಕಿನಲ್ಲಿ ಕೊನೆಯ ಅಧ್ಯಾಯ ಎಂಬುದನ್ನು ಎಂದೂ ಬರೆದಿಲ್ಲ. ಹಾಗೆ ನೋಡಿದರೆ ಸಹಜವಾಗಿ, ಜೀವನವು ಯಾವಾಗಲೂ ಒಂದು ಮುಗಿಯದ ಕೆಲಸವೆಂದು ತೆಗೆದುಕೊಂಡರೆ, ಆಗ ಪ್ರತಿಯೊಂದೂ ಮಾಡಲು ಇನ್ನೂ ಬಾಕಿಯೇ ಇರುತ್ತದೆ.

- ನಾವು 'ತೇರ್ಗಡೆ'ಯಾಗುವ ಸಲುವಾಗಿ ಈ ಜಗತ್ತಿಗೆ ಬಂದಿದ್ದೇವೆ, ಆದರೆ ಬದುಕೆಂಬ ಈ ಶಾಲೆ ಯಾವತ್ತಿಗೂ ಮುಚ್ಚುವುದೇ ಇಲ್ಲ. ಜೀವನವು ಒಂದು ಸಂತತ, ನಿರಂತರ ಅಭ್ಯಾಸಿಯೇ ಹೌದು ಮತ್ತು ಆ ಅಭ್ಯಾಸೀತನವೇ ಜೀವನವನ್ನು ಸದಾ ಉತ್ಸಾಹಭ–ರಿತವನ್ನಾಗಿ ಮಾಡುವುದು ಮತ್ತು ಅದಕ್ಕೊಂದು ಅರ್ಥ ನೀಡುವುದು.

ನಾವು ಅಪೂರ್ಣರು ಎಂದು ಅರಿಯುವುದಿದೆಯಲ್ಲಾ ಅದು ಒಂದು ರೀತಿಯ ವರ, ಅನುಗ್ರಹ ಅಥವಾ ಪ್ರಸಾದ ಎನ್ನಬೇಕು, ಏಕೆಂದರೆ ಅದು ನಮ್ಮನ್ನು ನಮ್ರರನ್ನಾಗಿಸುತ್ತದೆ ಮತ್ತು ಅದೇ ಕಾಲಕ್ಕೆ ನಾವು ಎಲ್ಲಿ ಪ್ರಗತಿ ಹೊಂದಬಹುದೆಂದೂ ಅದು ನಮಗೆ ತೋರಿಸುತ್ತದೆ.

3. ಜಾರಿಹೋಗುವುದರ ಅಥವಾ ಕ್ಷಣಿಕತೆಯ ದೈನಿಕ ಸಂಭ್ರಮ:

ನಾವೆಲ್ಲ ಪಯಣದ ಹಕ್ಕಿಗಳೆಂದು ತಿಳಿಯಲು ಸಾಕಷ್ಟು ಸಾವುಗಳನ್ನು ನೋಡಿಬಿಟ್ಟಿದ್ದೇವೆ, ಆದರೆ ಗುರುದೇವ ರವೀಂದ್ರರು(ರಬಿಂದ್ರನಾಥ ಟೆಗೋರ್) ಹೇಳುವಂತೆ, "ಪ್ರಾಯಶಃ ನಾನು ನನ್ನ ರೆಕ್ಕೆಗಳ ಯಾವ ಸುಳಿವನ್ನೂ ಗಾಳಿಯಲ್ಲಿ ಬಿಡೊಲ್ಲ, ಆದರೆ ಹಾರಿದೆನೆಂಬ ಹರ್ಷ ನನಗಿದೆ."

ಯಾವುದು ಕ್ಷಣಿಕ ಎಂಬುದರ ಅರಿವಿನ ಫಲವಾಗಿ, ನಾವು ಈ ಕೆಳಗಿನವುಗಳಿಗೂ ಬೆಲೆ ನೀಡೋಣ...

- ಯಾರಿಗೆ ಗೊತ್ತು, ಈ ಘಳಿಗೆಯೇ ನಮ್ಮ ಜೀವನದ ಕೊನೆಯ ಕ್ಷಣವಾಗಬಹುದು, ಆದುದರಿಂದ ನಾವು ನಮ್ಮ ಶಕ್ತಿ ಮೀರಿ ಎಷ್ಟು ತೀವ್ರತೆಯಿಂದ ಅದನ್ನು ಬದುಕಲು ಸಮರ್ಪಿಸಿಕೊಳ್ಳಬೇಕೋ ಅಷ್ಟೂ ಮಾಡಬೇಕು. ಮಾಡೋಣ.

- ನಾವು ಹೇಗೆ ಸದಾ ಇಲ್ಲಿ ಇರುವುದಿಲ್ಲವೋ, ಹಾಗೆಯೇ ನಮ್ಮ ಜತೆಗಾರರೂ ಸಹ ಸದಾ ಇಲ್ಲಿ ಇರುವುದಿಲ್ಲ. ಹಾಗಾಗಿ, ಪ್ರತಿ ಕ್ಷಣವನ್ನೂ ಅದೊಂದು ಅನನ್ಯ, ಅನುಪಮ ಕ್ಷಣವೆಂದು ನಾವು ಹಿಡಿದಿಟ್ಟುಕೊಳ್ಳಬೇಕು. ಇಚಿಗೊ–ಇಚೀ ನಾಣ್ನುಡಿ ಅಥವಾ ಲೋಕೋಕ್ತಿ ಹೇಳುತ್ತೆ: "ನಾವೇನು ಈಗ ಜೀವಿಸುತ್ತಿದ್ದೇವೋ ಅದು ಪುನಃ ಸಂಭವಿಸುವುದೇ ಇಲ್ಲ."
- ನಮ್ಮ ಈ ಸಮಯ ಅಥವಾ ವೇಳೆ ಇದೆಯಲ್ಲ, ಇದೇ ನಮ್ಮಲ್ಲಿನ ಬಹಳ ಅಮೂಲ್ಯ ವಸ್ತು. ಮಾರುಕಟ್ಟೆಯ ಸರಬರಾಜು ಮತ್ತು ಬೇಡಿಕೆ ನಿಯಮ ಹೇಳುವಂತೆ, ಒಂದು ಪಕ್ಷ "ಅಭಾವವು ಮೌಲ್ಯವನ್ನು ಸೃಷ್ಟಿಸುತ್ತದೆ" ಎನ್ನುವುದಾದರೆ, ಆಗ ಒಂದು ನಿಮಿಷಕ್ಕಿಂತ ಬಹಳ ಮೌಲ್ಯಯುತವಾದದ್ದು ಅಥವಾ ಅದಕ್ಕಿಂತ ಅಭಾವವಿರುವಂಥಹದ್ದು ಮತ್ತ್ಯಾವುದೂ ಇಲ್ಲವೇ ಇಲ್ಲ. ಒಂದು ವೇಳೆ ನೀವು ಅದನ್ನು ವ್ಯರ್ಥಗೊಳಿಸಿದರೆ, ನೀವು ಅದನ್ನು ಎಂದೆಂದಿಗೂ ವಾಪಸ್ಸು ಪಡೆಯಲು ಸಾಧ್ಯವೇ ಇಲ್ಲ.

ನಾವೆಲ್ಲರೂ ನಶ್ವರರು, ಆದರೆ ನಾವು ಒಂದು ಪಕ್ಷ ಪ್ರತಿ ಕ್ಷಣವನ್ನೂ ಮೆಚ್ಚುವುದನ್ನು ಕಲಿತದ್ದೇ ಆದರೆ, ಆ ಕ್ಷಣವು ಶಾಶ್ವತತೆಯ ಎಲ್ಲವನ್ನೂ ಒಳಗೊಳ್ಳಬಲ್ಲದು.

ಉಪಸಂಹಾರ

ನೀವು ಎಷ್ಟು ಅತ್ಯುತ್ತಮ ಅಪರಿಪೂರ್ಣ ಆಸಾಮಿಯಾಗಬಲ್ಲಿರೋ ಆಗಿರಿ

ಈ ಅಂತರ್ಯಾನದ ಈ ಕೊನೆ ಪುಟವನ್ನು ಅಪರಿಪೂರ್ಣತೆಯ ಸೌಂದರ್ಯದ ಮುಖಾಂತರ ಬರೆಯುತ್ತಿರುವಂತೆಯೇ ಟಮವು ('Tama' ಎಂಬುದು ಬೆಕ್ಕಿನ ಹೆಸರು) ಬೆಂಕಿಗೂಡಿನ ಪಕ್ಕದಲ್ಲಿ ನಿದ್ದೆ ಮಾಡುತ್ತಿರುವುದನ್ನು ನಾನು ಗಮನಿಸಿದೆನು. ಈ ಮರದ ಹಾಸಿನ ನೆಲದ ಮೇಲೆ ಈ ಬೆಕ್ಕಿನ ಮಹತ್ತರವಾದ ಇರುವಿಕೆಯಿಂದ ನಾನು ಮಂತ್ರ ಮುಗ್ಧನಾದೆನು. ನನ್ನ ಮನೆಯ ಈ ಸಂಗಾತಿ ಎಂದೂ ಮುಗಿಯದ ಒಂದು ವರ್ತಮಾನದಲ್ಲಿ ಬದುಕುತ್ತಿದೆ.

ಕಿಟಕಿಯ ಮೂಲಕ, ನಿಧಾನಕ್ಕೆ ಎಲೆಗಳುದುರಿ ನಗ್ನವಾಗುವ ಶರತ್ಕಾಲದ ಮರಗಳು ನನ್ನ ಸ್ವಂತ ಅಸ್ತಿತ್ವವನ್ನೇ ಕುರಿತು ಯೋಚಿಸುವಂತೆ ಮಾಡುತ್ತವೆ. ಎಷ್ಟು ಕ್ಷಣಿಕ ಮತ್ತು ಬೆರಗುಗೊಳಿಸುವಂತಹದು ಈ ಬದುಕು, ಅಲ್ಲವೆ!

ನನ್ನ ಇತ್ತೀಚಿನ ಹಯಕು ನನ್ನ ಇಳಿಮೇಜಿನ ಮೇಲೆ ಕುಳಿತಿದೆ, ಅದೆನ್ನುತ್ತಿದೆ:

ನಾನೊಂದು ಹೆಜ್ಜೆ ಇಡುವೆ, ನಂತರ ಮತ್ತೊಂದು,

ಮುಂದಿನ ಹರಹಿನಲ್ಲಿ ನಾನೇನ ಕಾಣುವೆ?

ಅಂತ್ಯ ಕಾಣುವುದೆಲ್ಲಿ?

ಅದೃಷ್ಟವಶಾತ್, ನಮಗೆ ಗೊತ್ತಿಲ್ಲ. ಅನಿಶ್ಚಿತತೆಯ ಬಗ್ಗೆ ಇರುವ ಒಂದು ಒಳ್ಳೆಯ ಸಂಗತಿ ಎಂದರೆ ಎಲ್ಲವೂ ಸಾಧ್ಯ ಎಂಬುದು. ನೀವು ಏನನ್ನೂ ನಿಯಂತ್ರಿಸಲಾರಿರಿ ಎಂದು ನೀವು ಒಮ್ಮೆ ಒಪ್ಪಿಕೊಂಡು ಬಿಟ್ಟರೆ ಸಾಕು, ಒಂದು ಕೌತುಕಮಯ ಕಥನವನ್ನು ಅನುಸರಿಸಿ ಜಗತ್ತು ಬದಲಾಗುತ್ತೆ ಮತ್ತು ವಿಕಾಸವಾಗುತ್ತೆ ಎಂದು ನಿಮಗೆ ಮನದಟ್ಟಾಗಿ ಬಿಡುತ್ತೆ. ಆಗ ನೀವು ತಲೆಕೆಡಿಸಿಕೊಳ್ಳುವುದು ಮತ್ತು ಕ್ಲೇಶಕ್ಕೊಳಗಾಗುವುದನ್ನು ನಿಲ್ಲಿಸುತ್ತೀರಿ. ಜೊತೆಗೆ ನೀವು ಆ ಸಾಹಸದಲ್ಲಿಯೆ ಸಂತೋಷ ಅನುಭವಿಸುತ್ತೀರಿ.

ನಮ್ಮ ಅಪರಿಪೂರ್ಣತೆಗಳನ್ನು ಒಪ್ಪಿಕೊಳ್ಳುವುದೆಂದರೆ ಅನುವರ್ತನೆಯೊಳಗೆ ಜಾರುವುದು ಮತ್ತು ತಾಟಸ್ಥ್ಯಭಾವ ತಾಳುವುದಕ್ಕೆ ಒಂದು ನೆಪ ಹುಡುಕುವುದು ಎಂದಲ್ಲ. ಬದಲಾಗಿ, ನಮಗೆಷ್ಟು ಸಾಧ್ಯವೋ ಅಷ್ಟೂ ಅಪರಿಪೂರ್ಣ ಆಸಾಮಿಯಾಗಲು ಪ್ರತಿನಿತ್ಯವೂ ನಾವು ಒಂದೊಂದು ಹೆಜ್ಜೆ

ಮುಂದಿಡಲೇಬೇಕು ಎಂದು ಅದರರ್ಥ.

ಇಲ್ಲಿ ಜಪಾನಿನಲ್ಲಿ, ಭೂಕಂಪಗಳು, ಸುನಾಮಿಗಳು, ಚಂಡಮಾರುತಗಳು ಮತ್ತಿತರ ಪ್ರಾಕೃತಿಕ ವಿಕೋಪಗಳು ಯಾವುದೂ ಶಾಶ್ವತವಲ್ಲ ಎಂಬುದನ್ನು ನಮಗೆ ಆಗಾಗ ನೆನಪಿಗೆ ತರುತ್ತಿರುತ್ತವೆ. ವಾಬಿ ಸಾಬಿ ಎಂಬ ಪಟ್ಟಕದ ಮುಖಾಂತರ ಎಲ್ಲವನ್ನೂ ನೋಡುವುದರ ಮೂಲಕ, ಎಲ್ಲವೂ ಕ್ಷಣಿಕ, ಅಪರಿಪೂರ್ಣ ಮತ್ತು ಅರೆಕೊರೆ ಎಂದು ತಿಳಿಯುವುದರಿಂದ ಬದುಕಿನ ವೈಚಿತ್ರ್ಯಗಳನ್ನು ಒಪ್ಪಿಕೊಂಡು ಸಂತಸದಿಂದ ಇರಲು ಖಂಡಿತ ಸಹಾಯವಾಗುತ್ತದೆ. ಅದರ ಜೊತೆಗೆ, ಸಮಯ ಸಂದರ್ಭಗಳು, ವಿಷಯಗಳು ನಾವಂದುಕೊಂಡ ನಿರೀಕ್ಷೆಗೆ ಒದಗಿಬರದಿದ್ದರೆ, ಕಡೇ ಪಕ್ಷ ನೋವನ್ನು ಆದಷ್ಟು ಕಡಿಮೆಗೊಳಿಸಿಕೊಳ್ಳಲಾದರೂ ಸಾಧ್ಯವಾಗುತ್ತದೆ.

ಜೀವನದಲ್ಲಿ ನೀವು ಮೂರು ವಿಷಯಗಳನ್ನು ಪಡೆಯುವುದರಲ್ಲಿ ಮಾತ್ರ ನೆಚ್ಚಿಕೊಳ್ಳಬಹುದು. ಅವೆಂದರೆ, ಒಂದು ಶರೀರ, ಇನ್ನೊಂದು ಮನಸ್ಸು ಮತ್ತೊಂದು ಈ ಭೂಮಾತೆಯ ಮೇಲೆ ನೀವಿರುವ ನಿಗದಿತ ಮೊತ್ತದ ಸಮಯ (ಕಾಲ). ಈ ಪರಿಕರಗಳೊಂದಿಗೆ, ನಿಮ್ಮ ಬದುಕಿಗೆ ಬೇಕಾದ ಎಷ್ಟು ಉತ್ತಮ ಸೂತ್ರ ಸಾಧ್ಯವೋ ಅದನ್ನು ನೀವು ಮಾಡಿರಿ, ಅದು ಅಸದೃಶವಾದುದು ಮತ್ತು ಕೇವಲ ನಿಮ್ಮದು ಮಾತ್ರ: ಅದನ್ನು ಬೇರಾರೂ ಸವಿದು ಚಪ್ಪರಿಸಲು ಆಗದು-ಕೇವಲ ನೀವು ಮಾತ್ರ! ಅನಿಶ್ಚಿತತೆಯ ನಡುವೆಯೂ ಸಂತಸದಿಂದಿರಲು ಧೈರ್ಯ ಮಾಡಿ.

ಪ್ರಕೃತಿಯ ಕೌತುಕಭರಿತ ಛಂದೋಗತಿಯನ್ನನುಸರಿಸಿ ನೀವು ನಿಮ್ಮ ಬದುಕನ್ನು ಹೊಂದಾಣಿಕೆ ಮಾಡಿಕೊಂಡು ಚತುರತೆಯಿಂದ ಬಾಳುವುದಾದರೆ, ಮತ್ತು ಯಾವ ನಿರೀಕ್ಷೆಗಳೂ ಇಲ್ಲದೆ ಬದುಕುವುದಾದರೆ, ಉತ್ತಮವಾದುದು ಯಾವಾಗಲೂ ನಿಮ್ಮ ಪಾಲಿಗೆ ಖಂಡಿತ ಬಂದೇ ಬರುತ್ತದೆ.

-ನೊಬುವೊ ಸುಝುಕಿ

❒ ❒ ❒

ಈ ಪುಸ್ತಕವನ್ನು ಓದಿದ ಮೇಲೆ ನಿಮ್ಮ ಅಭಿಪ್ರಾಯವನ್ನು ಈ ಮಿಂಚಂಚೆಗೆ ಕಳುಹಿಸಬಹುದು-
books.feedback@tejgyan.org

ಲೇಖಕರ ಬಗೆಗೆ

ನೊಬುವೊ ಸುಝುಕಿ

1968 ರಲ್ಲಿ ಜನಿಸಿದ ನೊಬುವೊ ಸುಝುಕಿಯವರು ತತ್ವ ಶಾಸ್ತ್ರ ಮತ್ತು ಮನಃಶಾಸ್ತ್ರಗಳ ಕುರಿತಂತೆ ಹೊಸ ಹೊಸ ಪರಿಕಲ್ಪನೆಗಳು ಮತ್ತು ಅವುಗಳತ್ತ ಸಾಗುವ ಮಾರ್ಗಗಳ ಸಂಬಂಧಿತ ಅಧ್ಯಯನ ನಡೆಸಲು ತಮ್ಮ ಜೀವನವನ್ನೇ ಮುಡಿಪಿರಿಸಿದ್ದಾರೆ.

ಏಷಿಯಾ ಖಂಡದಲ್ಲಿ ವ್ಯಾಪಕ ಪ್ರವಾಸ ನಡೆಸಿದ ಬಳಿಕ ಅವರು ತಮ್ಮ ಚಿಕಿತ್ಸಾ ವಿಧಾನಗಳನ್ನು ಝೆನ್ ತತ್ವಗಳೊಂದಿಗೆ ಜೋಡಿಸುವ ಒಂದು ವಿಧಾನವನ್ನು ಅಭಿವೃದ್ಧಿ ಪಡಿಸಿದರು. ಮತ್ತು ಈಗ ಅವರು, ತಮ್ಮ ಯಾವ ಕಕ್ಷಗಾರರು ಅವರವರ ಜೀವನ ಸಂಗತಿಗಳ ಬಳಿ ಸಾರಲು ಬದಲಿ ಮಾರ್ಗಗಳನ್ನು ಹುಡುಕುತ್ತಿದ್ದಾರೋ ಅಂಥವರೊಟ್ಟಿಗೆ ಕೈಗೂಡಿಸಿ ಕಾರ್ಯವೆಸಗುತ್ತಿದ್ದಾರೆ.

ಪಿಯಾನೋ ನುಡಿಸುವುದು ಅವರ ನೆಚ್ಚಿನ ಹವ್ಯಾಸ. ಪ್ರವಾಸಗಳ ಕುರಿತು ಬರೆಯುವುದು ಮತ್ತು ತಮ್ಮ ಚಿಂತನೆಗಳನ್ನು ದಾಖಲಿಸುವುದು ಅವರಿಗೆ ಇಷ್ಟ.

"ವಾಬಿ ಸಾಬಿ: ದ ವಿಸ್ಡಮ್ ಇನ್ ಇಮ್ಪರ್ಫೆಕ್ಷನ್" ಎಂಬುದು ಅವರು ಬರೆದಿರುವ ಮೊದಲ ಪುಸ್ತಕ."

ಮಹಾಆಸಮಾನಿ ಪರಮ ಜ್ಞಾನ

ಶಿಬಿರದ ಪರಿಚಯ ಮತ್ತು ಲಾಭಗಳು(ನಿವಾಸಿ)

Self Development to Self Realization
Towards Self Stabilization

ನೀವು ಉಚ್ಚತಮ ಆನಂದವನ್ನು ಪಡೆಯಬಯಸುವಿರೆ? ಯಾವುದೇ ಕಾರಣದ ಮೇಲೆ ಅವಲಂಬಿತವಾಗಿರದ, ಸಮಯದೊಂದಿಗೆ ಹೆಚ್ಚುತ್ತಲೇ ಹೋಗುವ ಆ ಆನಂದ, ಅದು ನಿಮ್ಮದಾಗಬೇಕೆ? ನೀವು ಇದೇ ಜೀವನದಲ್ಲಿ ಪ್ರೇಮ, ವಿಶ್ವಾಸ, ಶಾಂತಿ, ಸಮೃದ್ಧಿ ಪರಮ ಸಂತುಷ್ಟಿ ಪಡೆಯಬಯಸುವಿರೆ? ನೀವು ಶಾರೀರಿಕ, ಮಾನಸಿಕ, ಆರ್ಥಿಕ, ಸಾಮಾಜಿಕ ಹಾಗು ಆಧ್ಯಾತ್ಮಿಕ ಸ್ತರಗಳಲ್ಲಿ ಸಫಲರಾಗಬೇಕೆನ್ನುವಿರೆ? ನೀವು 'ನಾನು ಯಾರು' ಈ ಪ್ರಶ್ನೆಯ ಉತ್ತರವನ್ನು ಅನುಭವದಿಂದ ಪಡೆಯಬಯಸುವಿರೆ?

ಒಂದುವೇಳೆ ನಿಮ್ಮಲ್ಲಿ ಈ ಎಲ್ಲ ಪ್ರಶ್ನೆಗಳ ಉತ್ತರವನ್ನು ಪಡೆಯುವ ಮತ್ತು 'ಅಂತಿಮ ಸತ್ಯ'ವನ್ನು ಪಡೆಯಬೇಕೆಂಬ ತೀವ್ರ ಹಂಬಲವಿದ್ದರೆ ತೇಜಜ್ಞಾನ ಫೌಂಡೇಶನ್ ಮುಖಾಂತರ ಆಯೋಜಿಸಲಾದ 'ಮಹಾಆಸಮಾನಿ ಶಿಬಿರ್'ನಲ್ಲಿ ನಿಮಗೆ ಸ್ವಾಗತವಿದೆ. ಈ ಶಿಬಿರ ಪೂರ್ಣತಃ ಸರಶ್ರೀಯವರ ಶಿಕ್ಷಣವನ್ನು ಆಧರಿಸಿದೆ.

ಮಹಾಆಸಮಾನಿ ಪರಮಜ್ಞಾನ ಶಿಬಿರದ ಉದ್ದೇಶ:

ಈ ಶಿಬಿರಿನ ಉದ್ದೇಶವೇನೆಂದರೆ, 'ವಿಶ್ವದ ಪ್ರತಿಯೊಬ್ಬ ಮನುಷ್ಯ ನಾನು ಯಾರು? ಈ ಪ್ರಶ್ನೆಯ ಉತ್ತರವನ್ನು ಅರಿತು ಸರ್ವೋಚ್ಚ ಆನಂದದಲ್ಲಿ ಸ್ಥಾಪಿತವಾಗಲಿ ಎಂದು. ಅವನಿಗೆ ಪ್ರತಿಕ್ಷಣ ವರ್ತಮಾನದಲ್ಲಿ ಇರುವ ಕಲೆಯನ್ನು ತಿಳಿಹೇಳುವ ಜ್ಞಾನವು ಲಭಿಸಲಿ. ಭೂತಕಾಲದ ಭಾರ ಹಾಗೂ ಭವಿಷ್ಯದ ಚಿಂತೆ ಇವೆರಡರಿಂದಲೂ ಅವನು ಮುಕ್ತಿಯನ್ನು ಪಡೆಯಲಿ. ಪ್ರತಿಯೊಬ್ಬ ಮನುಷ್ಯನ ಜೀವನದಲ್ಲಿ ಸ್ಥಿರವಾದ ಖುಷಿ, ಸರಿಯಾದ ತಿಳುವಳಿಕೆ ಮತ್ತು ಸಮಸ್ಯೆಗಳನ್ನು ಕರಗಿಸುವ/ವಿಲೀನಗೊಳಿಸುವ ಕಲೆಯು ಬರಲಿ. ಮನುಷ್ಯ ಜೀವನದ ಉದ್ದೇಶ ಪೂರ್ಣಗೊಳ್ಳಲಿ. ನಾನು ಯಾರು? ನಾನು ಇಲ್ಲಿ ಏಕಿದ್ದೇನೆ? ಮೋಕ್ಷವೆಂದರೇನು? ಮೋಕ್ಷವು ಇದೇ ಜನ್ಮದಲ್ಲಿ ಪ್ರಾಪ್ತವಾಗಬಹುದೇ? ಈ ಪ್ರಶ್ನೆಗಳು ನಿಮ್ಮಲ್ಲಿದ್ದರೆ ಬನ್ನಿ ಮಹಾಆಸಮಾನಿ ಪರಮಜ್ಞಾನ ಶಿಬಿರ ಇದರ ಉತ್ತರವಾಗಿದೆ.

ವಾವ್ (WOW) ಪ್ರಕಾಶನದ ಕೆಲವು ಕನ್ನಡ ಪುಸ್ತಕಗಳು

ಸರಶ್ರೀ ವಿರಚಿತ ಪುಸ್ತಕಗಳು:

೧. ವಿಚಾರ ನಿಯಮ – ದಿ ಪಾವರ್ ಆಫ್ ಹ್ಯಾಪ್ಪಿ ಥಾಟ್ಸ್

೨. ಸ್ವಸಂವಾದ–ಒಂದು ಜಾದು : ನಿಮ್ಮ ರಿಮೋಟ್ ಕಂಟ್ರೋಲನ್ನು ಹೇಗೆ ಪಡೆದುಕೊಳ್ಳುವುದು

೩. ಸ್ವಯಂ ಜೊತೆ ಸಮರ – ಹರ್ಕ್ಯುಲಿಸ್‌ನ ಆಂತರಿಕ ಶೋಧ

೪. ಸಂಪೂರ್ಣ ಲಕ್ಷ್ಯ – ಸಂಪೂರ್ಣ ವಿಕಾಸವನ್ನು ಹೇಗೆ ಕೈಗೊಳ್ಳುವುದು

೫. ಸ್ವೀಕಾರದ ಜಾದು – ತ್ವರಿತ ಆನಂದವನ್ನು ಪಡೆಯುವುದು ಹೇಗೆ

೬. ಮೃತ್ಯು ನಂತರದ ಜೀವನ – ಮಹಾಜೀವನ

೭. ಜಾಗೃತಿ ಮೂಡಿಸುವ ಉತ್ತರಗಳು – ಜೀವನದ ೧೧೧ ಜಿಜ್ಞಾಸೆಗಳ ಪರಿಹಾರ

೮. ಆಲಸ್ಯದಿಂದ ಮುಕ್ತಿಗೆ ೧೪ ಹೆಜ್ಜೆಗಳು

೯. ಕ್ಷಮೆಯ ಜಾದು– ಮನದಲ್ಲಿಯೇ ಕ್ಷಮೆಯಾಚಿಸಿ ಎಲ್ಲ ದುಃಖಗಳಿಂದ ಮುಕ್ತಿ ಪಡೆಯುವುದು ಹೇಗೆ

ಅಂತಾರಾಷ್ಟ್ರೀಯ ಮಟ್ಟದಲ್ಲಿ ಬಹು ಮಾರಾಟವಾಗುವ ಕೃತಿಗಳ ಕನ್ನಡ ಅನುವಾದ:

೧. ಇಕಿಗಾಯ್ – ದೀರ್ಘ ಹಾಗು ಸಂತಸಭರಿತ ಜೀವನಕ್ಕೆ ಜಪಾನಿಯರ ಗುಟ್ಟು

(*Ikigai* by Hector Gracia and Fransces Miralles)

೨. ಇಕಿಗಾಯ್ ಪಯಣ – ಬಾಳಿನಲ್ಲಿ ಸಂತಸ ಮತ್ತು ಉದ್ದೇಶವನ್ನು ಕಂಡುಕೊಳ್ಳುವ ಒಂದು ಪ್ರಾಯೋಗಿಕ ಮಾರ್ಗದರ್ಶಿ

(*Ikigai Journey* by Hector Gracia and Fransces Miralles)

೩. ಬದುಕಿನ ಅರ್ಥದ ಹುಡುಕಾಟದಲ್ಲಿ ಮನುಷ್ಯ

(*Man's Search for Meaning* by Viktor Frankl)

೪. ಅಭ್ಯಾಸ ಬಲ (*Power of Habit* by Charles Duhigg)

Visit Us :
www.gethappythoughts.org
www.wowpublishings.com
9011013210

www.ingramcontent.com/pod-product-compliance
Lightning Source LLC
Chambersburg PA
CBHW031327230926
51848CB00001B/118